ஐந்து விளக்குகளின் கதை

ஐந்து விளக்குகளின் கதை

சுஸந்த மூனமல்பே

தமிழில்

எம். ரிஷான் ஷெரீப்

எதிர் வெளியீடு

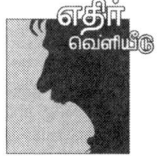

ஐந்து விளக்குகளின் கதை
சுஸந்த மூனமல்பே
தமிழில்: எம்.ரிஷான் ஷெரீப்

முதல் பதிப்பு: டிசம்பர் 2022

எதிர் வெளியீடு,
96, நியூ ஸ்கீம் ரோடு, பொள்ளாச்சி – 642 002
தொலைபேசி: 98948 75084, 99425 11302

விலை: ரூ. 230

Ainthu Vilakkukalin Kathai
Susantha Moonamalpe
Translated by M. Rishan Shareef

Copyright © M. Rishan Shareef

First Edition: December 2022

Published by
Ethir Veliyeedu, 96, New Scheme Road, Pollachi – 2
email: ethirveliyedu@gmail.com
www.ethirveliyeedu.com

ISBN: 978-93-90811-97-7
Cover Design: Vijayan
Cover Art: Susantha Moonamalpe
Printed at Jothy Enterprises, Chennai.

All rights reserved. No part of this book may be reprinted or reproduced or utilised in any form or by any electronic, mechanical or other means, now known or hereafter invented, including Photocopying and recording, or in any information storage or retrieval system, without permission in writing from the Publisher.

தனிமையிலிருந்து பிறக்கும் கதைகள்

வாழ்க்கையின் குறிப்பிட்ட சில தருணங்களையும், உணர்வுகளையும் ஒரு கதையாகக் கோர்ப்பதுவே சிறுகதையெனப்படுகிறது என்றுதான் நான் கருதுகிறேன். அவ்வாறான கதைகள் தனிமையிலிருந்து பிறப்பவை. உங்கள் கதையைக் கேட்க உங்கள் அருகில் யாருமே இல்லாத வரைக்கும்தான் நீங்கள் கதைகளை எழுதிக் கொண்டிருப்பீர்கள். என்றாலும், அந்தக் கதைகள் பிரசுரமாகும்போது தாமாகவே அவை பலருடனும் பகிர்ந்து கொள்ளப்பட்டு விடும்.

அவ்வாறு அன்று எனது சிங்களச் சிறுகதைகள் ஒரு தொகுப்பாகப் பிரசுரமான வேளையில் எனது தனிமைக் கூட்டுக்குள்ளிருந்து வெளியே வந்து தெருவிலிறங்கி அந்த மகிழ்ச்சியை அனுபவித்தேன். இன்றோ, எனது சிங்களச் சிறுகதைகள் தமிழில் ஒரு தொகுப்பாக வெளிவரும்வேளையில், அன்று தெருவிலிறங்கித் தொடங்கிய எனது பயணம் இன்று ஒரு பெருநகரை நெருங்கியிருப்பதாகத் தோன்றுகிறது. இந்தப் பயணத்தில் வெவ்வேறு வீதிகளில், வெவ்வேறு கலாசாரங்களுடனான பல தரப்பட்ட மனிதர்களை நான் சந்திக்கக் கூடும் என்ற ஆர்வத்தோடும், இரு கால்களும் உதறும் அளவுக்கு விசித்திரமான பதற்றத்தோடும்தான் இக் கணத்தில் நான் இருக்கிறேன்.

எனது சிறுகதைகளைத் தமிழில் வாசிக்கும் வாசகர்களான நீங்கள் என்னை அந்தப் பெருநகருக்கு அன்போடு வரவேற்பீர்கள் என்பதுவே எனது எதிர்பார்ப்பாக உள்ளது. இந்தச் சிறுகதைகளின் குறைநிறைகளை என்னிடம் எடுத்துச் சொல்லி மேலும் மேலும் கதைகளின் உலகத்துக்குள் மூழ்கிப் போக என்னை நீங்கள் ஊக்குவிக்க

வேண்டும் என்று கேட்டுக் கொள்கிறேன். இவ்வாறான கதைகளைக் கோர்ப்பதற்காகவே நான் இனியும் தனிமைக்குள் மூழ்கும் தியாகத்தைச் செய்யக் காத்திருக்கிறேன்.

சுஸந்த மூனமல்பே

17.10.2022

அனுபவங்களின் கனத்தைச் சுமந்திருப்பவர்கள்

இலங்கையின் மலையடிவாரக் கிராமமொன்றில் பிறந்து வளர்ந்தவர் சுஸந்த மூனமல்பே. அவர் கண்டு, கேட்டு, அனுபவித்தவற்றைக் கொண்டும், சந்தித்த மனிதர்களைக் கொண்டும்தான் இந்தத் தொகுப்பிலுள்ள சிறுகதைகள் அனைத்தையும் எழுதியிருக்கிறார். இந்தச் சிறுகதைகள் அனைத்தினதும் பின்னணியில் அந்த மலையடிவாரக் கிராமம் ஒரு நிழல் போல தொடர்ந்து வருவதையும், இந்தச் சிறுகதைகள் அனைத்தினுள்ளும் அந்தக் கிராமியத்தின் ஏதோவோர் பிணைப்பு மறைமுகமாக இருந்து கொண்டேயிருக்கும்விதமாக அவர் இந்தக் கதைகளை எழுதியிருப்பதையும் நீங்கள் அவதானிக்கலாம்.

ஒரு அடர்ந்த காட்டுக்குள், இருளுக்குள் உங்களுடன் பதுங்கியிருக்கும் அவர் ஒவ்வொன்றின் மீதும் தனித்தனியாக வெளிச்சம் பாய்ச்சிக் காட்டும்போது அவை மாத்திரம் தெட்டத் தெளிவாகத் தென்படுவதுபோல, தனது ஓரோர் கதைகளிலும் சமூகத்திலுள்ள மறைந்த பாகங்களை வெளிச்சமிட்டுக் காட்டுகிறார் அவர்.

மனித வாழ்க்கையின் ஒவ்வொரு ரசாபாசங்களையும் தொட்டுத் தொட்டு எழுதிச் செல்வதே அவரின் பாணியாக இருக்கிறது. அவர் கதை சொல்லும் உலகத்தில், ‘கதைமாந்தர்களின் பண்பாடுகளையும், ஒழுக்கங்களையும் பற்றி வாசகர்கள் என்ன நினைப்பார்களோ?’ என்ற கவலை சிறிதேனும் இல்லாமல் எழுதிச் செல்வதே அவரது எழுத்தின் வெற்றியாகக் கருதத்தக்கது. இந்தத் தொகுப்பிலுள்ள சிறுகதைகள் அனைத்திலும் எழுத்தாளருடைய அனுபவங்களின் கனத்தை கதாபாத்திரங்கள் திறம்பட சுமந்து வந்திருக்கிறார்கள்.

இந்தத் தொகுப்பிலுள்ள ஒவ்வொரு சிறுகதையின் முடிவும் யாரும் எதிர்பாராத ஒன்றாக அமைவதோடு, கவிதைத்தனமாக, வாசகரை யோசிக்க வைக்கும் உத்தியோடு அவை நிறைவு பெற்றிருப்பதையும் அவதானிக்கலாம். ஒரு இலக்கியப் படைப்பை வாசித்து முடித்த பிறகு, அந்தப் படைப்பானது எமது மனதை சிறிதளவேனும் அசைத்துப் பார்க்கவில்லையென்றால், அதை சிறந்த படைப்பாகக் கருத முடியாது. அவ்வாறானதோர் அதிர்வை வாசகர்களுக்குள் உருவாக்க வேண்டுமென்றால், எழுத்தாளனுக்குள் தான் எழுதும் விடயங்கள் குறித்த பலமான தாக்கம் உள்ளுக்குள் நிகழ்ந்திருக்க வேண்டும். இந்தத் தொகுப்பிலுள்ள சிறுகதைகள் அனைத்துமே அவ்வாறான தாக்கங்களின் மத்தியில் எழுதப்பட்டவை என்பதனால் வாசிப்பவர்களின் மனதில் இவை பலத்த அதிர்வை ஏற்படுத்தும் என்பதை உறுதியாகக் கூற முடியும்.

இந்தத் தொகுப்பில் சொல்லப்பட்டிருக்கும் ஆண்களின் காதல், பெண்களின் காதல், இசை மேலுள்ள காதல், மண் மீதான காதல், மரஞ்செடி கொடிகள் மீதான காதல், மரித்தவர்கள் மீதான காதல், மேகக் காதல், ஒருதலைக் காதல், ஓரினக் காதல், விலக்கப்பட்ட காதல், விளக்குகள் மீதான காதல் போன்ற பல்வேறு விதமான காதல்களும், அவற்றின் பின்னணிகளும் தமிழ் வாசகர்களுக்கு மிகவும் புதிதாக இருக்கக் கூடும். ஆகவே வித்தியாசமான, வேறுபட்ட வாழ்வியல்களைச் சுமந்திருக்கும் இந்தத் தொகுப்பு வாசகர்களான உங்களுக்கு மிகப் புதிதான அனுபவங்களை சர்வ நிச்சயமாகத் தர வல்லது.

இந்தத் தொகுப்பிலுள்ள சில சிறுகதைகளைப் பிரசுரித்த அம்ருதா, ஆக்காட்டி, காலச்சுவடு, நன்னூல் உள்ளிட்ட அனைத்து இலக்கிய இதழ்களுக்கும், தனது சிறுகதைகளைத் தமிழில் மொழிபெயர்க்க அனுமதித்த நண்பர் சுஸந்த மூனமல்பேக்கும், நூலாகப் பிரசுரிக்கும் எதிர் வெளியீடு பதிப்பகத்திற்கும், நண்பர் அனுஷுக்கும் எனது மனமார்ந்த நன்றியையும், அன்பையும் இந்தக் கணத்தில் தெரிவித்துக் கொள்கிறேன்.

என்றும் அன்புடன்,

எம். ரிஷான் ஷெரீப்

10.10.2022

உறவுச்சிக்கல்களின் சித்திரங்கள்

சுஸந்த மூனமல்பேயின் கதைகளில் மனிதர்கள் ஏதாவது உறவுச் சிக்கல்களில் சிக்கிக்கொண்டு தப்பிக்க வழி தெரியாமல் தவிக்கிறார்கள். பெண்கள் தங்களது சமூக நிலை மாறியதும் காதலித்தவனை மறந்து போகிறார்கள் அல்லது ஆண்கள் காதல் என்ற பெயரில் பெண்களுடன் உடல்ரீதியாகப் பழகி விட்டு, அவர்களைக் கை விட்டுச் செல்கிறார்கள். பிறகு அவர்கள் இருபாலாருமே வேறு துணைகளுடன் வாழ்க்கையைத் தொடர்கிறார்கள். முஸண்டாஸ் மரத்திற்குப் பதிலாக செம்பருத்திச் செடியை நடுகிறார்கள்.

'இகாரஸின் வீழ்ச்சி' கதையில் ஒருபாலின உறவு. எப்போதும் ஆண் - பெண் உறவுகளில் பெண்கள் அநேக நேரம் உணர்வுச்சிறையில் சிக்கிக் கொள்வதைப் போல ஆண்களில் பெண்பாத்திரத்தை எடுத்துக்கொண்டவன் மாட்டிக் கொள்கிறான்.

கைவிடல் என்பது பலகதைகளில் திட்டமிட்டே நடக்கிறது. ஆணோ பெண்ணோ யாராவது ஒருவர், மற்றவர் காதல் வெள்ளத்தில் மூழ்கியதும் கை விட்டு விடுகிறார்கள். மணம் செய்து கொள்வதற்காக; வேலை முடிந்ததும் கழற்றி விடுவதற்காக; குடும்ப சூழல் காரணமாக; இன்னுமொரு இடத்தில் அவள் எதிர்பார்த்த எதிர்வினையை செய்யாத காரணத்திற்காக; எந்தவித எதிர்பார்ப்பும் இல்லாத பெண்ணையும் வீடியோ எடுத்து இமேஜ் படுகொலை செய்யும் கைவிடலாக என்று பலவும் நிகழ்கிறது. அடுத்தவரின் குற்றம் குறைகளுக்காக எந்தக் கைவிடல்களும் நேர்வதில்லை, அதே நேரத்தில் கைவிட்டதால் பாதிக்கப்பட்டவர்கள் நிலைகுலைந்து போவதுமில்லை இவரது கதைகளில்.

சுஸந்த மூனமல்பே கதைகளில் நிறைய யுத்திகளைக் கையாளுகிறார். 'விஜித்தின் வளையல்கள் யுகம்' கதையில் அத்தனை காதல் கதைகளைச் சொல்பவன் கடைசியில் ஏன் துவண்டு போக வேண்டும் என்பதிலேயே கதையின் மையமுடிச்சு இருக்கிறது. ஒரே கதையில் இரண்டு சாத்தியங்களில் கதை நகர்வது சில கதைகளில் நேர்கிறது. எழுத்தாளர் கதை முடியும் நேரத்தில் கதைசொல்லியாக வருவதும் நடக்கிறது. ஒரு கதையில் மையக் கதாபாத்திரத்தின் மேல் பரிவு கொண்டு அவனுக்கு நிஜத்தில் (கதையில்!) இல்லாத பெண்ணை அவனுக்கென உருவாக்கி அவளுடன் இன்பமாக இருக்க வைக்கிறார். ஒரு கதையில் இரண்டு கடிதங்களின் மூலம் கதை எதிரெதிர் கோணங்களில் இருந்து நடக்கிறது. ஐந்து விளக்குகள் கதையில் நிஜமும் நிழலும் அருகருகே பயணித்து ஒன்றுடன் ஒன்றாய் கலக்கின்றன.

இவருடைய கதைப் பெண்கள் வித்தியாசமானவர்கள். அந்தஸ்து மாறியதும் மாறும் பெண், இழந்த காதலை இன்னொருவனிடம் தேடும் பெண், மனதில் ஒளிந்திருந்த காதலைப் பலவருடங்கள் கழித்து கண்டுபிடிக்கும் பெண், காதலனைத் தேடித் தொடர்பு கொண்டு இவள் அவனைப் பொருட்படுத்தவேயில்லை என்று உதாசீனமாகக் கூறும் பெண், இழந்தது குறித்துக் கவலையின்றி எதை எடுத்துக் கொள்ள முடியுமோ அதைக் கொண்டு முன்னேறிய பெண் என்பது போல் ஒருவருக்கொருவர் வித்தியாசமான குணஅமைப்பு கொண்ட பெண்கள்.

பத்து கதைகள் கொண்ட தொகுப்பில் ஒரு கதையில் கூட முடிந்த போரின் சாயலே இல்லை (ஒரு கதையில் குண்டு வெடித்து மரணம் நிகழ்கிறது). ஒரு கதையில் நவம்பர் இருபத்தேழு உயிர்நீத்த போராளிகளுக்கான நினைவு தினத்தில் விளக்கேற்றுவதை, பௌத்த பிக்குகள், சிங்கள அடிப்படைவாதிகள் கடுமையாக எதிர்க்கிறார்கள். மெல்ல மெல்ல உணர்வு தலையெடுத்து விடக்கூடாது, முளையிலேயே கிள்ள வேண்டும் என்ற அதிகாரத்தரப்பினரது எண்ணம் அந்த எதிர்ப்புக்குக் காரணமாக இருக்கலாம்.

ரிஷான் சிங்கள இலக்கியத்தைப்பற்றித் தெரிந்து கொள்ள நமக்கான வழிகாட்டியாக சில வருடங்களாக உடன் பயணித்து வருகிறார். தொடர்ந்து கவனிக்கையில் சிங்கள இலக்கியத்திற்கு நல்ல எதிர்காலம் இருப்பது தெளிவாகின்றது.

சரவணன் மாணிக்கவாசகம்

27.10.2022

உள்ளடக்கம்

1. ரோஜா நிற முஸண்டாஸ் கிறுக்கு 13
2. நிழல் விழும் இடங்கள் 27
3. வெற்றுப் பூத் தட்டையும் இடுப்பில் வைத்துக் கொண்டு... 46
4. கொரோனா கால பச்சைப் புள்ளிகள் 58
5. விஜித்தின் வளையல்கள் யுகம் 68
6. மேகப் பெண்கள் 80
7. இகாரஸின் வீழ்ச்சி 95
8. குளச் சாகரமும் சுடுகாட்டு அரளியும் 123
9. மேலே செல்லத் தடை 135
10. ஐந்து விளக்குகளின் கதை 152

ரோஜா நிற முஸண்டாஸ் கிறுக்கு

"அம்மா, இங்க இருந்த முஸண்டாஸ் மரம் எங்க?"

ஏதோ மின்சாரம் பாய்ந்தது போன்ற அதிர்வை மனம் உணர்ந்ததால்தான் மல்காந்தி அவ்வாறு கத்தினாள். அதுவரைக்கும் முற்றத்தைக் கொத்திக் கொண்டிருந்த அவளது மண்வெட்டியின் ஓரோர் தாக்குதலிலும் வெட்டப்பட்டிருந்த புற்கள், களைகள், வேர்கள் என அனைத்தும் மண்ணோடு ஒன்றாகக் கலந்து குவிந்திருந்தன. அவை குவியும்போதே பழைய ஞாபகங்களும் அவளுக்குள் ஒன்றாகக் குவியத் தொடங்கியிருந்தன. அவை மலை போல மேலே எழுந்து வந்தன.

அது அந்தக் காலத்தில் எங்கிருந்தோ வந்திருந்த முஸண்டாஸ் கிறுக்கு. ஊரிலிருந்த எல்லா நடுத்தர வயதுப் பெண்களும், இளம்பெண்களும் தமது தோட்டங்களிலும், முற்றங்களிலும் முஸண்டாஸை வளர்க்கத் தொடங்கியிருந்தார்கள். எங்கிருந்து, எப்படி, எவ்வாறு தோன்றிய புதிய நடைமுறையது என்பதை யாருமே அறிந்திருக்கவில்லையென்றாலும் அனைவருமே செம்மஞ்சள், வெள்ளை, ரோஜா நிற முஸண்டாஸை நட்டு வளர்த்தார்கள். வீடுகளிலும், வயல்களிலும், கடைத் தெருக்களிலும், வேலைத்தளங்களிலும் அரட்டையடிக்கும்போதும், வேலைகளைச் செய்யும்போதுமென எப்போது பார்த்தாலும் முஸண்டாஸைப் பற்றி, அவற்றை நடும் விதங்கள் பற்றி, அவை தளிர் விடுவது பற்றி, அவற்றில் பூக்கள் மலர்வது பற்றித்தான் பெண்கள் கதைத்துக் கொண்டிருந்தார்கள். சுருக்கமாகச்

சொன்னால் முற்றத்தில் ஒரு முஸண்டாஸ் செடி கூட இல்லாத வீடு ஒரு வீடேயல்ல எனுமளவுக்கு நிலைமை மோசமாகியிருந்தது.

என்றாலும், பெரும்பாலான வீடுகளில் செம்மஞ்சள் நிற முஸண்டாஸே காணப்பட்டது. வெண்ணிறத்தைப் பெரும்பாலானோர் விரும்பாத காரணத்தால் அந்த நிறச் செடிகள் அவ்வளவாக இருக்கவில்லை. இல்லாவிட்டாலும் வெண்ணிற முஸண்டாஸ் செடிகள் இரத்தினபுரி பகுதியில் தேயிலைத் தோட்டங்களிலும், இறப்பர் தோட்டங்களிலும் சாதாரணமாகக் காணப்படும் காட்டுக் களைச்செடிகளைப் போலவே இருந்ததால் யாரும் அதைப் பொருட்படுத்தவேயில்லை. ரோஜா நிற முஸண்டாஸ் செடிகள் அபூர்வமாகத்தான் காணப்பட்டன. சிலர் அவற்றைத் தாம் கண்டுள்ளதாக பெருமை பேசிய போதிலும் யாரிடமும் அது இருந்ததாகத் தெரியவில்லை. அனைவரது உள்ளங்களிலும் ரோஜா நிற முஸண்டாஸைத்தான் தாம் அடுத்து நடப் போகிறோம் என்ற தீர்மானம் உறுதியாக இருந்தது.

மல்காந்தியின் மனதிலும் ஏனைய அனைவரை விடவும் ஆழமாக ரோஜா நிற முஸண்டாஸ் செடி வேர் விட்டிருந்தது. அவ்வேளையில் அவள் பத்தாம் வகுப்பில் படித்துக் கொண்டிருந்தாள். ரோஜா நிற சேலையணிந்து, ரோஜா நிற நகப்பூச்சு பூசி, ரோஜா நிற குதியுயர்ந்த செருப்பணிந்து, ரோஜா நிற கைப்பையைத் தோளில் சுமந்து கொண்டு நடப்பதாகக் கனவு கண்டுகொண்டிருந்தாள். ஆகவே அவளுக்கு ரோஜா நிற முஸண்டாஸ் எனப்படுவது அந்தக் கனவின் எஞ்சியுள்ள ஒரு பாகம் போல ஆகி விட்டிருந்தது. ரோஜா நிற முஸண்டாஸ் பற்றி ஏதாவது தகவல் தெரிந்தால் தன்னிடம் உடனே தெரிவிக்குமாறு பாடசாலையிலும், தெருவிலும் காண நேரும் அனைத்துப் பெண்களிடமும் அவள் கூறிக் கொண்டேயிருந்தாள்.

“அங்க குளத்துப் பக்கமாப் போற தெருவுல இருக்குற குஸுமாவதி அத்தையோட வீட்டுல ரோஸ் கலர் முஸண்டாஸ் மரம் இருக்குதாம்டி. இவ்வளவு காலமா யார்கிட்டயும் சொல்லாம ரகசியமா மறைச்சு வச்சிருந்திருக்கா. இப்ப பூ பூத்திருக்காம்டி” என்று அவளது வீட்டுக்குப் பக்கத்திலிருந்த அஷோகா பாடசாலை விட்டு வரும்போது கூறியதைக் கேட்டு அவள் அக மகிழ்ந்து போனாள்.

“எந்தக் குஸுமா அத்தை? நீ நெசமாத்தான் சொல்றியாடி?”

“ஏன் உனக்குத் தெரியாதா? துணியெல்லாம் தைப்பாரே.... தையல்கார வீடு... வயசுப் பசங்க ரெண்டு பேர் இருக்குற வீடுடி” என்று முழங்கையால் அவளின் இடையில் இடித்தவாறு அஷோகா கூறினாள். தொடர்ந்து அன்று மாலை நான்கு மணிக்கு அவர்கள் இருவருமாக அந்த வீட்டுக்குப் போய் ரோஜா நிற முஸண்டாஸை வாங்கிக் கொண்டு வர வேண்டுமென்று பேசிக் கொண்டார்கள்.

அன்று மாலை குஸுமாவதி அத்தையின் வீட்டுக்குப் போன போது அவர் வீட்டில் இருக்கவில்லை. வெளியே எங்கேயோ போயிருந்தார். ‘அம்மா வீட்டிலில்லை’ என்று கூறிய அவரது மூத்த மகனான நாமலிடம் விடயத்தைச் சொல்லி மிகுந்த பாடுபட்டு ஒரு கிளையைக் கேட்டு வாங்கிக் கொண்டு வந்தார்கள்.

‘அம்மா யாருக்கும் கிளையை ஒடிச்சுக் கொடுக்க வேணாம்னு சொல்லியிருக்கா. கிளையுடைச்சா செடி வளராம முடங்கிடுமாம்’ என்றெல்லாம் அவன் முதலில் கூறத் தொடங்கியதுமே அவர்கள் இருவரும் தாம் அறிந்திருந்த மாயங்களனைத்தையும் காட்டி, செல்லம் கொஞ்சி அவனை மயக்கி எப்படியோ ஒரேயொரு கிளையைத் தருமளவுக்கு அவனது மனமிறங்கச் செய்திருந்தார்கள்.

அப்போதுதான் குளித்து விட்டு வந்தது போல மேற்சட்டை கூடப் போடாமலிருந்த அந்த வாலிபன் சமையலறைக்கு ஓடிச் சென்று கத்தியொன்றை எடுத்துக் கொண்டு வந்து ஒரு கிளையை வெட்டும்போதே முஸண்டாஸை எவ்வாறு நட வேண்டுமென்று உபதேசிக்கவும் தொடங்கியிருந்தான். அதே வேளை, அவன் கத்தியை உயர்த்திப் பிடித்தவாறு சமையலறையிலிருந்து வரும்போது மல்காந்திக்கு அவன் ஒரு ஹிந்தித் திரைப்பட வீரனொருவனைப் போலவும், அவளுக்கு ரோஜா நிற முஸண்டாஸைத் தேடிக் கொடுக்க பல்லாயிரக்கணக்கான எதிரிகளைத் தோற்கடித்து விட்டு அவன் வருவது போலவும் தோன்றியிருந்தது. சராஸ் என்று கத்தியால் கிளையை வெட்டியபோது அவள் அந்த வீரனின் தடித்த புஜத்தையும் கண்டாள்.

“இந்தக் கிளையைக் கொண்டு போனதுமே முற்றத்துல நட்டுடக் கூடாது, புரிஞ்சுதா? முதல்ல ஒரு பாலிதீன் பேக்ல நல்ல செழிப்பான மண்ணை நிறைச்சு அதுல இதை நடணும். பிறகு, நிழலான இடத்துல வச்சு, தெனமும் காலையும், அந்திலயும் தண்ணி ஊத்தி வேர் விட்ட பிறகுதான் முற்றத்துல நடணும். ஏன்னா இந்த மரத்தையும் நான் அப்படித்தான் நட்டேன்”

என்று பெருமையாகக் கூறியவாறு மல்காந்தியிடம் அந்தக் கிளையை நீட்டிய வேளையில் அஷோகாவுக்குத் தெரியாமல் கண்ணடித்தான்.

அப்போதுதான் அவள் அவனது ரோஜா நிறப் புன்னகையைக் கண்டாள். அது, அவளுக்கு மிகவும் பிடித்த ரோஜா நிறம்.

அன்று அவனிடமிருந்து வாங்கிக் கொண்டு வந்து எப்போதாவது ரோஜா நிறப் பூவைப் பார்க்கும் ஆவலோடு அவன் உபதேசித்தது போலவே அந்தத் தண்டை நட்டு வைத்தாள். அவன் உபதேசித்தது போலவே காலையும், மாலையும் தண்ணீர் ஊற்றினாள். அப்போதெல்லாம் அவனது உபதேசங்களெல்லாம் மீண்டும் மீண்டும் அவளது மனதில் ஒரு திரைப்படக் காட்சி போல தோன்றிக் கொண்டேயிருந்தன.

ஒரு நாள் பின்னேரம் மூன்று மணியிருக்கும். அந்த நேரத்தில் வானொலியில் ஒலிபரப்பாகும் ஹிந்திப் பாடல்களைக் கேட்டு முடித்ததும் தலையில் பேன் ஊர்வது போல உணர்ந்ததால் பத்திரிகைத் தாளொன்றைத் தரையில் விரித்து அதன் முன்னால் அமர்ந்திருந்து தலையை வாரத் தொடங்கியிருந்தாள் அவள். அவ்வேளையில் வீட்டில் வேறு யாரும் இருக்கவில்லை. அம்மா நெல்லைக் குத்தப் போயிருந்தாள். விறாந்தையில் அமர்ந்திருந்து தலை வாரிக் கொண்டிருந்தபோது சைக்கிளொன்று நிறுத்தப்படும் ஓசை கேட்டு வாசலுக்கு வந்து பார்த்தபோது நாமல் வேலியோரத் தூணருகே அவனது சைக்கிளைச் சாய்த்து வைத்து விட்டு தனது வீட்டை நோக்கி வந்து கொண்டிருப்பதை அவள் கண்டாள்.

“ஆஹ்... எப்படியிருக்கீங்க?” என்று அவன் தலைவாசலின் இடப் புறக் கதவு நிலையில் கையை வைத்தவாறு கேட்டதும், அவள் வலது நிலையில் சாய்ந்து கொண்டாள்.

“நல்லாருக்கேண்ணா.”

“அது போதும். நம்ம முஸண்டாஸும் உங்களைப் போலவே நல்லா இருக்கும்தானே?” என்று கண்ணடித்தவாறே கேட்டான்.

“என்ன அப்படிக் கேட்குறீங்க? எங்கக்கிட்ட கொடுத்தா பின்னே வேற எப்படியிருக்குமாம்?” என்று அவள் செல்லமாகக் கேட்டாள்.

இல்லாவிட்டாலும் அவள் நட்டு வைத்த முஸண்டாஸ் தண்டு முளைக்குமோ, முளைக்காதோ யாருக்குத் தெரியும். அதிலிருந்த

பழைய இலைகள் வாடி வீழ்ந்து கொண்டிருந்தன. அது தளிர் விடுமோ, வேர் பிடிக்குமோ யாருக்குத்தான் தெரியும். இருந்தாலும் அவளால் அதைக் குறித்து அதிகமாக யோசிக்க முடியாமலிருந்தது.

அவனோ மைதானத்தில் கிரிக்கெட் விளையாடி விட்டு வியர்வை வழிய வழிய அங்கு வந்திருந்தான் அவன் அணிந்திருந்த மேற்சட்டை உடலோடு ஒட்டிப் போயிருந்தது.

"என்ன வீட்டுல யாருமில்லையா?" என்று அவன் வீட்டுக்குள் எட்டிப் பார்த்தவாறே கேட்டான். யாருமில்லையென அவள் தலையசைத்து பதிலளித்தாள்.

"அப்படீன்னா நல்ல பிள்ளை மாதிரி போய் எனக்குக் குடிக்கக் கொஞ்சம் தண்ணி எடுத்துட்டு வாங்க."

அவள் வீட்டின் பின்புறத்திலிருந்த சமையலறைக்கு ஓடும்போதே அவிழ்த்து விட்டிருந்த நீண்ட கூந்தலை ஒரு கொண்டையாகக் கட்டிக் கொண்டாள். பெரியதொரு கண்ணாடிக் குவளையை எடுத்தவள் அதை நன்றாகக் கழுவி மண் குடத்திலிருந்த தண்ணீரை அது நிறைய வார்த்தாள்.

அதை கையிலேயே கொண்டு போய்க் கொடுப்பதா அல்லது ஒரு தட்டில் வைத்து எடுத்துக் கொண்டு போவதா என்று அவள் தடுமாறிக் கொண்டிருந்த போதுதான்,

"உனக்கு முஸண்டாஸ்னா ரொம்பப் பிடிக்குமோ?" என்று அவன் உள்ளே வந்து சமையலறைக் கதவு நிலையில் கை வைத்தவாறே கேட்டான்.

அவர்களுக்கிடையில் அனைத்தும் சீக்கிரமாகவே நடந்து கொண்டிருக்கிறதோ என்றும் கூட அவளுக்குத் தோன்றியது.

அவனது ஆண்மை மிக்க விரல் முனைகளும், வெப்பமான உதடுகளும் அவளது உடலை மெய்சிலிர்க்கச் செய்ய முனைந்தன. தீச்சுவாலைக்கு முன்னால் ஏந்தப்பட்டுள்ள தென்னோலைச் சுருளைப் போல சூடாகி அவள் வளைந்து கொடுத்தாள். அதுவரையில் தான் கூட அறிந்திருக்காத விந்தையான மரமொன்று தனது தேகத்தினுள்ளே முளைக்கத் தொடங்கி கண்ணிமைக்கும் வேகத்துக்குள் வளர்ந்து கொண்டிருப்பதாக அவளுக்குத் தோன்றியது. மரத்தின் வேர்த் தொகுதியானது அவளது மென்மையான மயிர்களுக்குள்ளும் ஊடுருவி அவளது மொத்த

தேகத்தையும் சிலிர்க்கச் செய்தவாறு பரவியது. அந்த மரத்தின் கடினமானதும், மென்மையானதுமான பாகங்கள் அவ்வப்போது தட்டுப்பட்ட போதிலும், அப்போது அவளுக்கிருந்த பதற்றத்தில் எவ்வாறான மரமது, அதன் இலைகளின் வடிவமென்ன என்றெல்லாம் அவளால் யோசித்துப் பார்க்கக் கூட முடியவில்லை.

சரியாகச் சொன்னால் திருவிழாவில் தெருவோரக் கடைகளிடையே நடப்பது போன்றது அது. ஒரு கடை பாக்கியில்லாமல் எல்லாக் கடைகளையும் சுற்றிப் பார்த்துத் திரும்பிய போதிலும், இன்னும் எதையுமே பார்க்காதது போன்ற ஒருணர்வு உள்ளுக்குள் தோன்றிக் கொண்டேயிருக்குமே. அது போன்ற உணர்வு அது.

மரம் முழுமையாக வளர்ந்து, பூக்கள் பூக்கத் தொடங்கிய கணத்தில் அவன் மரத்தைக் கை விட்டான். உடனடியாக வெளியே ஓடிப் போய் சைக்கிளிலேறி வேக வேகமாக அதை மிதிக்கத் தொடங்கினான்.

அன்று பூத்திருந்தால் ரோஜா நிறப் பூதான் பூத்திருக்கும் என்று அவளுக்கு அன்றைக்குப் பிறகு தோன்றிக் கொண்டேயிருந்ததால் எப்போதும் தனியாகப் புன்னகைத்துக் கொண்டேயிருந்தாள்.

அதன் பிறகு அவள் பாடுபட்டு, பேணிப் பாதுகாத்து அந்த முஸண்டாஸ் செடியை வேர் விடச் செய்தாள். இளம்பச்சை நிறத்தில் இரண்டு, மூன்று தளிர்கள் தோன்றியதுமே அதனைப் பத்திரமாக பாலிதீன் பையிலிருந்து எடுத்து முற்றத்தில் நட்டாள். ஏற்கெனவே செம்மஞ்சள் நிற முஸண்டாஸ் செடியொன்று தலைவாசலின் இடப்பக்கமாக நடப்பட்டிருந்ததால், சரியாக அதன் வலப்புறத்தில் ரோஜா நிற முஸண்டாஸ் செடியை நட்டாள். ரோஜா நிறப் பூக்களும், செம்மஞ்சள் நிறப் பூக்களும் பூத்துக் குலுங்கும் முஸண்டாஸ் மரங்களினிடையே புகுந்து வீட்டுக்குள் நுழையும் இலட்சியமொன்றே அவளது மனதிலிருந்தது.

நாளாக நாளாக செடி செழித்து வளர்ந்து உயர்ந்து பூப் பூக்கத் தயாராக இருந்த போதிலும், அன்றைக்குப் பிறகு செடியைப் பார்த்து நலம் விசாரிக்க நாமல் வரவேயில்லை. அந்தி வேளைகளில் விளையாடி விட்டு வீட்டுக்கு முன்னால் அவன் சைக்கிளில் போவதை அவள் கண்ட போதிலும், அவனது சைக்கிள் மணியோசையைத் தெருவில் கேட்ட போதிலும், அவன் தெருவில் பயணிக்கும் நேரங்களிலெல்லாம் பெரும்பாலும் அவள்

முஸண்டாஸ் மரத்தைத்தான் வளைய வந்து கொண்டிருந்த போதிலும் அவன் அதைப் பற்றி ஒருபோதும் விசாரிக்கவேயில்லை.

'ரோஜா நிறப் பூ பூத்ததுமே பூவைப் பார்க்க வரச் சொல்லி நானே அவரை அழைக்க வேண்டும்' என்று அவள் தனக்குள் தீர்மானித்துக் கொண்டாள்.

இவ்வாறாகக் காலம் செல்லச் செல்ல ஒரு நாள் அவளது மரத்தில் பூ பூத்தது. ரோஜா நிறத்தில் பல இதழ்களோடு செடியின் நடு உச்சியில் ஒரு பூங்கொத்துப் போல பூ பூத்திருந்தது. சனிக்கிழமை காலை வேளையில் பிரத்தியேக வகுப்புக்குப் போக பல் துலக்கிக் கொண்டிருந்த போதுதான் முதன்முதலாக அவள் அந்த இனிய காட்சியைக் கண்டாள். பனி விழுந்து அந்த இளங்காலை வெயிலில் மின்னிக் கொண்டிருந்த ரோஜா நிற இதழ்களை மென்மையாகத் தடவிப் பார்த்தபோது விரல்களில் அது கூச்சம் காட்டுவது போல உணர்ந்தாள். அன்று தனது தேகத்தினுள்ளே வளர்ந்த மரம் அப்போதும் உள்ளுக்குள் சற்று அசைவது போல உணர்ந்ததும்தான் பூ பூத்திருப்பதைக் குறித்து உடனடியாக நாமலிடம் கூற வேண்டும் என்று அவளுக்குத் தோன்றியது. எப்படியோ அவனுடன் கதைப்பதற்கு அவளிடம் இப்போது ஒரு காரணம் இருந்தது.

மாலை வேளையில் அவன் விளையாடச் செல்லும்போது வேலியருகே காத்திருந்து எப்படியாவது அந்தப் பூவின் தகவலை அவனிடம் கூறி விட வேண்டுமென்ற தீர்மானத்தோடுதான் அன்று அவள் வகுப்புக்குச் சென்றாள்.

மெதுமெதுவாக நகர்ந்த அவளது கிராமத்துப் பேரூந்து நகரத்தைச் சென்றடைந்தபோது, காலை பத்து மணியையும் கடந்திருந்தது. அவள் தெருவழியே பிரத்தியேக வகுப்புக்கு நடந்து போய்க் கொண்டிருக்கையில்தான் தொலைவில் நாமல் நின்று கொண்டிருப்பதைக் கண்டாள்.

அவன் அந்த நகரத்தில் துணிக்கடையொன்றின் முன்பு நின்று கொண்டிருந்தான். டெனிம் காற்சட்டையும், கட்டுமஸ்தான தேகத்தை எடுத்துக் காட்டும் வட்டக் கழுத்து கொண்ட டீ ஷர்ட் ஒன்றையும் அணிந்திருந்த அவன் தெருவுக்கு முதுகைக் காட்டியவாறு நடைபாதை இரும்பு வேலியில் உடலை சாய்த்து நின்றுகொண்டு கடையையே பார்த்துக் கொண்டிருந்தான்.

மணிக்கூட்டுக் கோபுரமிருந்த திசையிலிருந்து மல்காந்தி நடந்து வருவதை அவன் கவனிக்கவில்லை.

அவளோ, ஏதோ யாரோ எல்லாவற்றையும் பார்த்துக் கொண்டிருந்து தம்மிடையே சம்பவங்களைக் கோர்த்து விடுவதாக எண்ணியவாறே அவனை நோக்கி வேகமாக நடந்து வந்தாள். அவனோ, அவள் அவனை நெருங்கும் முன்பே இரும்பு வேலியை விட்டும் நீங்கி திடீரென தெருவிலிறங்கி நடக்கத் தொடங்கினான்.

"நாமல் அண்ணா... நாம்ம..." என்று அவளுக்கு இரண்டு தடவைகளுக்கு மேல் அவனைக் கூப்பிட வாய்ப்பு கிடைக்கவில்லை. யாரோ ஒரு இளம்பெண் கடைக்குள்ளிருந்து வெளியே வந்து தெருவிலிறங்கி அவனோடு கை கோர்த்துக் கொண்டாள். அந்தக் கணம்தான் தன்னை யாரோ அழைத்ததை உணர்ந்து திரும்பிப் பார்த்தவன் மல்காந்தியை இனங்கண்டு கொண்டான்.

மல்காந்திக்கு விடயம் புரிந்தது. அன்று தனது தேகத்துக்குள்ளே கிளர்த்தெழுந்து ஓங்கி வளர்ந்த மரம் கண நேரத்துக்குள் உருகிக் கரைந்து சிதைந்தழிந்து போவது போல அவள் உணர்ந்தாள். அந்த மரம் உருகியுருகி அவளினுள்ளேயிருந்த திரவங்களனைத்தோடும் சேர்ந்து கரைந்தொழுகிப் போய் ஒரு கருந்துளைக்குள்ளிறங்கி ஆவியாக மறைந்து காணாமலே போனது போல அவளது வாயும், உதடுகளும் வரண்டு போயின. முகத்தில் வியர்வை ஊற்றெடுத்து வழிந்தது. வார்த்தைகள் தடுமாறின.

"பூ பூத்திருக்குண்ணா" என்றுதான் கடைசியில் அவளால் கூற முடிந்தது.

"என்ன பூ?" என்று கேட்டவாறே அந்த இளம்பெண் 'யாரிந்தப் பைத்தியக்காரி?' என்று கேட்கும் பாவனையோடு நாமலின் முகத்தை ஏறிட்டுப் பார்த்தாள்.

"இந்த அண்ணா கொடுத்த முஸண்டாஸ் கொப்பு முளைச்சு இப்ப பூ பூத்திருக்கு."

"ஓஹ் அதுவா? இவ நம்ம ஊர் தங்கச்சியொருத்தி. என்கிட்ட ஒருநாள் முஸண்டாஸ் கொப்பொண்ணை வாங்கிட்டுப் போனா. அதைப் பற்றித்தான் சொல்றா" என்று அவன் அந்த உரையாடலின் ஆரம்பத்தையும், மையத்தையும், முடிவையும் ஒன்றாகப் பிணைத்தான்.

அந்த இளம்பெண் சிரித்தாள்.

“தங்கச்சி... இவ மானெல்” என்று அவன் மல்காந்தியின் புறத்திலும் ஆரம்பத்தையும், முடிவையும் ஒன்றாகப் பிணைத்தான்.

‘நாமல் என்றால் நாகலிங்கப் பூ. மானெல் என்றால் ஆம்பல் பூ. இரண்டும் பொருந்துகிறது. நாமல், மானெல் பெயர்களை உச்சரிக்கும்போதே பொருத்தம் விளங்குகிறது. இரண்டுமே பாலும், தேனும் போல பொருந்துகிறது. இருவரும்தான் ஒன்றாக, நன்றாகப் பொருந்துகிறார்கள்’ என்று மல்காந்திக்குத் தோன்றியது.

அதன் பிறகு மூவரும் ஒன்றாகக் கதைத்துக் கொண்டே நடந்தார்கள். ‘எங்க போறீங்க?’, ‘என்ன கிளாஸ்?’, ‘எத்தனை மணிக்கு கிளாஸ் தொடங்குது?’ போன்ற ஓரோர் விடயங்களைக் குறித்து கதைத்துக் கொண்டே போய் மல்காந்தி தனது வகுப்புக்குச் செல்லத் திரும்பும் சந்தியினருகே வைத்து அவர்கள் வேறு பிரிந்தார்கள். மல்காந்தியிடம் அதிகமான விடயங்களைக் கேட்டறிந்து கொண்டது அந்த இளம்பெண்ணேயல்லாமல், அவனல்ல. என்றாலும், அவர்கள் எங்கே போகிறார்கள் என்று மல்காந்தி விசாரிக்கவேயில்லை. அவர்களது பயணத்தின் முடிவிடம் நியூ டவுன் ஹோல் தியேட்டரின் பத்து முப்பது காட்சி என்பதை அவள் உணர்ந்திருந்தாள்.

அதன் பிறகு அந்த முஸண்டாஸ் செடியை ஏறெடுத்துப் பார்க்கக் கூட அவளது மனம் இடம்கொடுக்கவில்லை. இருந்தாலும் ஆரம்பத்திலேயே நல்ல உரமிட்டு நடப்பட்டிருந்ததனால் செடி தனியாகவே செழித்து வளர்ந்தது. பூக்கள் பூத்தன. இலைகள் உதிர்ந்தன. புதிய தளிர்கள் தோன்றின. அவள் நினைத்திருந்தது போலவே தலைவாசலின் இருபுறமும் செம்மஞ்சள் நிற முஸண்டாஸ் மரமும், ரோஜா நிற முஸண்டாஸ் மரமும் பூரித்து நின்றன. வீட்டின் வெளிப்புறச் சுவருக்கும் ரோஜா நிற சுண்ணாம்பே பூசப்பட்டிருந்ததால் ரோஜா நிற முஸண்டாஸ் பூக்கள் தூரத்திலிருந்து பார்க்கும்போது அவ்வளவாக தனித்துத் தெரியவில்லை. அத்தோடு எப்போதோ நடப்பட்ட செம்மஞ்சள் நிற முஸண்டாஸ் மரத்தோடு ஒப்பிடும்போது ரோஜா நிற முஸண்டாஸ் மரம் மிகவும் சிறியதாக இருந்தது.

ஒரு நாள் அவள் வகுப்பு முடிந்து வரும்போது நாமலை நேருக்கு நேர் தற்செயலாகச் சந்திக்க நேர்ந்தது. மோட்டார்

சைக்கிளொன்றில் வந்து கொண்டிருந்தவன் அவளைக் கண்டதும் அவளருகில் நிறுத்தினான்.

"ஆஹ் தங்கச்சி... நல்லாருக்கியா?" என்று அவன் கண்ணடித்தவாறு, கிண்டல் செய்வது போல கேட்டதுமே அவளது முகம் கோபத்தால் சிவந்தது.

"இப்ப மரத்துல ஹோ ஹோன்னு பூவெல்லாம் பூக்குதா?"

"என்னோட மரத்துல பூ பூத்தாலும் இல்லேன்னாலும் உங்களுக்கெங்க வலிக்குது?" என்று கேட்டவாறே அவள் முகத்தைத் திருப்பியவாறே கோபத்தோடு வேகமாக நடக்கத் தொடங்கினாள். அவன் மீண்டும் மோட்டார் சைக்கிளை இயக்கி மெதுவாக அவளருகே வந்தான்.

"ஓஹ்... கோபமாயிருக்கியா தங்கச்சி?" என்று கேட்டு விட்டு கேலி செய்வது போல விசிலடித்தவாறே அவ்விடத்திலிருந்து விரைந்தான். கையிலிருந்த குடையால் அவனுக்கு வலிக்க இரண்டு அடிகளைக் கொடுத்திருக்க வேண்டுமென்று அவன் போன பிறகுதான் அவளுக்குத் தோன்றியது.

அன்று மாலையில், அரையிருட்டில் அவள் வெகுநேரம் ரோஜா நிற முஸண்டாஸ் மரத்தினருகே நின்று கொண்டிருந்தாள். அந்த மரத்தை வெட்டியகற்றவும் அவளுக்குத் தோன்றியது. கோபத்தோடு ரோஜா நிற இதழ்களை வருடிக் கொடுத்த வேளையில்தான் 'ரோஜா நிறத்திலுள்ள மென்மை நிஜமாகவே இதழ்களில்லை' என்று அவளுக்குத் தோன்றியது. நன்றாகத் தடவிப் பார்த்தபோது இதழ்களின் மேற்பரப்பில் மெல்லிய மயிர்கள் போன்ற ஏதோவொன்று இருப்பதை உணரக் கூடியதாக இருந்தது.

'ரோஜா நிற பூ இதழ்கள் என்று எல்லோரும் கூறிய போதிலும் உண்மையில் இது பூ இதழ்களே அல்ல. உண்மையான பூ இவற்றின் நடுவில்தான் இருக்கிறது. அது மஞ்சள் நிறத்தில் நட்சத்திரம் போன்ற ஒரு சிறிய பூ. வாசனையென்ற ஒன்று அதன் அயலுக்கும் எட்டியிராத கேடுகெட்ட பூ அது. அந்தப் பூக்களைப் போய் யாரும் பூஜைக்கும் எடுப்பதில்லை. குறைந்த பட்சம் மணப்பெண் கையில் வைத்திருக்கும் பூங்கொத்துக்காகக் கூட யாருமே பறிப்பதில்லை' என்றெல்லாம் அவளுக்குத் தோன்றியது. சூரியன் செந்நிறமாகி முழுமையாக மறைந்த பிறகும் கூட சற்று நேரம் அங்கேயே நின்றிருந்தாள் அவள்.

பிறகு வந்த காலத்தில் அவள் அயல்கிராமத்து இளைஞனொருவனுடன் திருமணமாகி அவனது ஊருக்குப் போய் விட்டாள். தேயிலைத் தோட்டங்களைக் கடந்து சென்று, மலையுச்சிக்குச் செல்லும் பாதையின் முடிவில் அரை ஏக்கர் தேயிலைத் தோட்டக் காணியின் நடுவே கட்டப்பட்டிருந்த இரண்டு அறைகளைக் கொண்ட சிறிய வீடொன்றுக்குத்தான் அவன் அவளைக் கூட்டிக் கொண்டு போயிருந்தான். அங்கு போனதுமே அந்த வீட்டு முற்றத்தில் முஸண்டாஸ் மரங்கள் இருக்கின்றனவா என்று பார்க்க அவளுக்குத் தோன்றவேயில்லை என்றாலும், அந்த வீட்டு முற்றத்தில் முஸண்டாஸ் மரங்களே இருக்கவில்லை. வீட்டைச் சுற்றி வரவும் தேயிலைச் செடிகள் நடப்பட்டு முற்றத்துக்காக ஒரு சிறிய இடமே விடப்பட்டிருந்தது. அந்திவேளைகளில் பூஜைக்காகப் பறிக்கும் நந்தியாவட்டைப் பூக்களும், கொடி மல்லிகைகளும் மாத்திரமே அங்கு செழித்து வளர்ந்திருந்தன. தேயிலைச் செடிகளின் பூக்களும் கூட வெண்ணிறமாகவே இருந்தன. அவள் அங்குதான் முதன்முதலாக தேயிலைப் பூக்களைக் கண்டாள்.

நாள் முழுவதும் தேயிலைச் செடிகளிடையே பாடுபடும் அவளது கணவன் ரத்னபாலவுக்கு உதவியாக கொழுந்து பறிக்கவும், களையகற்றவும் அவள் வேகமாகப் பழகிக் கொண்டாள். எப்போதாவதுதான் அவளுக்கு தனது தாய்வீட்டுக்குப் போகக் கிடைத்தது. வீட்டுக்குத் தேவையான பொருட்களை வாங்கி வர மாத்திரம் அவ்வப்போது மலையிலிருந்து கீழே இறங்கி நகரத்துக்குச் சென்று வந்தாள். ஆனால் எப்போதாவது தாய்வீட்டுக்குப் போனால் அங்கு ஒரு வாரம், பத்து நாள் தங்கி விட்டு வர அவள் பழகியிருந்தாள்.

அவளின் தம்பிக்கு திருமண வைபவம் நடைபெற்ற சந்தர்ப்பத்தில் அவளது குழந்தைக்கு ஒரு வயதாகவிருந்தது. வீட்டு வேலைகளுக்கும் சேர்த்து ஒரு வாரம், பத்து நாளைக்கு முன்பே தாய்வீட்டுக்கு வருமாறு அழைப்பு விடுக்கப்பட்டதும் அவள் போகத் தயாரானாள். அவளுக்கு குழந்தையோடு காலையிலேயே போகுமாறு கூறிய ரத்னபால, தனக்கு இன்னும் ஒரு வார காலத்துக்கு மேல் தேயிலைத் தோட்டத்து வேலைகளைச் செய்ய முடியாமல் போகும் என்பதால், தான் அன்றைய கொழுந்துகளையும் பறித்து மூட்டைகளை மொத்தமாக லாரியில் ஏற்றி அனுப்பி விட்டு மாலையில் அங்கு வந்து சேர்வதாகக் கூறினான். ஆகவே அவள்

தனக்கும், குழந்தைக்கும் தேவையான பொருட்களை மாத்திரம் எடுத்துக் கொண்டு, ஏனைய தேவையான அனைத்தையும் மூட்டை கட்டி வைத்து விட்டு, மாலையில் அவன் வரும்போது எடுத்துக் கொண்டு வரச் சொல்லி விட்டுக் கிளம்பினாள்.

மலையிலிருந்து கீழேயிறங்கி பிறகும் நடந்து நகரத்துக்கு வந்து அங்கிருந்து தனதூருக்குச் செல்லும் பேரூந்திலேறி ஊருக்கு அவள் வந்து இறங்கும்போது காலை நேரம் பதினொரு மணியையும் கடந்திருந்தது. நடந்து, வீட்டுக்குச் செல்லும் பாதையில் திரும்பியபோதுதான் அவள் தெருவின் எதிர்ப்புறத்தில் சிலர் ஒரு புதிய பேரூந்துத் தரிப்பிடத்தை நிர்மாணித்துக் கொண்டிருப்பதைக் கண்டாள். அதன் சுவர்களில் சாணிப் பச்சை போன்ற இராணுவச் சீருடை நிற வர்ணம் பூசப்பட்டிருந்தது. முன்னால் மூன்றடி உயரத்துக்குச் சுவர் கட்டி, உள்ளே நுழைய இரண்டு பக்கமும் இரண்டு வாசல்கள் வைத்து அந்தத் தரிப்பிடம் கட்டப்பட்டிருந்தது. இரண்டு வாசல்களையும் மேலால் இணைத்த கூரைக்குக் கீழேயிருந்த சுவரில் வெண்ணிறம் பூசி அதில் யாரோ எதையோ எழுதிக் கொண்டிருப்பதை அவதானித்தாள். 'உங்களுக்கு நிழல்' என்று மாத்திரம் எழுதப்பட்டிருந்ததை அவளால் வாசிக்க முடிந்தது. அதன் எஞ்சிய பாகம் 'பிள்ளைக்கு சுவர்க்கம்' என்றுதான் இருக்கும் என்று அவளுக்குத் தோன்றியது. அந்த எழுத்துகளின் மேலால் ஒரு புகைப்படத்தைப் பொருத்தும் அளவுக்கு இடம் விடப்பட்டிருப்பதையும் அவள் அவதானித்தாள். குழந்தை பிறந்திருந்ததால் கடந்த ஒரு வருட காலம் முழுவதும் அவளால் ஊருக்கு வரவே முடியாமலிருந்தது. தனது ஊரில் யார் இராணுவத்துக்குப் போய்ச் செத்திருக்கக் கூடுமென்று வீட்டுக்கு நடந்து வந்த வழி நெடுகவும் அவள் யோசித்துக் கொண்டே வந்தாள்.

அவள் வீட்டுக்கு வந்து சாயத் தேநீரைக் குடித்து விட்டு அப்பாவுடன் அதையும், இதையும் கதைத்துக் கொண்டிருந்த வேளையில் அம்மா சமையலறையில் சமைத்துக் கொண்டிருந்தாள்.

“யாருக்காகப்பா ஊர்ல எல்லோருமாச் சேர்ந்து சந்தியில ஒரு பஸ் ஹால்ட்டைக் கட்டிட்டிருக்காங்க? யாரு கிட்டத்துல யுத்தத்துக்குப் போய் செத்தது?”

“அந்தக் குளத்துத் தெருவுல இருக்குற குஸுமாவதியோட மூத்த மகன் நாமல். திருகோணமலையில குண்டு வெடிச்சதுல செத்துப்

போயிட்டான். அவனோட ஒரு வருஷ நினைவு நாளுக்காகத்தான் அதைக் கட்டிட்டிருக்காங்க. பாவம். நல்ல பையன். பொணத்தைக் கூட சீல் வச்ச பெட்டியிலதான் அனுப்பி வச்சிருந்தாங்க. யாரும் பார்க்கக் கூட இல்ல."

அவள் தானாகவே கதிரையிலிருந்து எழுந்து விட்டிருந்தாள். குழந்தையை அப்பாவிடம் கொடுத்தாள். மெதுமெதுவாக நடந்து சென்று முற்றத்திலிருந்த ரோஜா நிற முஸண்டாஸ் மரத்தினருகே போய் நின்றாள்.

வெகுகாலமாக மழை பெய்திருக்காததால் அந்த மரத்தின் இலைகளும், பூவிதழ்களும் வெளிறி வாடிப் போயிருந்தன. மரத்தினடியில், மரத்திலிருந்து உதிர்ந்த சருகுகள் ஒன்று சேர்ந்திருந்தன. அவளது கண்களிலிருந்து ஒரு துளிக் கண்ணீர் விழுந்தது. அன்று தனது தேகத்தினுள்ளே முளைத்த மரத்தின் ஒரு துண்டு, இல்லாவிட்டால் ஒரு துணிக்கை இன்னும் தனக்குள்ளே மீதமிருப்பது போலவும் அது அவ்வேளையில் தனது உள்ளத்தைக் குத்திக் குத்தி இழுப்பது போலவும் அவள் உணர்ந்தாள்.

'மரங்களைப் போன்றவர்களல்ல மனிதர்கள். செத்தால் செத்ததுதான். மரமென்றால் என்னதான் வெட்டிப் போட்டாலும் மண்ணினுள்ளே மறைந்திருக்கும் வேரிலிருந்து ஒரு தளிராவது முளைத்து மேலே வரும் என்று மனதைத் தேற்றிக் கொள்ளலாம் என்றாலும் மனிதர்களென்றால் செத்தால் செத்ததுதான்' என்று அவளுக்குத் தோன்றியது.

"அந்த மரம்தான் உன்னோட அப்பா சாகுறதுக்கு முன்னாடியே செத்துட்டதேம்மா. அந்த நாட்கள்ல நீ காணலையாடி?"

"அந்த நாட்கள்ல இதையெல்லாம் கவனிக்க எங்கம்மா நேரமிருந்துச்சு...?!"

அப்பாவின் மூன்று மாத திதிக்கும், அன்னதானத்துக்காகவும்தான் அவர்கள் இருவரும் இப்போது முற்றத்தில் களை பிடுங்கி துப்புரவாக்கிக் கொண்டிருந்தார்கள்.

"அந்த மரத்தோட இலையெல்லாம் வாடி உதிர்ந்து சாகப் போறதுபோலத் தெரிஞ்சதுமே நான் தெனமும் தண்ணியெல்லாம் ஊத்தினேன். அது பிழைக்கவேயில்ல. அது வயசாகிச் செத்துப் போயிருக்கும்னு எனக்குத் தோணுது. மரங்களும் மனுஷங்களைப்

போலத்தான்டியம்மா. வயசாகிட்டா, அதுக்குரிய நேரம் வந்துச்சுன்னா பிறகு கடவுளே வந்தாலும் காப்பாத்த முடியாது" என்று கூறி பெருமூச்சு விட்டு விட்டுத் தொடர்ந்தாள் அம்மா.

"அதை விடு. இப்ப செம்பருத்தி நடுறதுதான் புதிய ஃபேஷன் தெரியுமா? அதுவும் வண்ண வண்ணச் செம்பருத்தி. நானும் ரத்தச் சிவப்புல அடுக்குச் செம்பருத்திக் கொப்பொண்ணை வாங்கிட்டு வந்து வீட்டுக்குப் பின்னாடி திண்ணைல ஒரு பாலிதீன் பேக்குல நட்டு வச்சிருக்கேன். அதோட பூ இருக்கே.... அது கோயில் தோரணம் போல பார்க்க அவ்வளவு அழகா இருக்கும்டி. அந்தக் கன்றையும் கொண்டு வந்து உன்னோட கையாலயே இங்க நட்டு வையேன்."

மல்காந்தி ரோஜா நிற முஸண்டாஸ் இருந்த அதே இடத்தில் தரையைக் கொத்தித் தோண்டி தயார்படுத்தத் தொடங்கினாள்.

முஸண்டாஸுக்குப் பதிலாக செம்பருத்தி. நாளை செம்பருத்திக்குப் பதிலாக வேறொரு மரம். அதன் பிறகு, அந்த மரத்துக்குப் பிறகு மற்றுமொரு மரம். பிறகு அதற்குப் பதிலாக பிறிதொரு மரம். இதற்கு முடிவேயிருக்காது. ஆதியுமில்லை. அந்தமுமில்லை. எல்லையுமில்லை. எதுவுமே இல்லை. இல்லை. இல்லை. இல்லை...

மல்காந்தி இதே தாளத்தில்தான் மண்வெட்டியால் கொத்திக் கொண்டிருந்தாள்.

நிழல் விழும் இடங்கள்

நீயும் நானும் பிரிந்து இன்றைக்கு சரியாக மூன்று மாதங்களும், பதின்மூன்று தினங்களுமாகின்றன. விளக்கொன்று அணைந்தது போல, தொலைக்காட்சியை அணைத்தது போல அனைத்துமே சட்டென்று நின்று போயின. மழை கூட திடீரென்று பெய்யத் தொடங்காதுதானே. முதலில் வெயில் தணியும். நிழல்கள் அழியத் தொடங்கும். ஒன்றிரண்டு மின்னல் வெட்டும். ஓரிரண்டு தூறல்கள் விழத் தொடங்கும் முன்பே எமக்கு அவித்த நெல்லைக் காயப் போட்டிருக்கும் பாயைச் சுருட்டியெடுத்துக் கொள்ளும் அளவுக்கேனும் கால அவகாசம் கிடைக்கும். திடீரென்று மழை பெய்வது எப்போதாவதுதானே நடக்கும். திடீரென்று வெயிலடிக்கவும் மாட்டாது. நிலவு கூட மெதுமெதுவாகக் கரைந்து கரைந்துதானே அமாவாசை வருகிறது.

இற்றைக்கு இரண்டு வருடங்களுக்கு முன்பு உன்னைச் சந்தித்த வேளையில் நீ சற்று அகங்காரம் பிடித்த, புதுமையான, பெரியதொரு கல்விமானாகத்தான் எனக்குத் தோன்றினாய். கண்ணாடியணிந்து, மேற்சட்டையைக் காற்சட்டைக்குள் புகுத்தி தடித்த இடுப்புப் பட்டையொன்றையும் அணிந்திருந்த உனக்கு, 'கல்விமான்கள், அறிவாளிகள் என்றால் இப்படித்தான் இருப்பார்கள்' என்று எமது மனதுக்குள் மாதிரி உருவமொன்றை வைத்திருப்போமே அந்தத் தோற்றம்தான் இருந்தது. நான் அதுவரை ஓரக் கண்ணால் பார்த்துக் கொண்டிருந்த லாரி சாரதியையும், இராணுவத்துக்குப் போகும்வரைக்கும் தெருப் பொறுக்கிக் கொண்டிருந்த கூந்தல்

வளர்த்தவனையும் கழற்றி விட்டு விட்டு அன்று முதல் உனது அந்தத் தோற்றத்தில் ஈர்க்கப்பட்டு வீழ்ந்து கிடந்தேன். நான் உனது விழிகளை ஏறிட்டுப் பார்க்கும்போதெல்லாம் நீ எனது தோள்களுக்கு மேலால் தொலைவில் எதையோ பார்த்துக் கொண்டிருப்பாய்.

"இங்கேயெல்லாம் பெருந்தெருவானது வளைவு நெளிவில்லாம நேராவே இருக்குறதால தொலைவு வரைக்கும் பார்வைக்குத் தெரியுது. கானல்நீரைப் பற்றி நான் கேள்விப்பட்டிருந்தாலும் இங்க வந்துதான் நான் அதை நேரடியாக் கண்டேன்" என்று ஒரு நாள் நீ தெருவோரத்தில் வைத்து என்னிடம் சொன்னாய்.

காதலைக் குறித்தும், உலகத்தைக் குறித்தும் பெரிய பெரிய தடித்த நூல்களையெல்லாம் வாசித்த ஒருவனாகத்தான் உன்னை நீ காட்டிக் கொண்டாய். என்றாலும், நீ பிரிந்து போன விதமானது, பிரிவதற்கான சிறந்த விதமல்ல.

இப்போது எனக்கு இவ்வாறாகவெல்லாம் தோன்றுவதன் அர்த்தம் நான் தோல்வியடைந்து விட்டேன் என்பதுதானே. தோல்வி... தோல்வி... படுதோல்வி. அதைச் சந்தித்த முதல்வாரம் உன்னை மீண்டும் பார்க்கவே கூடாது என்று ஆழ்மனதுக்குள் மீண்டும் மீண்டும் சொல்லிக் கொண்டே நான் எங்கேயும் போகாமல் வீட்டுக்குள் அடைபட்டுக் கிடந்தேன். தொடர்ச்சியாக சோகப் பாடல்களையும் கேட்டுக் கொண்டேயிருந்தேன்தான். ஆனால் அதற்குப் பிறகு கொஞ்சம் கொஞ்சமாக மாறினேன்.

பிறகு, நான் நகரத்தில் நடந்து போகும் பாதையின் மறுபுறத்தில் எங்கேனும் ஓரிடத்தில் நீ நின்றுகொண்டு என்னையே பார்த்துக் கொண்டிருப்பாய் என்று எனக்குத் தோன்றவாரம்பித்தது. எனது கால்கள் உதறத் தொடங்கின. உனக்கு என்னுடைய முகத்தைக் கூட காட்டக் கூடாதென்ற வைராக்கியத்தோடு எனது குடையால் அந்தப் பக்கத்தை மறைத்துக் கொண்டேன். நகரத்தில் எல்லா இடங்களிலும் மாத்திரமல்லாமல், ஊருக்குள் குளத்துக்குக் குளிக்கப் போகையிலும், கடைக்கோ, சந்தைக்கோ போகையிலும் கூட இவ்வாறுதான் நடந்து கொண்டேன்.

அதன் பிறகு வந்த காலத்தில், நீ எங்கேயிருந்தாவது திடீரென்று தோன்றுவாய் என்றோ, கடையொன்றுக்குப் பின்புறமாக தெருவுக்கு முதுகு காட்டியவாறு நின்று கொண்டிருப்பாய்

என்றோ எனது விழிகள் என்னிடம் கூறத் தொடங்கின. ஆகவே எனது பாதங்கள் சரளைக் கற்கள் பரந்திருந்த அந்தத் தெருக்களில் பறந்து செல்வது போல வேகவேகமாக நடைபோட்டன. போகப் போக எனது அந்த நடையானது, எனது பின்னால் நீ வருகிறாய் என்பது போல உணர்ந்து மெதுமெதுவாக மந்தமாகி அன்ன நடைபோல ஆனது.

நான் உன்னைத் தேடத் தொடங்கினேன். தேடிக் கொண்டேயிருந்தேன். நீ ஒருபோதும் இருக்க மாட்டாய் என்று உறுதியாகக் கூற முடியுமான சிறிய முஸ்லிம் பள்ளிவாசலின் முற்றத்தில் கூட ஒரு நாள் நான் உன்னைத் தேடிப் பார்த்தேன். என்றாலும், நான் ஒரு நாளின் இருபத்து நான்கு மணித்தியாலங்களில் எவ்வளவு குறுகிய காலம் நகரத்தில் இருப்பேன். அப்படிப் பார்க்கையில் உன்னைத் தற்செயலாகக் காண்பது கூட மிக மிகத் தற்செயலாகத்தானே நடக்கும்?! அவ்வாறுதான் என்னையே நான் தேற்றிக் கொண்டேன். என்னதான் பெருந்தெருவென்று கூறினாலும் ஆட்களைக் குழப்பிப் போடும் அளவுக்குச் சிக்கலாக நிறையத் தெருக்கள் எவையும் இங்கே இல்லை. இருந்தாலும், எனது கிராமத்தை விடவும், இரண்டு மூன்று கிராமங்களைத் தாண்டி நீ தங்கியிருந்த கிராமத்தை விடவும் இந்தச் சிறிய கடைத்தெருவானது மிகவும் விசாலமானது என்றும், இது எமது ஊர்களுக்கு வெகுதொலைவில் இருப்பதாகவும் எனக்குத் தோன்றிக் கொண்டேயிருந்தது.

பிறகு பேரூந்தில் போய்க் கொண்டிருந்தபோது ‘இந்தப் பேரூந்திலிருக்கும் நடத்துனர் நீயாக இருப்பாயானால்’ என்று எனக்குத் தோன்றத் தொடங்கியது. எனது ஊரிலிருந்து நகரத்துக்குச் செல்ல இரண்டு, மூன்று மைல்கள்தான் தூரம் இருக்கும் என்றாலும் அந்தப் பேரூந்து மிக மிக மெதுவாகவே தெருவில் ஊர்ந்து செல்லும். சரியாகச் சொன்னால் அது ஒரு தாலாட்டு போலத்தான் இருக்கும். அந்தத் தாலாட்டில் எனது கண்கள் தாமாகவே மூடிக் கொள்ளும். நன்றாக உறக்கம் வரும். நல்ல உறக்கத்தில் ஆழ்ந்து போகத் தொடங்கும்போதுதான் இறங்கும் இடம் வந்திருக்கும். அப்போதுதான் எனக்குக் கொல்லத் தோன்றும். பேரூந்தின் சாரதியையல்ல. உன்னை. எப்படிப் போக வேண்டுமென்று நீதானே சாரதிக்கு உபதேசிப்பாய். அதனால்தான். சில சமயங்களில் விந்தையானதோர் வேகத்தில் பேரூந்து பயணிக்கும். போய் திடீரென்று பிரேக் அடிக்கும்.

பேரூந்தினுள்ளேயிருக்கும் நாங்கள் எல்லோரும் அங்குமிங்குமாக எறியப்படுவோம். அவ்வாறான வேளைகளில் என்னுடைய ப்ராவிலிருக்கும் ஊக்கு கழன்று தெறித்து விடுமோ என்றுதான் நான் எப்போதும் பயப்படுவேன். பொதுவாக பேரூந்துகள் அப்படித்தான் ஒரு ஒழுங்கில்லாமல் பயணித்துக் கொண்டிருக்கும். அவ்வாறான பயணங்களுக்கெல்லாம் அவை பதப்பட்டுப் போயிருக்கும். அது இவ்வாறுதான் பயணிக்கும் என்று எம்மால் ஒருபோதும் கூற முடியாது. என்றாலும், நான் தினந்தோறும் பேரூந்தின் நடத்துனராகத் தென்படும் உன்னை முறைத்துப் பார்க்கத் தொடங்கினேன். இந்த அனைத்துக்கும் நீதான் காரணம் என்று மனதுக்குள் உன்னைத் திட்டிக் கொண்டிருந்தேன்.

அங்குணகொலபெலஸ்ஸ நகரத்திலிருந்த மிலேனியம் கொமியுனிகேஷனில் பணி புரிந்து வரும் திலினி முத்துக்குமாரி இவ்வாறாக கதையொன்றை எழுதத் தீர்மானித்திருக்கவேயில்லை. அவளது மனதில்தான் முதலில் அவனைப் பற்றிய இந்த ஞாபகங்கள் தொடர்ச்சியாக வந்து போயின. பிறகுதான் அவளுக்கு அவற்றையெல்லாம் ஒரு தாளில் எழுதி வைக்கலாம் என்ற எண்ணம் வந்தது. இருந்தாலும் அந்த எழுத்துக்கு ஒரு இலக்கோ, ஒரு குறிப்பிட்ட முடிவோ இருக்கவில்லை. அதை ஒரு கடிதம் போல, உரியவனுக்கு அனுப்பி வைக்க அவளிடம் அவனது முகவரி கூட இருக்கவில்லை. ஏதோவொரு ரஷ்யக் கதையில் சிறுமியொருத்தி தனது தாத்தாவுக்கு எழுதிய கடிதத்தை பெயரோ, ஊரோ எதுவுமே தெரியாமல் தபால் பெட்டியில் இடுவதைப் போல எப்போதாவது ஒரு நாள் தனக்கும் இதைத் தபாலிடத் தோன்றுமோ என்று அவளுக்குத் தோன்றியது. ‘நவீன தகவல் தொடர்பின் உச்சத்தில்’ எனப் பெயரிடப்பட்டிருந்த தகவல் தொடர்பாடல் கடையில் பணி புரியும் அவளுக்கு, இந்தத் தகவலை அவனுக்கு அனுப்பி வைக்க எந்த வழியும் இருக்கவேயில்லை.

அந்தச் சிறிய கடைக்குள் ஒரு மூலையிலிருந்த தொலைபேசிக் கூண்டுக்குள்ளிருந்து தொலைபேசி அழைப்பை மேற்கொள்ள எப்போதாவதுதான் யாராவது ஓரிருவர்கள் வந்து போவார்கள். இப்போதுதான் பொதுவாக எல்லோரிடமும் கைபேசிகள் இருக்கின்றனவே. ஆகவே இந்தக் காலத்தில் கைபேசி அட்டைகளே அதிகம் விற்கின்றன. அவள் எப்போதும் நின்று

கொண்டிருக்கும் கண்ணாடி அலுமாரியினுள்ளும் கைபேசி உதிரிப் பாகங்கள் சிலவும், புதிய கைபேசிகள் ஒன்றிரண்டுமே காட்சிக்கு வைக்கப்பட்டிருந்தன. அவள் அவனை அவ்வளவு காலமும் அழைத்து வந்த அவனது தொலைபேசி இலக்கம் கூட இப்போதும் பாவனையில்தான் இருக்கிறது. என்றாலும் அது அவன் பணிபுரிந்த அலுவலகத்தினால் வழங்கப்பட்டிருந்த சிம் என்பதனால் இப்போது அழைப்பெடுத்தால் அதில் வேறு யாரோதான் கதைத்தார்கள். தகவல் தொடர்பாடல் கடைக்குள், தகவல் தொடர்பாடலுக்குத் தேவையான அனைத்து உபகரணங்களுக்கும் மத்தியில் நின்றிருக்கும் அவள் அவனைத் தொடர்புகொள்ள எந்த வழியுமற்று கை, கால்களைக் கட்டிப் போடப்பட்டவள் போல செய்வதறியாமல் எப்போதும் தவித்துக் கொண்டிருந்தாள்.

அவன் இனியொருபோதும் திரும்பி வர மாட்டான் என்பதை அவள் நாளுக்கு நாள் உணர்ந்து கொண்டேயிருந்தாள்.

பெருநகரங்களிலிருந்து குக்கிராமங்களுக்கு சுற்றுலாப் பயணங்களை மேற்கொள்ளும் இளைஞர்கள் ஒரு மாற்றத்துக்காக தென்னோலை வேய்ந்த கடைக்குள் நுழைந்து குரக்கன் களியைச் சாப்பிட்டு, சாயத் தேநீரைக் குடிப்பது போன்ற ஒன்றாகத்தான் இந்தக் காதல் அவனுக்கு இருந்திருக்கும் என்ற புரிதல் கூட அவளுக்குள் அப்போதுதான் தோன்றத் தொடங்கியிருந்தது. அவ்வாறான பணக்கார இளைஞர்கள், தாங்கள் எளிமையானவர்கள் என்று காட்டிக் கொள்ள மேற்கொள்ளும் இவ்வாறான முயற்சியில் தானொரு வறிய அடுப்பொன்றின் குரக்கன் களியாகி விட்டேனே என்ற பச்சாதாபத்தோடு, கோபமும், மெல்லிய வெறுப்பும் அவளுக்குள் உருவாகியிருந்தது. இருந்தாலும் அவை, அவளுக்குள் உருவான காதலெனும் ஊறுகாயை மெதுமெதுவாகச் சுவைக்கத் தூண்டும் அறுசுவையாகவும் இருந்தன.

அவன் எப்போதாவது தன்னைத் தேடி வரும் நாளில், தன்னைத் தேடியலைந்து கொண்டேயிருக்க வேண்டும் எனும் விதமாக அவன் தன்னை விட்டுப் போனதைப் போலவே தானும் இந்த ஊரை விட்டு எங்காவது போய் விட வேண்டும் என்று அவளுக்குத் தோன்றியது. வாசிகசாலைக்குச் சென்று அரச வேலைவாய்ப்பு விபரங்களைப் பார்த்து வருவது என்பது, அவள் அவன் இருந்தபோதும் கூட வழமையாகச் செய்து வந்த

ஒன்றுதான். சேலையும், அதற்குப் பொருத்தமான ரவிக்கையும் அணிந்து செல்லக் கூடிய வேலைகளைத் தேடுவதை விட்டுவிட்டு, இந்த நகரத்திலிருந்தும், இந்தச் சுற்றுவட்டாரத்திலிருந்தும் முழுவதுமாக வெளியேறி விடக் கூடுமான விதத்தில் வேறு ஏதாவது வேலையைத் தேடிக் கொள்ள வேண்டும் என்று அவள் தீர்மானித்தாள். அது ஏதாவது திருமண ஆலோசனையாக இருந்தால் கூடப் பரவாயில்லை. அவன் வரும்போது இங்கு இருக்கவே கூடாது. நன்றாகத் தேடியலையட்டும்.

அந்தக் கடையின் உரிமையாளன் கடைக்கு வந்திருக்கும் சமயத்தில், ஆள் நடமாட்டம் குறைவாக இருந்தால் அவள் நூலகத்துக்குப் போய் வரப் பழகியிருந்தாள். அன்றும் கூட அவ்வாறு 'நான் லைப்ரரிக்குப் போயிட்டு வரேன்ணா' என்று கூறி விட்டு அவள் தெருவிலிறங்கிய போது பின்னேரம் இரண்டு மணியிருக்கும். அன்றும் வழமை போலவே கைப்பையை எடுக்காமல் குடையை மாத்திரம் எடுத்துக் கொண்டு தெருவிலிறங்கியிருந்தாள். நகரமானது, கடும் வெயிலில் வாடிப் போயிருந்தது. குடையை விரிக்காமல் நிழல் விழும் இடங்களினூடே பார்த்துப் பார்த்து நடந்து சென்றாள்.

அந்த நூலகத்தின் வாசிப்பறையில் யாருமே இருக்கவில்லை. மேலேயிருந்த மின்விசிறி, கரகரப்பான ஓசையோடு சோம்பலாக சுற்றிக் கொண்டிருந்தது. அந்தக் காற்றில் பத்திரிகைத் தாள்கள் மெதுவாகப் பறக்க முயற்சித்துக் கொண்டிருந்தன. ஒரு மூலையிலிருந்த மேசையருகே அமர்ந்திருந்த நூலகரான பெண் தூங்கி விழுந்து கொண்டிருந்தாள். அன்று செவ்வாய்க்கிழமை. எனவே ஞாயிற்றுக்கிழமைப் பத்திரிகைகள்தான் தனது 'மணமகள் தேவை' விளம்பரத் தேடுதல்களுக்குப் பொருத்தமாக இருக்கும் என்று முத்துக்குமாரி கருதினாள். என்றாலும், புத்தம்புதிதாக இருந்த அன்றைய பத்திரிகை கண்ணில் பட்டதும் சும்மாவேனும் அதைப் புரட்டிப் பார்க்கத் தோன்றியது அவளுக்கு.

அவ்வாறு புரட்டிப் பார்க்கையில்தான் அவள் அந்தக் கவிதையைத் தற்செயலாகக் கண்டாள்.

சரியாக அது அவள் எழுதியது போலவே இருந்தது. எந்த வகையிலும் தனது நிலையை அவனிடம் பகிர்ந்து கொள்ள வழியற்று தவித்துக் கொண்டிருந்த அவளுக்கு, இந்தப் புதுமையான வழிமுறையில், தான் அறியாத யாரோ தனக்குள்ளே இருந்துகொண்டு அந்தக்

கவிதையை எழுதியிருப்பதைப் போல உணர்ந்தாள். அந்தக் கவிதையானது, சரியாக இந்த நாட்களின் அவளது மனநிலையைப் புகைப்படப் பிரதியெடுத்தது போலவே இருந்தது.

‘இது எப்படி நடக்கச் சாத்தியம்?’ என்று அவள் தனக்குள்ளேயே கேட்டுக் கொண்டாள்.

அவளிருந்த இடத்துக்கு நேர் மேலே இருந்த மின்விசிறியின் காரணமாக அவளது நீண்ட பாவாடை காற்றில் அலைபாய்ந்து கொண்டிருந்தது. அந்தக் கவிதை தந்த அதிர்ச்சியில் சிலையெனச் சமைந்திருந்தவளின் உடல் உருகிக் கரைந்து ஒழுகுவது போல வியர்த்து வழிந்து கொண்டிருந்தது. எதிர்பாராத விதத்தில் சனத்திரளின் முன்னிலையில் தான் அம்மணமாக நிற்பது போன்ற உணர்வொன்று அவளுக்குள் எழுந்தது. அவள் உடனடியாக செயலில் இறங்கினாள். கவிதை இருந்த பாகத்தை மாத்திரம் மெதுவாக கிழித்தெடுக்கத் தொடங்கினாள்.

அப்போது பார்த்து திடீரென்று மின்சாரம் தடைப்பட்டது. அறையின் சுவரோரமாக பொருத்தப்பட்டிருந்த ட்யூப் லைட் அணைந்தது. பிரமாண்டமானதொரு இயந்திரம் செயற்பட்டுக் கொண்டிருந்து விட்டு சட்டென்று நின்றது போல எங்கும் நிசப்தமாக இருந்தது. மெல்லிய இருளுக்குள் அவ்விடம் மூழ்கியது. தான் இவ்வளவு நேரமும் இவ்வாறாக, நிறைய இரைச்சல்களுக்கு மத்தியில்தான் இருந்திருக்கிறேன் என்று அவளுக்கு அவ்வேளையில்தான் தோன்றியது. அரைத் தூக்கத்திலிருந்த நூலகரான பெண், அவ்வளவு நேரமும் ஏதோ மின்சாரத்தினால்தான் தூங்கிக் கொண்டிருந்தவள் போல சட்டென்று விழித்துக் கொண்டாள். பிறகு, சோம்பலோடு சுற்றிவரப் பார்த்து ‘லைட் போயிடுச்சுல்ல’ என்றவாறே எழுந்து கொள்ள முற்பட்டாள்.

முத்துக்குமாரி முந்திக் கொண்டாள். அவளுக்கிருந்த பதற்றத்தில் அந்தக் கவிதையை எழுதிய கவிஞரின் பெயர் அவள் கிழித்த பாகத்தில் வந்திருக்கவில்லை என்றாலும் அந்தக் கவிதை முழுமையாக வந்திருந்தது. உடனடியாக பத்திரிகையை மூடி வைத்து விட்டு எழுந்து கொண்டவள் ‘நானும் போறேன் மிஸ்’ என்றவாறே மறுபுறம் திரும்பி அந்தப் பத்திரிகைத் துண்டைச் சுருட்டி சட்டைக்குள்ளிருந்த ப்ரசியருக்குள் ஒளித்து வைத்தாள்.

அந்தத் திருட்டைச் செய்து விட்டு தெருவிலிறங்கியவள் தலைசுற்றுவது போலவும், மயக்கம் வருவது போலவும் உணர்ந்ததோடு தடுமாறியவாறு மெதுவாக முன்னால் நடந்தாள். கணுக்கால் வரை நீண்டிருந்த பாவாடைக்குள் கால்களிரண்டையும் யாரோ சேர்த்துக் கட்டி விட்டது போல நடக்கவும் தடுமாறினாள். அவ்வாறு வெகுதூரம் அவளுக்கு நடக்கக் கிடைக்கவில்லை. யாரோ காலை வாரி விட்டது போல அந்தப் பெருந் தெருவில் பிசாசு தூக்கியடித்தது போல குப்புற விழுந்தாள்.

அவளது கண்களிரண்டும் இருண்டன. முழங்கால் சிரட்டைகளிரண்டும் தார் வீதியில் மோதியிருந்ததால் கடுமையான வலியை உணர்ந்தாள். முகம் குப்புற விழுந்ததால் முகத்தில் சிராய்ப்புகள் ஏற்பட்டிருந்தன. மெல்லிய புகை போன்ற பனியில் கை விடப்பட்டிருந்த அவள் வானமும், பூமியும் இடம் மாறியிருப்பதுபோல உணர்ந்தாள். ஒருபோதுமில்லாமல் பட்டப்பகலில் அந்த வரண்ட அங்குணகொலபெலஸ்ஸ பிரதேசத்துக்கு பனி பொழிந்து கொண்டிருந்தது. அரை மயக்கத்திலிருந்தவளின் உடலில் மயிர்கள் சிலிர்த்துக் கொள்ளுமளவுக்கு குளிரை உணர்ந்தாள். திடீரென பனியினிடையே அந்த உருவம் அவளின் முன்னால் தோன்றியது.

தலைமயிரை அடர்த்தியாக வளர்த்திருந்த ஒருவன் அவன். குச்சிகள் போன்ற கை கால்கள் என்றாலும், பலம் வாய்ந்தவனாகத் தெரிந்தான். பருமனும் இல்லாத, ஒல்லியும் இல்லாத ஓர் உடல்வாகு. அவனது ஒரு கையில் ருத்ராட்சக் கொட்டைகளாலான வளையலொன்று இருந்தது. கழுத்தில் கறுப்பு நூலில் புலிப் பல்லையோ, அது போன்ற எதையோ கோர்த்து அணிந்திருந்தான். நன்றாகத் தேய்ந்து போன இறப்பர் செருப்புகள் அவனது கால்களில் இருந்தன. ஏதோ பல்கலைக்கழகத்தில் அரசியல் நடவடிக்கைகளில் ஈடுபடும் இளைஞன் ஒருவனைப் போல அவன் தெரிந்தான்.

“எழுந்திருங்க தோழர்.”

அவன் அவளை நோக்கி தனது கையை நீட்டி, அவள் எழுந்து நிற்க உதவினான்.

“நீ இப்படிச் செய்வாய்னு நான் எதிர்பார்க்கவேயில்ல... இதுல வேற நீ அரசியல் வேற செய்றாயோ? பெரிய புரட்சிப் போராளி.”

“நீங்க என்னைத் தவறாப் புரிஞ்சிட்டிருக்கீங்கன்னு நினைக்கிறேன் தோழர். நான் யார்னு உங்களுக்குத் தெரியுமா தோழர்?”

“ஆமா... நீ அவனேதான். இப்ப மூணு மாசமா நான் உன்னைத்தான் தேடிட்டிருக்கேன். நீ இந்தப் பிரதேசத்து வயல்ல சிறைச்சாலை கட்டுற வேலைக்கு சூப்பர்வைஸரா வந்திருந்தாய். உன்னோட ஊர் கொழும்புக்குப் பக்கத்துல கடுவலைன்னு சொன்னாய். உன்னோட பெயர் சுமுது விமுக்தி. ‘விமுக்தி’யோட அர்த்தம் விடுதலை. அதான் எனக்கு விடுதலையளிக்க நீ வந்திருக்குறதா நம்பினேன். ஒவ்வொரு நாளும் வேலை முடிஞ்சு போறப்ப நீ மிலேனியம் கொம்மியுனிகேஷனுக்கு வந்துட்டுப் போவாய். நீ என்னோட ஊருக்குப் பக்கத்து ஊர்லதான் தங்கியிருந்தாய். உன்கிட்ட பல்ஸர் பைக் ஒண்ணு இருந்துச்சு.”

“வெளித் தோற்றத்துல ஒண்ணு போல இல்லன்னாலும் நாங்க எல்லோருமே ஒண்ணு போலத்தான் தங்கச்சி. நாங்க எல்லோருமே சிறைச்சாலைகளுக்குள்ளதான் இருக்கிறோம். இன்னொரு சிறைச்சாலைல வேலை செய்றோம். வேலி போட்டு, எல்லைக் கோடுகள் வகுத்து, மஞ்சள் கோடு வரைஞ்சு, ஆயிரக் கணக்கான சட்ட திட்டங்கள் போடப்பட்டுள்ள இந்தப் பெருந்தெரு கூட ஒரு நீண்ட நெடிய சிறைச்சாலைதான் தங்கச்சி.”

அவள் அவனுக்குக் கொடுத்த கதாபாத்திரத்தை ஏதோ ஒரு விதத்தில் ஏற்றுக் கொள்வது போல அவன் கூறினான். அவள் தொடர்ச்சியாக பேசத் தொடங்கினாள்.

“நான் இப்ப சமீபத்துலயும் அந்தப் பக்கம் போய்ப் பார்த்தேன். இப்ப சிறைச்சாலை கட்டுற வேலைகளெல்லாம் முடிஞ்சிருக்கு. கலர் கலரான பில்டிங்குகள். இந்தச் சுத்துவட்டாரத்துல இருக்குற ஏழேழு கிராமங்கள்ல கூட இந்தளவு அழகான பில்டிங்குகள் இருக்குற ஹோட்டல்கள் கூட இல்ல. நீங்க எல்லோருமாச் சேர்ந்து அழகோ அழகான சிறைச்சாலையைக் கட்டியிருக்கீங்க. அதுவும் எங்களுக்காக இல்ல. நாங்க அசிங்கமானவங்க. வெயில்ல காய்ஞ்சே கருத்துப் போயிருக்குறவங்க நாங்க. உங்களோட அழகான சிறைச்சாலைக்குப் பொருத்தமா அழகான குற்றவாளிகளையும் நீங்களே எப்போதாவது உருவாக்கிடுவீங்க. இதெல்லாம் ஒரு பொழப்பு... த்தூ...”

அவள் காறித் துப்பினாள். தெருவில் விழுந்த வேளையில் வாயில் உணர்ந்த புழுதியின் சுவை அப்போதும் நாவினிடையே சிக்கியிருப்பதாக அவளுக்குத் தோன்றியது.

"என்னதான் இருந்தாலும் இந்தப் பின்தங்கிய பிரதேசத்துல, குக்கிராமத்துல, இப்படிக் கட்டுறது சரியில்ல. ஆர்மிக்குப் போயோ, அறபு நாடுகளுக்கு அடிமைகளாகப் போயோ பாடுபட்டு காசு சம்பாதிச்சு செங்கல் வீடொண்ணைக் கட்டிக்குற, அறுவடை நெல்லை வித்துக் கிடைக்குற பணத்துல வீட்டுக்கு கதவு, ஜன்னல்களை செஞ்சு வைக்குற ஆட்கள் இருக்குற, மாட்டுக் கொட்டில் போல ஸ்கூல் இருக்குற இந்தப் பிரதேசத்துல இப்படி ஒரு அழகான சிறைச்சாலையைக் கட்டுறது சரியேயில்ல. அதைக் கண்டதுமே எனக்கும் கூடத் தோணுச்சு, தெரியுமா? இந்தச் சிறைச்சாலையிலேயே வசிக்க முடிஞ்சா எவ்வளவு நல்லாருக்கும்னு எனக்கும் கூட தோணுச்சு. ஏன்னா இப்ப வரைக்கும் எங்க வீட்டு ஜன்னல்களுக்கு கதவு வைக்க முடியாம மெழுகுத்துணியாலதான் மூடப்பட்டிருக்கு."

பனி மறைந்து கொண்டிருந்தது. என்றாலும் ஒரு வித மந்தார இருட்டு அந்த நகரத்தில் எங்கும் பரந்திருந்தது. அவளுக்கு அனைத்தும் சிறிது சிறிதாக தெளிவாகத் தொடங்கியது. அவன் தெருவிலிருந்த பிளாஸ்டிக் போத்தலொன்றை வடிகானில் போய் விழுமாறு எட்டி உதைத்தான்.

"எனக்கு இந்த அங்குணகொலபெலஸ்ஸ பிரதேசத்தை மட்டும்தான் தெரியும். இங்க புதுசா சிறைச்சாலை தேவையேயில்ல. இந்த டவுண் கூட நெருக்க நெருக்கமா நிறைய சிறைகள் இருக்குற ஒரு சிறைச்சாலைதான். இந்த சிறைச்சாலைக்குள்ள இன்னும் பல சிறைச்சாலைகள். அவைகளுக்குள்ள இன்னும் பல சிறைச்சாலைகள். இந்த டவுண் முடிஞ்சு ஊருக்குள்ள போனா அங்கெல்லாம் இருக்குறது வீடுகளில்ல. அவையும் ஒண்ணுக்கொண்ணு தொலைவா இருக்குற சிறைச்சாலைகள்தான்."

"சரியாச் சொன்னீங்க தோழர். எங்களோட கை, கால்களைக் கட்டிப் போட்டிருக்கும் இந்த மாதிரியான சிறைச்சாலைகளை உடைச்சுத் தள்ளிட்டு, ஒரு சுதந்திரமான உலகத்துக்கு உங்க எல்லோரையும் கூட்டிட்டுப் போறதுதான் எங்க கட்சியோட நோக்கம். அடுத்த கிழமை டவுண்ல இருக்குற மைதானத்துல எங்க கட்சியோட கூட்டம் நடக்கவிருக்கு, தெரியுமா? உங்களைப்

போல ஆட்கள்தான் எங்களோட இலக்கு. உங்களாலதான் இப்படி சிறைப்பட்டிருக்குற இடங்கள்லருந்து வெளியே வர முடியும்."

"நம்ம ரெண்டு பேருக்கும் இடையில எப்படிப்பட்ட உறவு இருந்துச்சுன்னு நான் இப்பவும் யோசிச்சிட்டிருக்கேன். என்னை ஏமாத்துறதுதான் உன்னோட நோக்கமா இருந்திருந்தா என்னை முழுமையா ஏமாத்த இருந்துச்சு. 'ரூம்ஸ் வாடகைக்கு'ன்னுதான் இந்தப் பின்தங்கிய பிரதேசத்துல கூட எல்லா இடங்கள்லயும் அட்டைகள் தொங்கிட்டிருக்கே. இல்லன்னா கல்யாணம் கட்டிக்கிட்டு, குழந்தைகள் பெத்துக்கிட்டு, மாசத்துக்கு ஒரு தடவையாவது கோயிலுக்குக் கூட்டிட்டுப் போற மாதிரியான ஒரு உண்மையான காதல். இந்த ரெண்டும் இல்லாத ஒரு இடத்துல நீ நின்னுட்டிருந்தாய். ஒரு மனுஷனுக்கு ஒரே நேரத்துல ராமனாகவும், ராவணனாகவும் இருக்க முடியாது. ஒண்ணு ராமன், இல்லேன்னா ராவணன்."

அப்போது அவர்கள் இருவரும் பெரிய விளம்பரப் பதாகையொன்றைக் கடந்து சென்று கொண்டிருந்தார்கள். அந்த விளம்பரப் பதாகையில் விளம்பரம் ஏதுமில்லாமல், விளம்பரம் செய்ய விரும்புபவர்கள் தொடர்பு கொள்ளுமாறு கூறி ஒரு தொலைபேசி இலக்கத்தைக் குறிப்பிட்டிருந்தார்கள்.

"வாங்க தோழர்... நாங்க சிறைச்சாலையைப் பார்க்கப் போவோம். எவ்வளவு தூரம் உள்ளே போய்ப் பார்க்க முடியுமோ அவ்வளவு தூரம் உள்ளே போய்ப் பார்ககணும். சும்மா மேலோட்டமாப் பார்த்துட்டு வர்றதுன்னா இந்தப் பயணத்தைப் போகத் தேவையில்ல. சரியா? எல்லாத்தையும் மேலோட்டமாப் பார்க்குறதாலதான் உங்களை அவங்க ஏமாத்திட்டேயிருக்காங்க."

அவனது கையைப் பற்றியிழுத்தவாறே அவள் முன்னால் நடந்தாள். ஆட்கள் அங்குமிங்குமாக நடந்து கொண்டிருந்தார்கள். என்றாலும் அவர்கள் இருவரும் அந்த வெளியில் வேறோர் உலகத்தில் இருந்தார்கள். வேக வேகமாக நடைபோடும் மனிதர்களிடையே அவர்கள் இருவரும் ஏதோ கனவில் நடப்பது போல மெதுவாக நடந்து கொண்டிருந்தார்கள்.

அவள் அவனை முதலில் 'ஆராதனா டெக்ஸ்டைல்ஸ்'ஸுக்கு அழைத்துச் சென்றாள். இரண்டு மாடியில் ஒரு ஒடுக்கமான துணிக் கடையாகவிருந்த அதற்கு கண்ணாடி முகப்பே இருந்தது.

மேல் மாடியில் ஆடைகள் அணிவிக்கப்பட்ட பொம்மைகள் இருந்த போதிலும், அவை களஞ்சிய அறைக்குள்ளேயே வைக்கப்பட்டிருந்தன. கண்ணாடிக் கதவைத் திறந்து உள்ளே நுழைந்ததும் கடைக்குள் இரு புறத்திலுமிருந்த கண்ணாடி அலுமாரிகளுக்குள் நிறையத் துணிகள் அடுக்கி வைக்கப்பட்டிருப்பது தெரிந்தது. அவற்றுள் பல வர்ணத் துணிகள் மாத்திரம் இருந்தனவேயொழிய தைக்கப்பட்ட ஆடைகள் இருக்கவில்லை.

"இப்பல்லாம் அந்தளவு பிஸ்னஸே இல்ல தங்கச்சி. இங்க இருக்குற எல்லோருமே இப்பல்லாம் பெரிய பெரிய டவுண்களுக்குப் போய் அங்கிருக்குற பெரிய பெரிய கடைகள்ல ரெடிமேட் உடுப்புகளை வாங்கி உடுக்கப் பழகிட்டாங்க. எப்பவாச்சும் யாராவது திடீர்னு வந்து ரவிக்கைத் துணியோ, உள் பாவாடையோ வாங்கிட்டுப் போவாங்க. அவ்வளவுதான்."

அந்தக் கடையில் பணி புரியும் நிமாலி பேச்சைத் தொடங்கி வைத்தாள். முன்பு அந்தக் கடையில் பெரும்பாலும் ஆண்கள்தான் பணி புரிந்து வந்தார்கள். கடைக்கு எப்போதாவது வரும் பெண்கள் ப்ரேசியரோ, நிக்கரோ கேட்டால் எடுத்துக் கொடுக்க வசதியாகத்தான் நிமாலியை வேலைக்கு அமர்த்தியிருந்தார்கள்.

"இருந்தாலும் நான் சீக்கிரமாவே பசங்களுக்கு ஜட்டியைத் தேர்ந்தெடுத்துக் கொடுக்கவும் கத்துக்கிட்டேன். இப்பல்லாம் இந்த வாசலைக் கடந்து உள்ளே வரும் எந்தவொரு ஆம்பளையையும் கண்டதுமே என்னால சொல்ல முடியும் அவனோட சைஸ் மீடியமா, லார்ஜா, எக்ஸெல்லான்னு" என்று கூறிவிட்டு நிமாலி சிரித்ததும், அவனும், அவளும் அந்தச் சிரிப்பில் இணைந்து கொண்டார்கள்.

நிமாலி அவர்கள் இருவரையும் கடையின் பின்புறத்திலிருந்த சிறிய சமையலறைக்கு அழைத்துச் சென்றாள்.

"இப்ப ரெண்டு, மூணு வருஷங்களுக்கு முன்னாடி வரைக்கும் இந்தக் கட்டைக் களிசான் மாதிரியிருக்குற ஜட்டிகள் பாவனையில் இருக்கவேயில்ல. எல்லோருமே வீ கட் ஜட்டிகளைத்தான் அணிஞ்சிட்டிருந்தாங்க. இந்தப் பிரதேசத்துல இருக்குற ஆம்பளைங்கள்ல நிறையப் பேர் இப்பவும் வீ கட் டிசைன் ஜட்டியைத்தான் அணிஞ்சிட்டிருக்காங்க. அதான்... ஓடையில, குளத்துல, ஆத்துல குளிக்கிற பசங்க எல்லோரும்

போட்டிருப்பாங்களே... அந்த மாதிரியான ஜட்டிகள். ஏதோ தங்களோட ஆண்மையை எடுத்துக் காட்டுற ஒரு அங்கம்தான் ஜட்டி உடுத்துட்டுக் குளிக்கிறதுங்குறது போல அதை உடுத்துக்கிட்டு குளிச்சிட்டிருப்பாங்க. சின்னப் பொடிப் பயலுக கூட ஏதோ வயசுக்கு வந்திருக்குறதை அறிவிக்கிறது போல ஜட்டியோடதான் தண்ணியில குதிப்பாங்க."

நிமாலியின் ஜட்டி ஜாதகக் கதைகளைக் கேட்க வசதியாக அவன் சமையலறையிலிருந்த பிளாஸ்டிக் கதிரையில் அமர்ந்து கொண்டான்.

"எனக்குன்னா அந்த மாதிரியான ஜட்டிகளைப் போட்டிருக்குறவங்களைப் பார்க்கவே அறுவெறுப்பா இருக்கும். அந்தக் காலத்துலருந்து நான் இப்படிப் பகிரங்கமா ஜட்டி உடுத்துக்கிட்டுக் குளிக்காத, கன்னி கழியாத ஒரு ஆம்பளையைத்தான் தேடிட்டிருந்தேன். அதனாலதான் இந்த ஊர்ல இருக்குற எவனையுமே எனக்குப் பிடிக்கல" என்று கூறிய நிமாலி சமையலறையிலிருந்த சிறிய ஒற்றை ஜன்னலைத் திறந்து விட்டாள். கடைக்குப் பின்புறமாக இருந்த முற்றத்தில் போடப்பட்டிருந்த தட்டுமுட்டுச் சாமான்கள் அதன் வழியே தென்பட்டன.

"நான் அவனை ஃபேஸ்புக்லதான் சந்திச்சேன். அந்தச் சனியனை ஃபோன்ல போட்டுக்கிட்ட தொடக்கத்துலயேதான் அது நடந்தது. அவன் இந்த ஊர்லருந்து ரொம்ப தூரத்துல இருக்குற ஒரு பையன். உடம்பு முழுக்க மூடுற மாதிரி உடுப்புகளை உடுத்திருந்த ஃபோட்டோகளைத்தான் ஃபேஸ்புக்ல போட்டிருந்தான். அதுவும் அனுராதபுரம், பொலன்னறுவைக்கு புனித யாத்திரை போன ஃபோட்டோகளைத்தான் நிறையப் போட்டிருந்தான். பொதுவா டூர்கள் போறப்ப பசங்க ஓடைகள்ல, ஆறுகள்ல நெஞ்சைக் காட்டிக்கிட்டுக் குளிக்குறப்ப எடுக்குற ஃபோட்டோகளை ஃபேஸ்புக்ல போட்டிருப்பாங்கள்ல. அப்படிப்பட்ட ஒரு ஃபோட்டோவைக் கூட அவன் போட்டிருக்கவேயில்ல. 'உங்கள் அனைவருக்கும் புத்தர் பெருமானுடைய ஆசிகள் கிட்டட்டும்' போன்ற வாசகங்களைத்தான் எப்பவும் ஷேர் பண்ணிட்டிருந்தான். அதனால எனக்கு அவன் மேல எந்த சந்தேகமும் வரவேயில்ல. முதல்ல சாட்டிங்லதான் லவ் தொடங்கிச்சு. அதுவும் ஓடைக்குத் தண்ணியைத் திருப்பி விடுறது போல மெதுமெதுவா, ஒரு ஒழுங்குல போய்க்கிட்டிருந்துச்சு. அவன்

என்கிட்ட தேவையில்லாத ஃபோட்டோ எதுவும் கேட்கவுமில்ல. அவன் எனக்கு அனுப்பவுமில்ல. ஒருநாள் திடீர்னு என்னை நேர்ல பார்க்கணும்னு சொன்னான். அதுவும் சும்மா இல்ல. அவன் புதுசா வாங்கியிருக்குற ஆட்டோவுல முதல் பயணமா கதிர்காம விகாரைக்குப் போகணும்னும், அவனோடு கூடப் போக நானும் வரணும்னான். அவன் ஆட்டோல இங்க வந்து என்னையும் கூட்டிக்கிட்டு அன்னிக்கு நாங்க ரெண்டு பேரும் கதிர்காமத்துக்குப் போனோம். நாங்க ரெண்டு பேரும் மட்டும்தான். விகாரை வழிபாடெல்லாம் முடிஞ்ச பிறகுதான் அவ்வளவு நேரமும் சுற்றிச் சுற்றிப் பறந்து கொண்டிருந்த கொக்கு கொப்புல வந்து நின்னது. அது பால் கொக்கில்ல, அழுக்குக் கொக்குன்னு அப்போதான் புரிஞ்சுது. அந்தப் புனித நகரத்துல இருக்குற அந்த மாதிரியான ரூமொண்ணுக்கு அவன் என்னைக் கூட்டிக்கொண்டு போனான். அவனோட இடுப்புல மஞ்சள் கயித்துல கோர்க்கப்பட்ட தாயத்தொண்ணும் இருந்துச்சு. அவன் கறுப்புக் கலர்ல, அந்த குட்டைக் களிசான் மாதிரியிருக்குற ஜட்டியொண்ணைத்தான் உடுத்துட்டிருந்தான். அந்த மாதிரியான புனித நகரத்துல ஆரம்பிக்குற காதல் பயணம் புனிதமாகத்தான் எப்பவும் இருக்கும் என்ற நம்பிக்கையோடுதான் நான் இருந்தேன். திடீர்னு ஒரு நாள், பனிக்குல்லா போட்டுக்கிட்டு, பனியில உருண்டுக்கிட்டிருக்குற ஃபோட்டோ ஒண்ணை அவன் ஃபேஸ்புக்ல போடும்வரைக்கும் அவன் கொரியாவுக்குப் போனது எனக்குத் தெரியவே தெரியாது. குறைஞ்சது கொரியாவுக்குப் போக இருக்கிறேன்னு கூட அவன் என்கிட்ட சொன்னதில்ல. சொன்னா நான் கவலைப்படுவேன்னு முன்னாடியே சொல்லலன்னு பிறகு ஆறுதல் சொன்னான். அப்பவும் கூட என்னால என்னோட கனவுலருந்து விடுபட முடியல. நாலு மாசத்துக்கு முன்னாடி அவன் அவனோட வெடிங் ஃபோட்டோவை ஃபேஸ்புக்ல போடும்வரைக்கும் கூட நான் அவன் எனக்குரியவன்னுதான் நம்பிட்டிருந்தேன்" என்று கூறிக் கொண்டிருந்த நிமாலிக்கு பெருமூச்சு விடக் கூட நேரம் கிடைக்கவில்லை.

கடைக்குத் துணியெடுக்க யாரோ வந்திருப்பதாக முன்னாலிருந்து ஒரு குரல் வந்தது. அவள் முன்புறமாக விரைந்து சென்றாள். முத்துக்குமாரி அவனையும் கூட்டிக் கொண்டு பின்வாசல் வழியாக வெளியே வந்தாள். மறுபுறத்திலிருந்த தெருவுக்கு முகம் காட்டியிருந்த புத்தகக் கடையின் பின் முற்றத்துக்குத்தான்

அந்தப் பின்வாசல் திறந்து கொண்டது. அந்தப் புத்தகக் கடைக்கும், அடுத்திருந்த வெதுப்பகத்துக்கும் இடையில் மூன்றடி இடைவெளியிருந்ததோடு, அந்தச் சிறிய இடைவெளி வழியே அவர்கள் இருவரும் அடுத்த தெருவில் பிரவேசித்தார்கள்.

"உனக்கு இப்ப தாகமாகவும், குளிராகவும் இருக்கும்."

அதை ஆமோதித்துத் தலையசைத்தான் அவன்.

"நாங்க அந்த ஹோட்டலுக்குப் போய் ஒரு ப்ளேன் டீ குடிச்சிட்டு வருவோம்."

அப்போதும் அவள்தான் முந்திக் கொண்டு வழி காட்டினாள். பனியானது மீண்டும் மேலுமொரு அடுக்கினால் அந்த நகரத்தை அப்போதும் போர்த்தியிருந்தது.

அந்த ஹோட்டலின் மெழுகுத் துணி இடப்பட்ட மேசையொன்றின் அருகிலிருந்த கதிரைகள் இரண்டில் அவர்கள் இருவரும் அமர்ந்து கொண்டார்கள். அடர்ந்த செம்மஞ்சள் நிறத்திலிருந்த சுவரில் நாய்க்குட்டிகள் தேநீர் அருந்தும் ஓவியமொன்று தொங்கவிடப்பட்டிருந்தது. சுவரின் மற்றுமொரு புறத்திலிருந்த பழைய சிகரெட் விளம்பரமொன்று அந்த ஹோட்டலின் பழைமையை உலகுக்கு எடுத்துச் சொல்லும் பூர்வீகச் சொத்தாகத் தென்பட்டது.

அந்த ஹோட்டலில் உணவு பரிமாறவென இரண்டு ஆண்களும், ஒரு பெண்ணுமென மூன்று சிப்பந்திகள்தான் இருந்தார்கள். பெண் என்று சொன்னாலும் கூட அவளும் ஒரு ஆம்பளை என்றுதான் ஊரில் பெரும்பாலானோர் கதைத்துக் கொண்டார்கள்.

"தம்பி அக்கா, எங்களுக்கு ரெண்டு ப்ளேன் டீ."

தலைமயிரை ஒட்ட நறுக்கி, கழுத்தில்லாத டீ ஷர்ட்டையும், முழங்கால் நீள காற்சட்டையையும் அவள் அணிந்திருந்தாள். சாயத் தேநீரை அவர்களிடம் வழங்கும்போதே அவள் அவர்களுடன் கதைக்கத் தொடங்கியிருந்தாள்.

"இந்த ஊர் ஆட்களுக்கு இதுவரைக்கும் நான் மூட்டைக் கணக்குல சீனியைக் கரைச்சு தேத்தண்ணி ஊத்திக் கொடுத்து பருக்கியிருப்பேன். என்றாலும் நான் இப்படி சீனியைக் கலக்கிட்டிருக்குற ஒருத்தியாக ஆக நினைச்சிருக்கவேயில்ல. ஆனா

நான் யாரைப் போல ஆகணும்னு ஒரு தெளிவான ஐடியாவும் என்கிட்ட இருக்கவேயில்ல. நான் அவரைப் போலத்தான் ஆகப் போறேன்னு எடுத்துக் காட்டுறதுக்கும் யாருமே இருக்கல. பத்துப் பதினஞ்சு வருஷத்துக்கு முன்னாடி, களிசான் உடுத்துற பெண்ணொருத்தியை அதுவரை யாருமே கண்டிருக்காத இந்த ஊர்ல களிசான் உடுத்திக்கணும்னு எனக்கு ஆசை வந்துச்சு... சாரம் உடுத்துட்டு வயல் உழுகணும்னு ஆசை வந்துச்சு."

புகை கமழ்ந்து கொண்டிருந்த தேனீர்க் குவளைக்கு அவன் ஊதிக் கொண்டிருந்தான். முத்துக்குமாரியோ எடுத்தவுடனே குவளையை வாயில் வைத்துத் தேநீரை அருந்தப் போய் நாக்கைச் சுட்டுக் கொண்டிருந்தாள்.

"ஸ்கூலுக்குப் போன காலத்திலும் விளையாட்டுப் போட்டிகள் நடக்குற, வருஷத்தோட முதல் மூணு மாசத்துக்கு மட்டும்தான் ஸ்கூல்ல எனக்கெல்லாம் ஒரு இடம் இருந்துச்சு. சின்ன வயசுல, ஆம்பளை மாதிரி தைரியமான பொம்புளைப் பிள்ளையொண்ணுன்னு எல்லோருமே பாராட்டினாங்கன்னாலும் போகப் போக அந்த எல்லோருக்கும் கூட நான் ஒரு தொந்தரவாத்தான் தெரிஞ்சேன். நான் களிசான் உடுத்துக்கிட்டு தெருவுல இறங்கி நடக்குறப்ப பசங்க ஒளிஞ்சு மறைஞ்சிருந்து 'ஹூ' ன்னு கத்துவாங்க. விசிலடிப்பாங்க. பொண்ணுங்க கூட என்னைக் கண்டுக்கவே மாட்டாங்க. என்கூட யாரும் கதைக்கக் கூட விரும்பல. செத்துப் போன என்னோட தாத்தாதான் என் மேல வந்து மூடியிருக்கார்னு சொல்லி அம்மா எனக்கு மந்திரிக்கவெல்லாம் செஞ்சா. 'அப்படீன்னா என்னோட செத்துப் போன தாத்தா ஒரு வெள்ளைக்காரனாத்தான் இருந்திருக்கணும்'னு நான் அம்மாக்கிட்ட சொல்லி அப்பல்லாம் கிண்டல் பண்ணிட்டிருப்பேன். ஏன்னா களிசான் உடுத்திய பாட்டனோ, முப்பாட்டனோ இந்தக் கிராமத்துல எங்களுக்கு இருக்க வாய்ப்பே இல்லையே. வீட்டுல, அரளி விதையை அரைச்சுக் குடிச்சு செத்துப் போகப் போறதா என்னோட தங்கச்சி சொல்லிட்டேயிருப்பாள். ஏன்னா அவளுக்கும் கூட என்னாலதான் ஒரு கல்யாணம் காட்சி பண்ண முடியாம இருக்குன்னு எப்பவும் புலம்பிட்டிருப்பாள். அதனால நான் ஒரு நாள் ஒரு முடிவுக்கு வந்தேன். வீட்டை விட்டு ஓடிப் போனேன். அப்போ எனக்கு அந்தளவு பெருசா மார்புகள் இல்லன்னாலும் எதுக்கும் இருக்கட்டும்னு நெஞ்சோடு சேர்த்து ஒட்டிய மாதிரி ப்ரசியர்

ஒண்ணை உடுத்து அதுக்கு மேலால அண்ணாவோட ஷர்ட் ஒண்ணைப் போட்டுக்கிட்டு கொழும்புக்குப் போற பஸ்ஸுல ஏறி, ஒரு பையன் போல புறக்கோட்டைல போய் இறங்கினேன். அங்க போய் ராகம பக்கத்துல ஒரு பெற்றோல் ஷெட்டுல பெற்றோல் போடுற வேலையைத் தேடிக்கிட்டேன். அவங்க கொடுத்த ஓவரோலை உடுத்துக்கிட்டதும் ரொம்ப இலகுவா அதுக்குள்ள என்னையே மறைச்சுக்க என்னால முடிஞ்சது. என்னோட களிசானுக்குள்ள ஒண்ணுமேயில்லன்குறதை அங்க பெற்றோல் அடிக்குற இன்னொருத்தன் கண்டுபிடிச்சதும் அவனோட புட்டத்துல எட்டி உதைஞ்சுட்டு வீட்டுக்குத் திரும்பி வந்தப்ப ரெண்டு வருஷம் முடிஞ்சு போயிருந்துச்சு. தங்கச்சி கல்யாணம் கட்டியிருந்தாள். அண்ணா வெளிநாட்டுக்குப் போயிருந்தான். இந்தக் கடையில வேலை தேடிக்கிட்டு நான் பொறந்து வளர்ந்த இதே ஊர்ல வாழ்ந்து செத்துப் போயிடணும்னு தீர்மானிச்சேன். 'நீ உனக்குப் பிடிச்ச மாதிரி வாழ்ந்துக்கோ மகளே'ன்னு என்னோட அம்மாவும் சொல்லி என்னை ஏத்துக்கிட்டா. ஆனா எனக்கு என்னதான் வேணும்னோ, எனக்கு எங்க போகணும்னோ, என்னவாக ஆகணும்னோ எனக்கு இப்ப கூடத் தெரியல. ஏதோ பனிப்புகாருக்குள்ள கை விடப்பட்டுப் போயிருக்கேன் நான்."

திடீரென்று பல்வேறு விதமான ஆட்கள் பலரும் ஹோட்டலுக்குள் வந்து நிறையத் தொடங்கினார்கள். தம்மி அவர்களுக்குத் தேநீர் ஊற்றவும், வடைகளைப் பரிமாறவும் தொடங்கினாள்.

முத்துக்குமாரியும், அவனும் தெருவில் இறங்கினார்கள். பனியினிடையே, நடைபாதை வழியே அவர்கள் நடந்தார்கள். அவ்வேளையில் அவர்கள் இருவரும் அந்த நகரத்தின் மையமெனச் சொல்லக் கூடிய முச்சந்தியை நோக்கி நடந்து கொண்டிருந்தார்கள்.

"இந்தப் பனி போகணும்னா கடுமையான வெயிலடிக்கணும். உடம்புக்குள்ள இருக்குற எலும்புகளும் உணரக் கூடிய அளவுக்குக் கடுமையா ஒரு வெயில்."

அவர்கள் இருவரும் அந்தச் சந்தியை நெருங்கிய வேளையில் அந்த நகரத்தின் சூழல் கொஞ்சம் கொஞ்சமாக மாறத் தொடங்கியது. ஆட்கள் நிறையத் தொடங்கினார்கள். தொலைவிலிருந்து பரபரப்பான இசையொன்று கேட்கத் தொடங்கியது. தொலைபேசி நிறுவனமொன்றின் 'கப்பிள் சிம்' விற்கும் தற்காலிக காட்சி

கூடங்கள் அந்த நடைபாதையை அடைத்துக் கொண்டிருப்பதை அவர்கள் கண்டார்கள். அவர்களிருவரையும் வழி மறித்த சிவப்பு டீ ஷர்ட் அணிந்திருந்த வாலிபன் ஒருவன் அவர்களுக்கு கபல் சிம்மை விற்க முனைந்தான். 'இலவசமாக ஆயிரம் எஸ்.எம்.எஸ்கள், இலவசமாக இத்தனை நிமிடங்கள் உரையாடலாம்' போன்ற எதையெதையோ அவன் கூறிக் கொண்டிருந்தான். அவனது பேச்சில் ஈர்க்கப்பட்ட வேறு ஒரு ஜோடி அங்கு வந்து சேர்ந்தது. கடந்த வாரம் திருமணம் முடித்த காய்கறிக்கடைப் பையனும், அவனது மனைவியும்தான் அவர்கள் என்பதை முத்துக்குமாரி இனங்கண்டு கொண்டாள். 'ஏன்தான் கல்யாணம் முடித்தோமோ, இந்த கபல் சிம் மட்டும் அப்போதே கிடைத்திருந்தால் கல்யாணம் முடிக்காமலே இன்னும் கொஞ்ச நாள் இருவரும் கதைத்துக் கொண்டே இருந்திருக்கலாம்' என்பது போன்ற பாவனையோடு அந்தப் புது மணப்பெண், விற்பனையாளன் கூறுவதை வாயைத் திறந்து பார்த்துக் கொண்டிருந்தாள். முத்துக்குமாரி, தான் 'விமுக்தி' என்று கருதும் அவனது கையைப் பிடித்து இழுத்துக் கொண்டு அந்த நடைபாதையிலிருந்து விலகி நடந்தாள். அவர்கள் இருவரும் சங்கீதம் வந்து கொண்டிருந்த திசைக்கு ஈர்க்கப்பட்டுச் சென்றார்கள்.

விளம்பரங்கள் ஒட்டப்பட்டிருந்த பெரிய லாரியொன்று, ஒரு விசாலமான மரத்தினடியில் நிறுத்தப்பட்டிருந்தது. அதன் ஒரு புறம் திறந்து விடப்பட்டு தற்காலிக மேடை அமைக்கப்பட்டிருந்தது. அதிலிருந்துதான் டீ.ஜே இசை வெளிவந்து கொண்டிருந்தது. அந்த மேடையில் அறிவிப்பாளன் போன்றிருந்த ஒருவன் அங்கிருந்தவர்களை ஆடச் சொல்லி உசுப்பேற்றியவாறே இடையிடையே விளம்பரங்களையும் அறிவித்துக் கொண்டிருந்தான். அங்கிருந்த சிலர் இசைக்கேற்ப நடனமாடத் தொடங்கியிருந்தார்கள். அந்தியாகி இருள் சூழத் தொடங்கியிருந்தது. ஆடுபவர்கள் அதிகரித்திருந்தார்கள்.

அவளது 'விமுக்தி'யும் தன்னையறியாமலேயே நடனமாடிக் கொண்டிருப்பதை அவள் கண்டவேளையில் அவளும் தானாகவே ஆடிக் கொண்டிருப்பதை அவள் உணரவேயில்லை. தம்மி, நிமாலி, வினிதா, சுஜீவா என அந்த நகரத்தில் தான் அறிந்திருந்த பெண்கள் அனைவரும் தன்னைச் சுற்றி ஆடிக் கொண்டிருப்பதை அவள் கண்டாள். அவள் 'விமுக்தி' என்று கருதும் ஒருவன் அவளுக்கு இருப்பது போலவே, அவர்கள் அனைவருக்குமே ஓரோர் விமுக்தி

இருப்பதையும் அவள் கண்டாள். காணும் ஆண்களெல்லோருமே அவளுக்கு விமுக்தியாகத் தோற்றமளிப்பதால் அங்கு பார்க்குமிடமெல்லாம் விமுக்திகளே நிறைந்திருந்தார்கள். அவர்களுள் தனது விமுக்தியைத் தேடிக் கண்டுபிடிப்பது அவளுக்குச் சிரமமாக இருந்தது. அவள் ஒரு விமுக்தியிலிருந்து இன்னொரு விமுக்தி என்று மாறிக் கொண்டேயிருந்தாள்.

யாரோ மேலிருந்து நூல்களைப் பிடித்து ஆட்டிக் கொண்டிருப்பதுபோல அங்கிருந்த எல்லோரும் ஆடிக் கொண்டிருந்தார்கள். அதனிடையே அறிவிப்பாளன் டீ.ஜே இசையை வேகமான தாளத்துக்கு மாற்றினான். துள்ளலிசையுடன் கூடிய பைலா பாடலொன்று ஒலிக்கத் தொடங்கியது. ஆடிக் கொண்டிருந்தவர்கள் மந்திரித்து விட்டவர்கள் போல அந்த இசையோடு ஒன்றிக் கலந்தார்கள். எல்லோரும் இரு கைகளையும் உயர்த்தியவாறு ஆடத் தொடங்கினார்கள். முத்துக்குமாரியும் அதற்கேற்ப தனது கைகளிரண்டையும் தன்னாலியன்றளவு உயர்த்தியவாறு ஆடிக் கொண்டிருந்தாள். அவ்வேளையில் அவளது ப்ரெசியரினுள்ளே சுருட்டிப் பதுக்கி வைத்திருந்த அந்தப் பத்திரிகைத் துண்டு ஒரு சிறிய உருண்டையாக வெளியே குதித்து சட்டையின் கழுத்தருகே வந்து நின்று எட்டிப் பார்த்துக் கொண்டிருந்தது. இசையின் உச்சஸ்தாயியில் அவள் துள்ளிக் குதித்தவேளையில் அது ஆங்கில வீ எழுத்து வடிவத்திலிருந்த சட்டைக் கழுத்திலிருந்து வெளியே குதித்தது. அந்தச் சிறிய தாளுருண்டையானது அவ்வாறு கீழே விழுவதை அங்கிருந்த எவருமே ஏன் அவளே கூட கவனிக்கவில்லை. அவளுக்குப் பிடித்த, அவளது வாழ்க்கைக் கவிதையிருந்த அந்தக் காகித உருண்டை அந்த ஆட்டக்காரர்களின் பாதங்களுக்குக் கீழே சிக்கிச் சின்னாபின்னப்பட்டது. அதன் மீது புழுதி தோய்ந்தது. சிதைந்தது. கீற்றுக் கீற்றாகக் கிழிந்தது. பின்னொரு காலத்தில் அவளது காதல் காவியம் எழுதப்பட்டிருந்த அந்தக் காகிதத்தின் சிறு துணுக்குகள் புழுதி மண்ணளவுக்குச் சிறிதாகி ஒன்றுமேயில்லாத சூனியமாக மறைந்தே போயிற்று.

❐ ❐ ❐

வெற்றுப் பூத் தட்டையும் இடுப்பில் வைத்துக் கொண்டு...

மெதுவாகக் கழற்றிய காதணிகள் இரண்டையும் சிறியதொரு டிஷ்யூ காகிதத்தில் வைத்து மடித்து தனது சின்னச் சின்னப் பொருட்களைப் பாதுகாப்பாக வைத்திருக்கும் பெட்டியில் வைத்தாள் நிர்மலா. அவ்வளவு காலமும் பெரியதொரு பாரத்தைச் சுமந்து கொண்டு வந்து அப்போதுதான் கீழே இறக்கி வைத்திருக்கும் காது மடல்களின் களைப்பைப் போக்குவதைப் போல அவள் தனது காதுமடல்களை மிருதுவாகத் தடவிக் கொடுத்தாள்.

தாமரைப் பூ வடிவத்தில் செதுக்கப்பட்டிருந்த அந்தப் பழங்கால காதணிகளிரண்டும் அவள் பருவடைந்த தினத்தில் அவளது பெற்றோரால் இடப்பட்ட மிகப் பெறுமதியான ஒரு சொத்தாக அவளிடமிருப்பவை. அந்தக் காலத்திலெல்லாம் கழுத்தில் ஒரு தங்க மாலை என்பது ஒரு கனவாகவே இருந்தது. ஆகவே அவள் அந்தக் காதணிகளை அன்று தொடக்கம் அளவு கடந்து நேசித்து வருகிறாள். அவற்றைக் கழற்றி வைத்து விட்டு வேறு எதையாவது தற்காலிகமாக அணிந்து பார்த்தது கூட கை விரல்களுக்கும் குறைவான எண்ணிக்கையிலேயே நடந்திருந்தது.

அந்தக் காதணிகளிரண்டும் ஏதோ ஆபரணமாக இல்லாதது போலவும், தங்கத்தை விடவும் கனமானவையாகவும், பெறுமதி வாய்ந்தவையாகவும் இவ்வளவு காலமும் அவளது காதுகளில் தரித்திருந்தன. அவற்றுக்குப் பதிலாக முத்துக்களைப் போன்றிருந்த விலை மலிவான சிறிய காதணிகளிரண்டை எடுத்து காதுகளில் அணிந்து கொண்டாள். அத்தோடு

தனது கழுத்திலிருந்த தங்க மாலையைக் கழற்றி வைத்து விட்டு அதற்குப் பதிலாக, ஒரு நாள் பேரூந்தில் வைத்து வாங்கிய தங்கம் போலவே தோற்றமளிக்கும் ஐந்து ரூபாய் செம்பு நாணயத்தால் செய்யப்பட்ட மாலையை அணிந்து கொள்ளவும் அவள் எப்போதோ தீர்மானித்திருந்தாள்.

அவள் அந்த நாளுக்கு முகம் கொடுக்க தனது மனதைத் தயார்படுத்தியிருந்தாள். படிக்கட்டு போல மேலே ஏறிக் கொண்டே வந்த ஜீவிதத்தில் அடுத்த அடியை எடுத்து வைப்பதுதான் இது என்ற இடத்துக்கு அவள் பயமேயில்லாமல் வந்தடைந்திருந்தாள். தான் எடுத்து வைக்கப் போகும் இந்த அடி தன்னை மேலே எடுத்துச் செல்லும் அடியா அல்லது கீழே சறுக்கி விழச் செய்யும் அடியா என்பதைக் குறித்த உறுதியேதுமில்லாதிருந்த போதிலும், அந்தப் புதிய காலடியைத் தடுமாற்றமேயில்லாமல் எடுத்து வைப்பதாக அவள் தன்னை தைரியப்படுத்திக் கொண்டிருந்தாள். சில சமயங்களில் தான் வேண்டுமென்றே இருளுக்குள் காலடியெடுத்து வைக்கப் போவதாகவும் அவளுக்குத் தோன்றியது. என்றாலும், அதுவரையான அவளது நாற்பதாண்டு கால ஜீவிதத்திலும் கூட அந்தளவு வெளிச்சமிருக்கவில்லை என்பதையும் அவள் புரிந்து கொண்டாள்.

பௌர்ணமி தினங்களில் விகாரைக்குச் சென்று வழிபடுவதையும், எப்போதாவது புனித யாத்திரைகள் போய் வருவதையும் தவிர்த்து வேறெந்த நடமாட்டமுமில்லாமல் முடங்கிப் போயிருக்கும் தனது விதவைத் தாயின் முதிய வாழ்க்கையின் வழியாக தனது எதிர்காலத்தைக் கற்பனை பண்ணிப் பார்க்க அவளால் முடிந்திருந்தது. ஆகவே அவளுக்கு, தானும் இன்னும் சில வருடங்களில் தனது தாயை விடவும் மிகவும் துயரமான விதியொன்றுக்கு முகம்கொடுக்க வேண்டி வரும் என்பதுவும் அவ்வப்போது மனதில் தோன்றிக் கொண்டேயிருந்தது.

வெண்ணிறத்தில் கணுக்கால் வரை நீண்ட பாவாடையும், தாவணி, சட்டையும் அணிந்து, ஒளிர்ந்து கொண்டிருந்த அலங்காரமான பல்வேறு வண்ணங்களிலான மின்விளக்குகளின் நடுவே மிகுந்த களைப்போடு வெற்றுப் பூத் தட்டையும் இடுப்பில் வைத்துக் கொண்டு தேங்காயெண்ணெய் விளக்குகளை ஒவ்வொன்றாக ஏற்றிக் கொண்டிருந்த அவள் அப்போதும், அந்த விகாரையில் வைத்தும் அந்த நாளைப் பற்றிய கனவைத்தான் கண்டுகொண்டிருந்தாள்.

மந்தமான வெளிச்சத்தோடு, மந்தகாசமாகப் புன்னகைத்துக் கொண்டிருந்த விசாலமான வட்டப் பௌர்ணமி அந்தக் கனவினூடு அவளது தலைக்கு மேலால் உதித்திருந்தது.

இரண்டு, மூன்று பிள்ளைகளைப் பெற்று போராடி வளர்த்த பிறகுதான் அவளது தாய் தனது சலிப்பான முதிய பருவத்துக்கு வந்திருந்தாள். ஆனால் தானோ, சிறுவர் பூங்காக்களிலிருக்கும் பெரிய சறுக்கல் பலகை வழியே வேகமாக கீழே சறுக்குவது போல மிக மிக விரைவாக அந்தப் பருவத்தை எட்டிக் கொண்டிருப்பதாக அவளுக்குத் தோன்றியது. அவ்வாறாக நிலைபெற்றிருக்கும் தனது விதிக்கு தான் இரையாவதைத் தாமதிப்பதற்காக வேண்டி அவள் ஆக்ரோஷமாகத் தன்னையே எரித்துக் கொண்டு அந்த இரகசியத் தீர்மானத்துக்கு வந்திருந்தாள்.

மிகக் குறுகிய காலத்துக்குள் அஸ்தமித்துப் போன அவளது திருமண பந்தமானது, பட்டப் பகலில் மழையற்று விழுந்த இடி போல அவளது வாழ்க்கையில் அனைத்தையும் சாம்பலாக்கி விட்டிருந்தது. அதன் சிதிலங்களிடையேயிருந்து எவ்வாறேனும் எழுந்து நிற்கப் பாடுபட்டவளின் முயற்சிகளனைத்தும் விழலுக்கு இறைத்த நீராகி விட்டிருந்தன. தனது கிராமத்திலிருந்து தலைநகரத்துக்குத் தனியாக வந்து, தான் கற்றிருந்த கல்விக்கு ஏற்ற தொழிலொன்றைத் தேடிப் பெற்று மிகுந்த பொறுமையோடு வாழ்க்கையில் படிப்படியாக முன்னேறிய அவள் திருமணம் என்ற வாழ்க்கைப் படியில்தான் தடுக்கி விழுந்திருந்தாள்.

பத்திரிகையில் வந்த மணமகள் தேவை விளம்பரத்தின் மூலமாகத் தேடிக் கண்டடைந்த அவளது கணவன் ஓரோர் பிரதேசங்களிலும் அவ்வாறாக பெண்களை ஏமாற்றித் திருமணம் செய்து திரியும் ஒரு ஏமாற்றுப் பேர்வழியாக இருந்தான். போலீஸ் நிலையங்களுக்கும், நீதிமன்றங்களுக்கும் வெகுகாலமாக அலைந்து திரிந்து ஒருவாறு அந்த பந்தத்தை முறித்துக் கொண்ட போது அவனது நினைவாக அவளிடம் எதுவுமே எஞ்சியிருக்கவில்லை. அவளைச் சேர்ந்தவர்கள் எல்லோருமே அதற்காக மகிழ்ச்சியடைந்த போதிலும், அவளுக்கோ அவன் ஏதேனும் ஒன்றையாவது தனக்கென மீதம் வைத்து விட்டுச் சென்றிருந்தால் நன்றாக இருந்திருக்குமே என்று உள்ளுக்குள் தோன்றிக் கொண்டேயிருந்தது.

அதன் பிறகு கழிந்த ஆறேழு வருடங்கள் முழுவதும் அவளைப் பெண் பார்க்க வந்த மாப்பிள்ளைகள் முன்னாலிருந்து, அறுக்கக்

கொண்டு போகும் மாடு கடைசித் தருவாயில் கயிற்றை அறுத்துக் கொண்டு ஓடிப் போவது போல, வேகமாக விலகி நடந்தாள். அவ்வேளைகளில் மாத்திரம் தனது ஏமாற்றுப் பேர்வழியான கணவன் தனக்கென்று எதை மீதம் வைத்து விட்டுச் சென்றிருக்கிறான் என்பதை ஆழமாக உணர்வாள். காமம் என்பது தன்னைப் போல ஒருத்திக்கு இலகுவாகக் காலடியெடுத்து வைக்கக் கிடைக்காத அதியுச்ச மின்சாரம் பாயும் அபாயகரமான கனவொன்றாக இருப்பதையும், காதலும், மோகமும், காமமும் குறித்த தனது உணர்வுகளைத் தூள் தூளாக்கி அவநம்பிக்கையும், பேரச்சமும் தனது வாழும் ஆசையின் மீது புற்றுநோய் போல வளர்ந்து படர்ந்து தன்னையறியாமலேயே தனது வாழ்க்கையை ஆக்கிரமித்திருப்பதையும் அவள் கண்டாள்.

இரண்டு கிழமைக்கு முன்பு பொதுப் பேரூந்தொன்றுக்குள் வைத்து அவனைச் சந்திக்கும்வரை அவள் ஒருவித நிச்சலனமான மனதோடுதான் இருந்தாள். இருக்கையில் தனது அருகே அமர்ந்திருப்பவன் என்ற முறையில் ஆரம்பித்த வெகு சாதாரணமான உரையாடலின் போது அவன் தனது பெயர் தர்மப்பிரியனென்று கூறி தன்னை அறிமுகப்படுத்திக் கொண்டான். நிர்மலா குமாரி கமகே என்ற நீண்ட பெயரைக் கொண்டிருந்த அவள் தனது பெயரைச் சுருக்கமாக ‘குமாரி’ என்றாள். குமாரிகள்தான் எத்தனை எத்தனை பேர் இருக்கிறார்கள். ரேணுகா குமாரி, மல்லிகா குமாரி, ரத்னா குமாரி. எங்கு பார்த்தாலும் குமாரிகள்தானே நிறைந்திருக்கிறார்கள். அதனால், அந்நியர்களிடம் தன்னை எளிதில் அறிமுகப்படுத்திக் கொள்ளாத தனது கொள்கையையும் அவளால் காப்பாற்றிக் கொள்ள முடிந்தது. அவ்வாறாக மிக எளிதாகத் தொடங்கிய நட்பு தொலைபேசி இலக்கங்களைப் பகிர்ந்து கொள்ளும் அளவுக்கு நீண்டது. அவன் தனது இலக்கம் எழுதப்பட்ட காகிதத் துண்டை அவளிடம் நீட்டியபோதுதான் அவனது விரலில் பிரகாசித்துக் கொண்டிருந்த திருமண மோதிரத்தை அவள் கண்டாள்.

“நான் என்னோட ஊர்லயே ஒருத்தியைத்தான் கட்டியிருக்கேன். அவங்க எல்லோரும் அங்க ஒண்ணா ஊரிலேயேதான் இருக்காங்க. இங்கருந்து ரொம்ப தூரம். அதனால ஒவ்வொரு வாரக் கடைசிகள்லதான் ஊருக்குப் போயிட்டு வந்துட்டிருக்கேன்” என்றவனின் இயல்பான பேச்சில் அவள் தனது தடுமாற்றத்தைக்

கை விட்டு, அவனுக்காக தனது வாழ்க்கையில் ஏதாவதொரு இடத்தைக் கொடுக்க வேண்டுமென ஒருமனதாகத் தீர்மானித்தாள்.

அன்றிலிருந்து கழிந்த இரண்டு கிழமைகளுக்குள் காதலென்ற ஒன்றின் சாயல் கூட இல்லாமல் அவர்களுக்கிடையே மாத்திரமேயான சிறிய ஸ்தானமொன்றை அவளுக்காகத் தனது உலகத்திலிருந்து வழங்க தன்னால் முடியுமென்பதை அவளுக்கு உணர்த்த அவனால் முடிந்திருந்தது. அவனது அந்தத் தெளிவான பார்வையே அவளை மிகவும் ஈர்த்தது. காதல் என்று மின்னல் வேகத்தில் உலகத்து பந்தங்களைத் தெளிவாக வேறுபிரிப்பதைக் கொண்டு இவ்வாறான ரம்மியமான சிறிய வழிப்பாதைகள் அனைத்தும் மூடப்பட்டிருப்பதை அவள் கண்டாள். உண்மையிலேயே அவளை மிகவும் எளிதாக ஏமாற்றி விடக் கூடிய அந்த ஒற்றைச் சொல்லைத் தனது போலியற்ற செயற்பாட்டின் மூலம் அவர்களிடையே தடை செய்யப்பட்ட சொல்லாக மாற்றி ஒடுங்கச் செய்த விதத்தை அவனது அரிய மானிடப் பண்பாகவே அவள் ஏற்றுக் கொண்டாள்.

அத்தோடு, அவ்வாறு அவன் தன்னிடம் புதிய உறவொன்றைத் தேடி வருவதற்குக் காரணமான ஒன்று அவளாலும் நேர்ந்திருந்தது. அவள் தனது கணவன் ஓர் இராணுவ வீரனென்றும், திருமணம் முடித்த சில காலத்துக்குள் அவன் போரில் மரித்து விட்டானென்றும் கூறியிருந்தாள். ஆகவே அவள் கூறிய கதையின் படி பார்த்தால் கணவனுக்காகவே தனது மொத்த வாழ்க்கையையும் அர்ப்பணித்தவாறு தனியாக வாழ்ந்து கொண்டிருக்கும் விதவைப் பெண்ணொருத்தி அவள்.

அந்த நாளும் வந்தது. அன்று மிகவும் பிரகாசமான தினமாகவிருந்தது. முத்துக்களைப் போன்ற விலை மலிவான காதணிகளையும், ஐந்து ரூபாய் செம்பு நாணயத்தினாலான மாலையையும் அணிந்திருந்த நிர்மலா அந்த நகரத்துக்கு வந்து சேர்ந்த போது காலை பத்தரை மணியிருக்கும். கூர்மையான சூரிய ஒளியின் கீற்றுகள் அப்போது முழுமையாக அந்த நகரத்தை ஆக்கிரமித்திருந்த போதிலும், அதற்கு முந்தைய தினத்தில் பெய்திருந்த பெருமழையில் பிறந்திருந்த சோம்பலானது மரங்களின் இலைகளிலும், நகர ஜீவிதங்களிலும் அப்போதும் அழியாமல் மீதமிருந்தது.

"நீங்க சொன்ன நேரத்திலும் பார்க்க இருபது நிமிஷம் தாமதமா வந்திருக்கீங்க" என்று அவள் வரும்வரை பேரூந்து நிறுத்தத்தில் காத்திருந்த அவன் கூறினான்.

"என்ன செய்றது? நமக்குத் தேவையான நேரங்கள்ல பஸ் வர்றதில்லையே!" என்று ஏதோ தன்னை வேறு யாரோ அங்கு கூட்டிக் கொண்டு வந்திருப்பது போன்ற உணர்வோடு அவள் கூறினாள்.

அவள் அங்கு வந்து சேர்வதற்குள் அவன் அனைத்து ஏற்பாடுகளையும் செய்து முடித்திருந்தான். நகரத்தின் ஒதுக்குப் புறமாக, பாதுகாப்பான இடமொன்றிலிருந்த சிறிய விடுதியொன்றுக்குச் செல்வதற்காக முச்சக்கர வண்டியொன்றையும் அவள் வந்து சேர்வதற்கு முன்பே அவன் ஏற்பாடு செய்திருந்தான்.

அந்த முச்சக்கர வண்டியில் நகரத்தைக் கடந்து விடுதிக்குச் சென்று கொண்டிருந்த வேளையில் அவளது மனதில் எப்போதாவது ஒலிக்கும் பாடலொன்று அப்போதும் மனதில் ஒலித்துக் கொண்டிருந்தது.

வரிசையான வாகனங்களின் ஊர்வலங்கள் இல்லை
வாசல்களில் வாழ்த்துப் பாடல்கள் இல்லை
அழகான தாலியோ, புத்தாடைகளோ இல்லை
ஆனாலும் நானின்று உங்கள் மணவாட்டி

ஆனால் முச்சக்கர வண்டியிலோ எப்போதும் காதில் விழக் கூடிய இரைச்சலான பாடலொன்றுதான் ஒலித்துக் கொண்டிருந்தது. அதற்கு தர்மப்பிரியனின் மடியில் வைத்திருந்த அவனது விரல்கள் தாளம் தட்டிக் கொண்டிருப்பதை அவள் அவதானித்தாள். எதற்கும் அவனுக்குப் பிடித்த இந்தப் பாடலையும் ஞாபகம் வைத்துக் கொள்ள வேண்டுமென்று அவள் நினைத்துக் கொண்ட அதே கணத்தில்தான் முச்சக்கர வண்டி விடுதியை வந்தடைந்திருந்தது.

இரட்டைப் படுக்கைக் கட்டிலொன்றும், சிறிய கண்ணாடி மேசையொன்றும் மாத்திரமேயிருந்த அந்த அறைக்குள், அறையின் சுவர்களுக்கு இளம் கத்தரிப் பூ நிற வர்ணம் பூசப்பட்டிருந்தது. அறையிலிருந்த ஒரே ஒரு ஜன்னலுக்கும் கனத்த திரைச்சீலை இடப்பட்டு மூடப்பட்டிருந்தது. தொலைவிலெங்கோ கடலில் அலையடிக்கும் ஓசை விடாமல் கேட்டுக் கொண்டிருந்தபோதிலும்,

திரைச்சீலையை விலக்கிப் பார்த்தபோது அந்த ஜன்னல் பாழடைந்த தென்னந் தோட்டமொன்றை நோக்கியிருப்பதைத்தான் அவள் கண்டாள். கடலும் இல்லாத, மலைகளும் இல்லாத குக்கிராமமொன்றில் பிறந்து வளர்ந்திருந்த அவளுக்கு கடலானது எப்போதும் வியப்பையும், கிச்சுகிச்சு மூட்டும் உணர்வையும் அளிப்பதாக இருந்தது. பார்வைக்குத் தென்படவில்லையாயினும், கடல் இங்கே எங்கோ பக்கத்தில்தான் இருக்கக் கூடும் என்று அவள் தனது மனதைத் தேற்றிக் கொண்டாள்.

தனது அலுவலகப் பையைத் திறந்து ஒரு குளிர்பான போத்தலை வெளியே எடுத்தவன் அவளின் முன்பாகவே அதன் மூடியைத் திறந்து ஓரிரு மிடறுகளைத் தனது வாயில் ஊற்றிக் கொண்டான்.

“நான் குளிச்சிட்டு வாறேன். நான் வரும்வரைக்கும் நீங்களும் இதைக் குடிச்சிட்டிருங்க” என்று கூறி போத்தலை அவளிடம் நீட்டியவன், தனது காற்சட்டைப் பையிலிருந்த சிறிய பணப் பையையும், ஏனைய சில சிறிய பொருட்களையும் மேசை மீது எடுத்து வைத்தான்.

அவ்வாறு வைக்கப்பட்ட அவனது பணப் பைக்குள் இரண்டு, மூன்று ஆயிரம் ரூபாய்த் தாள்களோடு ஆணுறை பாக்கெற்றொன்றும் இருப்பதைக் கண்ட அவளுக்கு அவன் எதிலும் கவனமாக இருக்கக் கூடிய ஆண்மகன் என்று தோன்றியது. அது, அந்த வேளையில் அந்த இடத்துக்குத் தேவையான நிம்மதியையும், விடுதலையையும், ஆறுதலையும் அவளுக்குள் வளர்த்துக் கொள்ள உதவியது.

ஆறேழு ஆண்டுகளாக ஆணொருவனின் முன்னால் இசைந்து கொடுத்திராத அவளது உடலை, தனக்கிசைவாகக் கீழடங்கச் செய்வதற்கு அவனுக்கு சற்று நேரமெடுத்தது. என்றாலும், அவள் அவ்வளவு காலமும் தனது தேகத்துக்குள் பூட்டி வைத்திருந்த வேலிகளையும், மதில்களையும் உடைத்தெறிந்து அவனுக்காகத் தன்னை அர்ப்பணிக்கத் தேவையான சக்தியைப் பெற்றுக் கொள்ள அந்தக் காலகட்டம் அவளுக்கு உதவியது.

அதன் பிறகு இரண்டங்குல மெத்தையிடப்பட்ட பலகைக் கட்டில் ஒரு உல்லாசப் பூங்காவாக மாறியது. அதன் நான்கு கால்களும் தொலைவில் கேட்டுக் கொண்டிருந்த கடலின் ஆர்ப்பரித்து அலையடித்துக் கொண்டிருக்கும் இரைச்சலுடனான கடற்கரைக்கு அவர்களைக் கொண்டு சென்றன. படுக்கையில் மல்லாந்து

படுத்திருந்த அவளுக்கு ஊதா நிற அந்தி வானத்தில் பறந்து கொண்டிருக்கும் கடற்பறவைகள் எழுப்பும் ஓசைகளும் கூட கேட்கத் தொடங்கின. கொந்தளித்துக் கொண்டிருக்கும் ஆனால் மிருதுவானதும், பிரமாண்டமானதுமான பேரலையொன்றின் மீது தான் மிதந்து கொண்டிருப்பதாக அவள் உணர்ந்தாள்.

அவ்வப்போது தற்செயலாக அவளது விரல் முனைகளுக்குத் தட்டுப்பட்ட அவனது தடித்த உறுப்பைக் கொண்டும், பலம் வாய்ந்த அவனது இயக்கங்களைக் கொண்டும் அவன் அவளிடம் கூறியிருந்த வயதைக் காட்டிலும் இளமையை அவனிடம் உணர்ந்தாள். அவளோ தனது உண்மையான வயதை விடவும் மூன்று வயதைக் குறைத்துத்தான் அவனிடம் கூறியிருந்தாள். அப்போதுதான் அவளது வயது முப்பதுகளில் அடங்கும் என்பதால் அவனுக்கு முகங்கொடுக்க அவளுக்கு இலகுவாக இருந்தது. அவள், அவனுக்குள் அடங்கி அதிர்ந்து கொண்டிருந்த அந்தக் கணத்திலும் தனது அந்தத் தந்திரத்தைக் குறித்து பெருமைப்பட்டாள்.

அவ்வளவு காலமும் வேலைக்குப் போய் வந்து கொண்டும், துணி துவைத்துக் கொண்டும், விறகு வெட்டிக் கொண்டும் என ஒரே மாதிரியாக அசைந்து கொண்டிருந்த அவளது கை, கால்களை அவன் மிக இலகுவாக அவளுக்குப் பரிச்சயமில்லாத அசைவுகளுக்கு இட்டுச் சென்றான். அவனுக்குக் கீழடங்குவதல்லாமல் அவளுக்கு வேறு எதையும் செய்ய அவன் இடமளிக்கவில்லை. தனது உடலில் ஆண்களை ஈர்க்கும் விதமாக எதுவுமேயில்லையென்று சோர்ந்து போயிருந்த தனது எண்ணங்களை உடைத்தெறியவும், வயதாகிக் கொண்டிருந்த தனது உடலுக்கு பெறுமதியைச் சேர்க்கவும் ஏதோ அவன் முன்பே அறிந்திருந்தது போல செயற்பட்டுக் கொண்டிருந்தமை அவளுக்கு வியப்பை அளித்தது.

ஊதா நிற ஆகாயத்தைப் போர்த்தி மூடியவாறு பொன் நிற இறுதி சூரியக் கீற்றுகள் தங்கியிருந்த மேகக் கூட்டங்கள் எங்கும் பரந்திருக்க, மொத்த சூழலுக்கும் குளிர்ச்சி மிகுந்த தென்றல் காற்றை வழங்கியவாறு இருள் சூழத் தொடங்கியது. வேகமான அலையடிப்புகளால் கடற்தீரத்திலிருந்த பவளப் பாறைகளிடையே எடுத்து வரப்பட்ட கடல் நீரானது மெல்லிய மணல் அடுக்குகளின் அழகான வடிவங்களை நுரை வழிய விட்டுச் சென்றது. அவ்வேளையில் அந்தக் கட்டிலின் நான்கு கால்களும் அந்த மணல் அடுக்குகளுக்குள் சரிபாதியாகப் புதைந்து போயிருந்தன.

அந்தக் கடற்போராட்டத்தின் பின்னர் அவன் அவளது உடல் மீது இளைப்பாறியவாறு படுத்துக் கிடந்தான். மெதுவாக, மிகவும் மிருதுவாக அவள் அவனது உடலைத் தடவிக் கொடுத்துக் கொண்டிருந்தாள். அந்த அமைதியான சயனத்தின் போது, சில போட்டிகளில் 'ஆம்', 'இல்லை', 'முடியாது' போன்ற சொற்களை உச்சரிப்பது தடை செய்யப்பட்டிருப்பது போல, அவர்களிடையே தடை செய்யப்பட்ட சொல்லான 'காதலை' அவனிடம் சொல்ல அவளுக்கு உதடு வரை வந்த போதிலும், அவ்வேளையிலேயே அவனது விரலிலிருந்த திருமண மோதிரம் அவளது கைக்குத் தட்டுப்பட்டதால் அதைத் தவிர்த்துக் கொண்டாள்.

சிறிது நேரம் அப்படியே படுத்திருந்து விட்டு, மெதுவாக அவனை விலக்கியவாறு எழுந்து கொண்டவள் கட்டில் விளிம்பில் அமர்ந்து, ஜன்னல் திரைச்சீலையை சற்று விலக்கி, தென்னை மரங்களின் தெளிவான நிழல்கள் தரையில் விழுந்து தனித்துப் போயிருந்த தென்னந்தோட்டத்தைப் பார்த்தாள். நிஜ உலகில் இன்னும் நேரம் இரண்டு மணியைக் கடந்திருக்காது என்பதை அவள் உணர்ந்தாள். அந்த இடைவெளியில் விழித்துக் கொண்ட அவன்,

"ஏன் தனியா இருக்கீங்க? என்கிட்ட வாங்க" என்று கூறியவாறே அவளைத் தன்னருகே இழுத்தெடுத்து அணைத்துக் கொண்டான்.

நிஜமாகவே அவள் அந்த அழைப்பினை விரும்பினாள். அவ்வளவு காலமும் பெரும்பாலானோர் ஆயிரக்கணக்கான தடவைகள் அவளிடம் கேட்டிருந்த அந்த ஒற்றைக் கேள்விக்கு அவன் மேலுமொரு பகுதியைச் சேர்த்திருந்தமை அவளது எல்லையற்ற சந்தோஷத்துக்குக் காரணமாக அமைந்திருந்தது.

விடுதியிலிருந்து பேரூந்து நிலையத்துக்குத் திரும்பிப் போக முச்சக்கர வண்டி தேவையில்லை என்றும், நடந்தே போய் விடலாம் என்றும் அவர்கள் பேசிக் கொண்டார்கள். முதலில் அவனும், சற்று நேரத்துக்குப் பிறகு அவளும் என தனித்தனியாக விடுதியிலிருந்து வெளியேறி அந்த ஒற்றையடிப் பாதையில் பிரவேசித்த அவர்கள் சற்று தூரம் தனியாக நடந்து விட்டு பிறகு தம்பதிகளைப் போல ஜோடி போட்டுக் கொண்டு கதைத்துக் கொண்டே நடந்து சென்றது முன்னேற்பாடுகள் ஏதுமில்லாமல்தான் நடந்தேறியது.

"கிராமமா இருந்தாலும் நானிருக்குற ஏரியாவும் இப்படித்தான் இருக்கு. முப்பது, நாப்பது பேர்ச்சஸ்ல ஒரு சின்னக் காணியில

வீடு. என்னோட பரம்பரை வீட்டைத் தம்பிக்குத்தானே எழுதிக் கொடுத்திருக்காங்க. அதனால அந்த வீட்டுத் தோட்டத்துலயே எனக்குக் கிடைச்ச பாகமான அந்தச் சின்னக் காணியில ஒரு வீட்டைக் கட்டியிருக்கேன். ரெண்டு ரூம், ஒரு ஹால், கிச்சன். கூரை போடாம மேல ஸ்லாப் போட்டு வச்சிருக்கேன். எப்போவாவது மேல் மாடியையும் கட்டிக்கணும்னு நெனச்சிருக்கேன். ஆனா இப்ப வரைக்கும் கட்டியிருக்குற வீட்டுக்கே பூச்சு வேலையெதையும் முடிக்க என்னால முடியல. பெட்ரூம்ல மாத்திரம் பூச்சு வேலையெல்லாத்தையும் முடிச்சிட்டேன். இளைய மகள் பெரிய பிள்ளையாகுறதுக்கு முன்னாடியாவது வீடு முழுக்க பூச்சு வேலையை முடிச்சிடணும்னு பார்க்குறேன்."

"எங்க ஊர்லன்னா கொஞ்சம் பெரிய பெரிய காணிகள்தான் இருக்கு. காரணம் எல்லாக் காணிகள்லயும் தேயிலை, தென்னை, மிளகுன்னு நட்டு அதுல வாற வருமானத்துலதான் அங்க எல்லோரும் வாழ்ந்துட்டிருக்காங்க. எங்க தோட்டம் முழுக்கவும் தென்னையும், பாக்கும், மிளகும்தான் நிறைஞ்சிருக்கு. அந்த மரங்களாலதான் எங்க தோட்டத்துக்கு ஒழுங்கா வெயில் விழுறதுமில்ல, நல்லாக் காத்து வீசுறதுமில்லன்னு அம்மா எப்பவும் புலம்பிட்டேயிருப்பா. போதாததுக்கு எங்க வீட்டுக்கு வர்றதுன்னா பஸ்ஸிலருந்து இறங்கி ஒத்தையடிப் பாதையில ரெண்டு, மூணு தோட்டங்களைக் கடந்து நடந்து வரணும். பாதையோட ஆரம்பத்துல இருக்குற ரெண்டு, மூணு ஏக்கர் தோட்டத்துல இருக்குற எங்க ஊருக்கே பழமையான பரம்பரை வீட்டுல வசிச்சிட்டிருந்த வயசான தம்பதிகள் அநாதையாச் செத்துப் போய் இப்ப கொஞ்சக் காலமாகுது. பிள்ளைகளெல்லாரும் ஊருக்கு வெளிய பெரிய பெரிய இடங்கள்ல இருக்காங்க. பெத்தவங்க அந்தச் சொத்துக்களை யாருக்குமே எழுதி வைக்காம செத்துப் போயிட்டாங்க. இப்ப பிள்ளைகளெல்லாரும் சொத்துக்களுக்காக வழக்குப் போட்டிருக்காங்களாம். சொத்து, காணி வழக்குகள் அவ்வளவு சீக்கிரமா முடியுமா என்ன? அதனால பராமரிக்க யாருமேயில்லாம அந்த வீடும், தோட்டங்களும் காடு மண்டிப் போயிருக்கு. வீட்டுக்கு மேலால ஏன் தென்னை, பாக்கு மரங்கள்ல கூட காட்டுக் கொடிகள் படர்ந்து முழுசாப் பாழடைஞ்சு போயிருக்கு. அதனால அந்த ஊர்ல இருக்குறவங்களுக்கு மட்டும்தான் அந்தத் தோட்டங்களுக்குப் பின்னாடியும் வீடுகளிருக்குன்னும் அதுல ஆட்கள் வசிக்கிறாங்கன்னும் தெரியும்."

அவர்களிருவரும் இவ்வாறான கதைகளைத்தான் பேரூந்து நிலையத்தை வந்தடையும் வரைக்கும் பேசிக் கொண்டு நடந்தார்கள்.

***

கைத்தொலைபேசியைக் கொண்டு அவன் பதிவு செய்திருந்த அந்தக் காணொலி மாத்திரம் இல்லாதிருந்தால் அந்தச் சம்பவம் அத்தோடு முடிந்து போயிருக்கும். அவன் தனது கெட்டிக்காரத்தனத்தைத் தானே பார்த்து ரசிப்பதற்காகத்தான் அதைப் பதிவு செய்திருந்தான் என்பதை எந்தக் கோயிலுக்கு வேண்டுமானாலும் வந்து சத்தியம் செய்து சொல்வான். தனது பிள்ளைகளினதும், நெருங்கியவர்களினதும் பல்வேறு நடவடிக்கைகளை தான் காணொலியாகப் பதிவு செய்து பார்த்து ரசிப்பதைக் குற்றமாக யாரும் கருதாததைப் போலவே, தான் மாத்திரம் பார்த்து ரசிப்பதற்காகத்தான் அந்த நிகழ்வைப் பதிவு செய்திருந்ததால் அது ஒரு குற்றமல்ல என்ற முடிவுக்கு அவன் வந்திருந்தான்.

பல தினங்கள் அவன் மாத்திரமே அந்தக் காணொலியைப் பார்த்து ரசித்தானே ஒழிய, வேறு எவரிடமும் அதைக் குறித்து எதுவுமே கூறியதில்லை. தனது நண்பர்களுடன் சேர்ந்து மதுவருந்திய நேரங்களில் கூட, தான் அழகியொருத்தியுடன் கூடியதாகக் கூறி அவளது உண்மையான ஊர், பெயர் விபரங்களை மறைத்து கற்பனைப் பெயரிட்டு பெருமை பேசினானே தவிர காணொலியைப் பற்றி எதுவுமே எவரிடமுமே கூறியதேயில்லை.

அத்தோடு, அவன் தனது கைபேசியை அந்த அறையின் சிறிய கண்ணாடி மேசை மீது வைத்து அதைப் பதிவு செய்திருந்ததால் சம்போகத்தினிடையே ஆணுறை பாக்கெற்றை எடுப்பதற்காக அவன் மேசையை நோக்கிக் குனிந்த போது அவனது முகமும் தெளிவாக அந்தக் காணொலியின் ஓரிடத்தில் பதிவாகியிருந்தது. ஆகவே அந்தக் காணொலியை அம்பலப்படுத்துவதற்கு அவனுக்கு எந்தத் தேவையும் இருக்கவில்லை.

இருந்தாலும் ஒரு நாள் பொதுப் பேரூந்தில் வைத்து அவனது கைபேசி தொலைந்து போய் அது யாரோ ஒருவரின் கையில் சிக்கியதால் அனைத்துமே தடம் மாறிப் போயின. அந்த நபர் தனக்கு நெருங்கியவர்களிடம் அந்தக் காணொலியைப் பகிர்ந்து

கொள்ளப் போய் கடைசியில் அது இணையம் முழுவதும் பரவி விட்டிருந்தது. அன்று, மேசை மீது சரித்து வைத்திருந்த அவளது அலுவலகக் கைப்பைக்குள்ளிருந்த அலுவலக அடையாள அட்டை உட்பட அனைத்துப் பொருட்களும் அந்த அசையாத கேமராவின் ஒரு மூலையில், அந்தக் காணொலி முழுவதும் தொடர்ச்சியாகப் பதிவாகி நிலைத்திருந்ததால் அந்தக் காணொலி 'ஆபிஸ் அக்கா' எனும் தலைப்பில் இணையத்தில் பதிவாகி பிரபலமாக பரவிக் கொண்டிருந்தது.

❒ ❒ ❒

கொரோனா கால பச்சைப் புள்ளிகள்

முதலில் ஓரிரு நாட்கள் விடுமுறையும், பிறகு காலம் வரையறுக்கப்படாத ஊரடங்குச் சட்டத்தோடு ஒருவித உன்மத்த நிலையைக் கொண்டிருக்கும் வெறுமையான காலமுமாகத்தான் அந்தக் காலம் பிறந்திருந்தது. மெதுவாக நகரும் உடைந்த பேரூந்து ஓரிடத்தில் நின்று விடுவதைப் போல நாடும், உலகமும் என அனைத்தும் தமது இயக்கத்தை நிறுத்தி விடும்போது எவருக்கும் எந்த இடத்துக்கும் போய் உறைந்து விடத் தேவையான காலம் வேண்டிய மட்டும் இருந்தது.

ஆகவே நானும் விடுதியறையைப் பூட்டி விட்டு ஊருக்கு மிதந்து வந்தேன். கொரோனா மிகவும் பயங்கரமாக மொத்த உலகத்தையும் ஆக்கிரமித்திருந்த போதிலும், நீண்ட விடுமுறையென்றோ, அழகான நாட்களென்றோ கூற முடியுமான அளவுக்கு ஒரு அற்புதமான காலகட்டமே எனக்குள் பிறந்திருந்தது. தொலைக்காட்சி செய்தியறிக்கைகளில் கூறப்பட்ட கொரோனா மரணங்களின் எண்ணிக்கையாலோ, சிவப்பு எச்சரிக்கைக் கோட்டினால் குறிக்கப்பட்ட கொரோனா உலக வரைபடங்களாலோ அதைத் தடுத்து நிறுத்த முடியாமல் போயிருந்தது.

நான் வழமையாக வீட்டுக்கு வரும் நாட்களில் அணிந்து கொள்வதற்காக எடுத்து வைத்திருந்த ஆடைகளைத் தவிர்த்து விட்டு, அந்த விடுமுறைக் காலத்தில் வீட்டிலிருந்த பழைய கவுண்களை எடுத்து அணிந்து கொண்டேன். அவை நான் அணிந்து அணிந்தே கிழிந்தும், நிறம் மங்கியும் பழமையாகிப் போயிருந்தமையால் விடுதியிலிருந்து கொண்டு வந்து ஓரமாகக் குவித்து வைத்திருந்த ஆடைகள்.

அவ்வாறாக பழையவற்றை அணிந்துகொண்டு, பரமபத விளையாட்டில் பாம்பைத் தொட்டுக் கீழே இறங்குவது போல நான் பழைய காலத்துக்குள் போய் விழுந்து கிடந்தேன். அதற்காக அந்தளவு காலம் நான் பின்னோக்கிப் போகவுமில்லை. இரண்டு, மூன்று வருடங்கள் போல இருக்கும்.

வீட்டில் ஆரம்ப கால விருந்தாளி மனோபாவம் மாறி, நான் செய்யவென்றே சில வேலைகள் எனக்காக ஒதுக்கப்பட்டிருந்தன. வீட்டைத் துடைத்துக் கூட்டிப் பெறுக்குதல், மாலை நேரத் தேநீர் தயாரித்தல் போன்ற வேலைகள் அவை. எல்லாவற்றுக்குமே வேண்டிய மட்டும் நேரமிருந்தது. வேண்டிய மட்டும் என்றால், முன்பொருபோதும் இருந்திராத அளவுக்கு, அனைத்துக்கும் தேவையான, தேவைக்கும் அதிகமான காலம் மீதமிருந்தது.

எனது முகநூலிலிருந்த அனைத்து நண்பர்களின் பெயர்களுக்கு முன்னாலும் பச்சைப் புள்ளிகள் எரிந்து கொண்டேயிருந்தன. ஆகவே நானும் எப்போதும் முகநூலை செயற்பாட்டிலேயே வைத்திருந்தேன். சரியாகச் சொல்வதென்றால், நாங்கள் இன்னும் உயிரோடுதான் இருக்கிறோம் என்பதை உலகத்துக்குக் காட்ட எப்போதும் அந்தப் பச்சை வெளிச்சத்தை எரியச் செய்தவாறே இருக்க வேண்டும் என்றுதான் எனக்குத் தோன்றியிருந்தது.

திடீரென்று ஒரு நாள் நான் எனது பழைய, நான்காவது காதலைத் தேடிச் செல்லத் தீர்மானித்தேன். அப்படிப் போய்ப் பார்த்து, முடியுமென்றால் அவனைக் கொஞ்சம் கிள்ளி வேடிக்கை பார்க்க வேண்டுமென்ற நப்பாசை எனது ஆழ்மனதில் ஒரு ஆணியைப் போல குத்திக் கொண்டேயிருந்தது. அதற்கு ஒரு காரணம் இருந்தது. மூன்று, நான்கு மாதங்களுக்கு முன்புதான் அவன் திருமணம் முடித்ததாக ஒரு தகவல் கிடைத்திருந்தது. படுதோல்வியுற்ற ஐந்தாவது காதலையும் எதிர்கொண்டுவிட்டு அப்போது நானும் வெறுமனே வெற்றிடமொன்றில் சலித்துப் போயிருந்தேன். நானோ அவனது முகநூல் நண்பர்கள் பட்டியலில் இருக்கவில்லை. முகநூலில் அன்ஃப்ரண்ட் பொத்தானை அழுத்தி விட்டுத்தான் நாங்கள் வேறு பிரிந்திருந்தோம். ஆகவே, நான் அவனது பெயரைத் தட்டச்சு செய்து வெகுநேரத் தேடலுக்குப் பிறகுதான் அவனைக் கண்டுபிடிக்க வேண்டியிருந்தது. அவன் தனது நடுப் பெயரை முதலில் இட்டு, தாய்மொழியில் பெயரை எழுதி முகநூல் கணக்கையே மாற்றி வைத்திருந்தான்.

அவனது முகநூலில் “Home sweet home” என்று குறிப்பிட்டு எனது கண்ணில் முதலில் தென்பட்ட புகைப்படத்தைப் பதிவேற்றியிருந்தான். அது ஏதோ ஒரு வீட்டின் விறாந்தையில் வைத்து எடுக்கப்பட்ட ஒரு செல்ஃபி புகைப்படமாக இருந்தது. அவனது தர்மபத்தினி எளிமையாக தனது நீண்ட கூந்தலை அவிழ்த்து விட்டு, அவனை அணைத்துக் கொண்டிருந்தாள். அவர்களது வீட்டில் வாழைத்தண்டுப் பச்சை நிறச் சுவர்கள் இருந்தன. சற்று அடர்த்தியாக தாடி வளர்த்து அபரிமதமான அழகோடு அவன் இருந்தான். நிறையப் பேர் அந்தப் புகைப்படத்துக்கு லவ் ரியாக்‌ஷனான இதயத்தை அள்ளி வழங்கியிருந்தார்கள். யாரோ ஒருவன் ‘மீற்றர் இடைவெளி எங்கடா?’ என்றும் கேட்டிருந்தான். ‘தெய்வங்களின் ஆசி உங்கள் இருவருக்கும் கிடைக்கட்டும்’ என்று தனது கருத்தை அளித்திருந்த பெண்மணி அவர்களது சொந்தக்கார அத்தையாகவோ, சித்தியாகவோ இருக்கக் கூடும். நான் அவனது பழைய புகைப்படங்களைத் தேடித் தேடிப் பார்த்தேன். திருமணப் புகைப்படங்கள், அதற்கு முந்தைய இருவருடைய ப்ரீஷூட் புகைப்படங்கள் தவிர குறிப்பிடத்தக்க வேறு எதையும் அவன் பதிவேற்றியிருக்கவில்லை.

தரை வரை நீண்ட கவுணொன்றை அணிந்து அதை ஒரு தட்டுப் போல வட்டமாகச் சுழற்றிக் கொண்டிருந்த இளம்பெண்ணின் அருகில் நின்று கொண்டிருந்தவன் டெனிம் காற்சட்டையும், பூப் போட்ட சட்டையும் அணிந்திருந்தான். அவ்வாறாக, நீர்வீழ்ச்சியொன்றின் அருகிலும், இறப்பர் தோட்டத்தின் நடுவேயிருந்த ஒற்றையடிப் பாதையிலும் அவர்களது ப்ரீஷூட் புகைப்படங்கள் எடுக்கப்பட்டிருந்தன. உதடுகளைச் சேர்த்து முத்தமிட்டுக் கொள்வது போன்ற மிகவும் கவர்ச்சியான கோணங்களில் புகைப்படங்களை எடுத்து உலகத்துக்குக் காட்டும் அளவுக்கு அவர்கள் இருவரும் முன்னேறியிருக்கவில்லை. என்றாலும், அவர்கள் இருவரும் புகைப்படங்களில் சற்று வித்தியாசமாகத்தான் தெரிந்தார்கள். ஏதோ யாருடைய தேவைக்காகவோ காதலிக்கும் காதலர் சிற்பங்களைப் போல என்று அதைச் சொல்லலாம்.

திருமண நாளிலென்றால் சேலையோடிருந்த மணப்பெண்ணுக்குப் பொருத்தமாக கலாசாரப் பாணியிலான ஆடையை அணிந்திருந்தான். நிறைய ஆபரணங்களும், சீக்வீன்ஸ் பிடித்ததால் மின்னும் ஆடைகளுமென்று அவை, பச்சையாகவே அலங்கோலமாகத்

தெரிந்தன. அதை இன்னும் கேவலப்படுத்துவது போல கேமராமேனும் பம்பாய் மிட்டாய் போல அந்தப் புகைப்படங்களுக்கு வர்ணமேற்றியிருந்தான். அந்தப் புகைப்படங்களுக்கு வந்திருந்த கருத்துகளுக்குப் பதிலளித்துக் கொண்டிருப்பதைத் தவிர வேறெதையும் கொரோனா காலத்தில் அவன் செய்திருக்க மாட்டான் என்று தோன்றியது.

நான் அவனுக்கு இன்னும் நட்பழைப்பை விடுக்கவில்லை. அவன் அதை ஏற்றுக் கொள்ளாதிருப்பானானால் என்று யோசித்து யோசித்தே காலத்தைக் கடத்திக் கொண்டிருந்தேன். அத்தோடு பிரிந்து போனவர்களின் பெருமிதத் தருணங்களை நான் ஏன் பார்க்க வேண்டும் என்ற உணர்வும் எனக்குள் தோன்றியிருந்தது.

அம்மாவும், நானும் இன்று முதன்முதலாக பேன்கேக்கைச் செய்து பார்த்தோம். அதைப் புகைப்படம் எடுத்து வைத்தேன். என்றாலும் முகநூலில் அதைப் பதிவேற்றவில்லை. அந்தச் சமயத்தில் நிறையப் பேர் தாங்கள் சமைத்த பலாக்காய், ஈரப்பலாக்காய், வற்றாளைக் கிழங்கு, மரவள்ளிக் கிழங்கு, ரோல்ஸ், கட்லட் புகைப்படங்களை முகநூலில் பதிவேற்றி பகிர்ந்து கொண்டேயிருந்தார்கள். ஒருவர் பலாக்கொட்டைகளை அவித்து, தேங்காய்த் துருவலின் அருகே வைத்து எடுத்த புகைப்படத்தைப் பதிவேற்றியிருந்ததைக் கண்டு வாயூறினேன்.

எனது கண்ணில் பட்ட கொரோனா பற்றிய அனைத்துப் பதிவுகளையும் முகநூலில் பகிர்ந்து கொண்டேயிருந்தேன். அரசாங்கத்தைத் திட்டினேன். ஏதோ தவறுதலாகப் போல அவ்வப்போது அரசாங்கத்தின் நல்லதை எடுத்துக் கூறும் பதிவுகளையும் பகிர்ந்து கொண்டேன். அவனோ அவ்வாறாக அரசியல் பதிவுகள் எதையும் பகிர்ந்திருக்கவேயில்லை. அவ்வாறான எதற்காவது பதில்களையளிக்க நேர்ந்தால் கூட அதற்கு நகைச்சுவையாகப் பதிலளித்து தன்னைக் காப்பாற்றிக் கொண்டிருந்தான். 'எமது தேசத்தை கொரோனாவிலிருந்து அந்த ஆண்டவன்தான் காப்பாற்ற வேண்டும்' போன்ற வாசகங்களை அவ்வப்போது பகிர்ந்திருந்தான். 'அப்படியே ஆகட்டும் ஸ்வாமி' என்று அதற்குப் பதிலளிக்க வேண்டும் என்று எனக்குத் தோன்றிய போதிலும், நான் அதைச் செய்யவில்லை.

ஏதோ வேலைக்குப் போகும் நாளைப் போல நான் இன்று கண்ணாடியில் முகம் பார்த்தேன். பல நாட்களாக லிப்ஸ்டிக் பூசவேயில்லை. புருவங்களைத் திருத்தவேயில்லை. இளஞ்சிவப்பு நிற உதடுகள், அடர்த்தியான புருவங்கள் என்றிருந்த எவ்வித ஒப்பனையுமில்லாத எனது நிஜ முகம் செயற்கையானது என்று எனக்கே தோன்றியது. ஓரிரு நாட்கள் வெள்ளரித் துண்டுகளைக் கண்ணிமைகளின் மேல் வைத்து சலிப்பைப் போக்க முயற்சித்தேன். தொடர்ச்சியாக சில காலத்துக்கு நாங்கள் செயற்கையான ஒப்பனைகளை நிஜமென்று ஏற்றுக் கொண்டிருந்ததால், மீண்டும் உண்மையிலும் உண்மையான நிஜ முகத்தைப் பார்க்கும்போது அது விகாரமாகத்தானே தோன்றும். என்றாலும், என்ன செய்வதென்றறியாத அந்த நிலைமையை மூடி மறைக்கவும் எங்களிடம் ‘நேச்சுரல் ப்யூட்டி’ எனும் அழகான வாசகம் இருக்கிறது.

அழகு நிலையங்கள் மூடப்பட்டிருப்பதைக் குறித்து ஆண்கள் ஓரோர் மீம்களைத் தயாரித்து முகநூல் முழுவதும் பரப்பிக் கொண்டிருந்தார்கள். அவை மூடப்பட்டிருப்பதால் பெண்கள் வீட்டை விட்டு வெளியேறுவது வெகுவாகக் குறைந்திருக்கிறது என்று சிலர் கூறியிருந்தார்கள். ‘சலூன் இல்லாமல் பெண்கள் அந்தளவு பாரிய உருவ மாற்றத்தை அடைபவர்களாக இருந்தால்தான் எவ்வளவு நன்றாக இருக்கும்? அப்போதுதான் வேறொருத்தியாக மாறி தன்னை ஏமாற்றிய பழைய காதலனை ஏமாற்ற முடியுமாக இருக்கும்” என்று நான் அந்தப் பதிவுக்கு இட்டிருந்த கருத்துக்கு அறுபது லைக்குகளும், பதினைந்து லவ்களும், நூற்றிருபது ஹா ஹாக்களும் வந்திருந்தன.

இன்று காலையில் எழுந்து கொள்ளும்போதே வானம் இருண்டுதான் இருந்தது. இளவெயிலும் கூட சோம்பலையும், அலுப்பையும்தான் கொண்டு வந்து சேர்த்தது. நான் படுக்கையிலிருந்து எழும்பாமலேயே கைபேசியை இயக்கிப் பார்த்தேன். ஜீவந்தி அக்கா இட்டிருந்த முகநூல் பதிவுதான் முதலில் கண்ணில் பட்டது.

‘வாழ்க்கை குறுகியது.
மெதுவாக முத்தமிடுங்கள்.
பித்துப் பிடித்தது போல சிரியுங்கள்.
உண்மையாகக் காதலியுங்கள்.
விரைவில் மன்னியுங்கள்’

- பாவ்லோ கொய்லோ

கறுப்புப் பின்னணியில் வெள்ளை எழுத்துக்களோடு இருந்த அந்த வாசகங்கள், கூரை ஓட்டிலிருந்த சிறிய ஓட்டை வழியே உள்ளே பாயும் சூரியக் கீற்றினைப் போல இன்றைய நாளை உற்சாகமாகத் தொடங்க ஏதுவாக அமைந்தன. வாழ்க்கை குறுகியது என்று மனதுக்குள் அலறியவாறே நான் கட்டிலிலிருந்து குதித்திறங்கினேன்.

அன்றுதான் மீண்டும் நான் அவனுக்கு நட்பழைப்பு விடுக்கத் தீர்மானித்தேன். உண்மையில் நாங்கள் மிகவும் சிறிது காலம்தான் காதலித்திருந்தோம். எவ்வித ஊடல்களோ, மோதல்களோ இல்லாத, அம்பிரலங்காய் காயினுள்ளே நடுவிலிருக்கும் தும்போடு ஒட்டியுள்ள கொஞ்சூண்டு இனிப்பைப் போன்ற காலம் அது. விடுதியறையோடு ஏற்படக் கூடிய பந்தம் போல எந்த நேரத்திலும் விட்டுவிட்டு வேறு இடத்துக்குச் செல்ல முடியுமாக இருந்த ஒன்று அது. அவனைத் திருமணம் முடிப்பது போன்ற எந்த எண்ணமும் என்னிடம் இருந்திராத போதிலும், நான் அவனை விட்டுப் பிரிந்தால் அவன் ஒருபோதும் திருமணம் முடிக்காமல் தாடி வைத்துக் கொண்டு தேவதாஸைப் போலவோ, கௌபோய் பையன்களைப் போலவோ நான் போய் வரும் பாதைகளிலெல்லாம் அலைந்து கொண்டிருப்பான் என்றுதான் நான் கருதியிருந்தேன். அப்படியே சில காலம் போயிருந்தால் சிலவேளை நானும் அவன் மேல் பரிதாபப்பட்டு அவனுக்குப் பொருத்தமான கௌபோய் பெண்ணொருத்தியாக மாறியிருக்கக் கூடும்.

ஆனால் அவனோ மிகவும் சுதந்திரமான ஜீவிதத்தில் தான் நீந்திக் கொண்டிருப்பதாகத்தான் தன்னைக் காட்டிக் கொண்டிருந்தான். அப்படிப்பட்ட ஒருவன் இவ்வாறாக எட்டு முழ வேட்டியைச் சுற்றிக் கொண்டு பட்டுச் சட்டையோடு, பளபளக்கும் சால்வையைப் போர்த்திக் கொண்டிருப்பதைக் காணும்போது அந்தக் கிள்ளிப் பார்க்கும் ஆசை எனக்குள் மேலும் மேலும் தூண்டப்பட்டது. அந்த ஆசை மனதுக்குள் விடாமல் அலையடித்துக் கொண்டேயிருந்தது.

ஆகவே, அன்று அந்தியாகும்வரைக்கும் அந்த நட்பழைப்பு விடுக்கும் தீர்மானமானது மேலேழுந்து, உள்ளடங்கி, மீண்டும் மேலெழுந்து என தொடர்ச்சியாக எனக்குள் வந்து கொண்டேயிருந்தது. பின்னேரத்தில் அம்மா வந்து விகாரை வழிபாட்டுக்குப் போக அழைத்தாள்.

விகாரைக்குப் போக நான் என்னிடமிருந்த சற்றுப் பழைய கவுணொன்றைத்தான் அணியத் தீர்மானித்தேன். அது வெள்ளைப் பின்னணியில் இரண்டு ரூபாய் அளவான கறுப்பு வட்டப் புள்ளிகள் நிறைந்திருந்த துணியால் தைக்கப்பட்ட ஒன்று. அது உடலோடு ஒட்டி மேனியழகை எடுப்பாகக் காட்டும் ஒன்றல்ல. பூரித்திருந்த அதன் கைகள் முழங்கையை விடச் சற்று நீண்டிருந்தன. துணியிலிருந்த இரண்டு நிறங்களுக்கும் பொருந்தவே பொருந்தாத காவி நிறச் சரிகைதான் அதன் கழுத்தைச் சுற்றியும், பாவாடை விளிம்பிலும் வைத்துத் தைக்கப்பட்டிருந்தது. அந்த ஒரே ஒரு காரணம்தான் எனக்கு அந்த கவுணை வாங்க என்னைத் தூண்டியிருந்தது.

நான் அந்த கவுணை அணிந்து கொண்டு போய் முற்றத்திலிருந்த பவளமல்லிச் செடியிலிருந்து பூக்களைப் பறித்து பூஜைத் தட்டில் அடுக்கி வைத்து விட்டு செல்ஃபியொன்றை எடுத்தேன். கீழே உதிர்ந்திருந்த பவளமல்லிப் பூக்களோடு எனது கவுணும் கலந்து அந்தப் புகைப்படம் மிகவும் அழகாக வந்திருந்தது. தரை தென்படுவதால் எப்போதும் செல்ஃபிகளுக்கு ஒரு தனியழகு வந்து விடுகிறது. இதில் கவுணின் நிறங்களும், கீழே உதிர்ந்திருந்த செம்மஞ்சள் நிறக் காம்புகளுடனான பவளமல்லிகளும் சேர்ந்து அந்தப் புகைப்படம் ஒரு ஓவியம் போல இருந்தது. நான் அதை உடனடியாக முகநூலில் 'விகாரைக்குப் போவதற்காக' என்று தலைப்பிட்டு பதிவேற்றினேன். உடனே அவனது பக்கத்துக்கும் போய் நட்பழைப்பு விடுத்தேன். அப்போது நேரம் சரியாக மூன்று முப்பத்தைந்து.

அந்த வேகத்திலேயே கைபேசியை அணைத்து மேசை இலாச்சியில் எடுத்து வைத்தேன். 'அந்தச் சனியனை வீட்டில் வைத்து விட்டு வருவதாக இருந்தால் வா, இல்லாவிட்டால் வராதே' என்றுதான் எப்போதும் அம்மா விகாரைக்குப் போகும்போதெல்லாம் உத்தரவிடுவாள்.

விகாரைக்குப் போய் விட்டு வீட்டுக்கு வரும்போது பௌர்ணமி உதித்திருந்தது. தொலைக்காட்சியில் ஏழு மணி செய்தியறிக்கை ஒளிபரப்பாகிக் கொண்டிருந்தது. நான் அந்த கவுணுடனே அந்த நாளைக் கழித்து விடத் தீர்மானித்திருந்தேன். கை கால் முகம் கழுவிக் கொண்டு அறைக்கு வந்த நான் கைபேசியை இயக்குவதைத்தான் முதலில் செய்தேன்.

அதை இயக்கியதுமே திடீரென சிவப்பு நிறத்தில் முகநூல் அறிவிப்புகள் டிங் டிங் எனும் ஓசையோடு வந்து குவியத் தொடங்கின. அவை நூற்றுக்கணக்கில் இருக்கும். எனது புகைப்படத்துக்கு நூற்றைம்பது லைக்குகளும், அறுபது லவ்களும் வந்திருந்தன. அதற்கு இடப்பட்டிருந்த கருத்துகளோ எண்ணிலடங்காதவை. 'பால்நிற முற்றத்தில் பவளமல்லி' என்று ஒருவன் குறிப்பிட்டிருந்தான். இவ்வாறான உடனடி அறிவிப்புகளிடையே அவன் எனது நட்பழைப்பை ஏற்றுக் கொண்டதற்கான சிவப்பு அறிவிப்பு ஒளிந்திருந்தது. நான் உடனடியாக அவன் ஆன்லைனில் இருக்கிறானா என்று பார்த்தேன். அடடா, அவனது பெயருக்கு முன்னால் சிறிய பச்சைப் புள்ளியொன்று ஒளிர்ந்து கொண்டிருப்பதைக் கண்டேன்.

நான் 'நன்றி' என்று குறிப்பிட்டு கூடவே சிரிப்பு முகமொன்றையும் சேர்த்தனுப்பினேன். ஐந்து வினாடிகள் கழியும் முன்பே அவனிடமிருந்தும் சிரிப்பு முகமொன்று பதிலாக வந்தது.

“எப்படியிருக்கே? என்னை நினைவிருக்கா?”

“ஓஹ்... அந்த கவுண் இப்பவும் நல்லா நினைவிருக்கு.”

“எந்த கவுண்?”

“நீ உடுத்துட்டிருக்குற வட்ட வட்டப் புள்ளிகளிட்ட கவுண். நான் உன்னை முதன்முதலா கண்டப்பவும் நீ அதைத்தான் உடுத்திட்டிருந்தாய்.”

'ஐயோ... எனக்கு அது ஞாபகமில்லையே' என்று தட்டச்சு செய்து விட்டு, அதை அனுப்பாமல் நான் எனது கவுணையே ஏறிட்டுப் பார்த்தேன். மீண்டும் கண்ணாடியின் அருகில் போய் நின்று கொண்டு அழகு பார்த்தேன். ஒரு சுற்று சுற்றிப் பார்த்தேன்.

மீண்டும் கைபேசியைக் கையிலெடுத்தேன்.

“நானென்றால் உன்னை வேறு விதமாத்தான் ஞாபகம் வச்சிருக்கேன். அது ஒரு வாசனை. உன்னோட தலைமயிர்ல இருந்து வந்தது அந்த வாசனை. எனக்குத் தெரிஞ்ச யாருடைய தலையிலருந்தும் அப்படிப்பட்ட ஒரு நல்ல வாசனை வந்ததேயில்ல. அது உனக்கு மட்டுமே சொந்தமான உன்னோட வாசனைன்னுதான் நான் நினைச்சிட்டிருந்தேன். அடடா... வாசனையை எப்படி வார்த்தைகளால விபரிக்க முடியும்? ஆனா ஒரு நாள் சதுரங்கன்

என்னோட கம்ப்யூட்டரைச் சரி செய்ய என்கிட்ட வந்து குனிஞ்சப்ப அவனோட தலை என்னோட முகத்தை நெருங்கியிருந்துச்சு. அப்போ உன்னோட வாசனை அவன்கிட்ட இருந்து வந்ததுல திகைச்சுப் போனேன். அது ஆண்கள் பூசுற ஒரு ஹெயார் கிறீமோட வாசனைன்னு அவன்தான் சொன்னான். நான் கடை கடையாத் தேடித் திரிஞ்சு வாங்கி வச்ச அந்த ஹெயார் கிறீம் டப்பா கொஞ்ச காலம் என்கூடவே இருந்துச்சு. அதுக்குப் பிறகு நான் காதலிச்ச ஒருத்தனுக்கு (அதாவது உனக்குப் பிறகு) அதை என்னோட முதலாவது பரிசாக் கொடுத்துட்டேன். அவனுக்கு அப்படி இரண்டு கிறீம் டப்பாக்களைத்தான் பரிசாக் கொடுக்கக் கிடைச்சது. ஆனா இனிமே நான் காதலிக்கப் போற எல்லாப் பசங்களுக்கும் அதை வாங்கிக் கொடுத்துட்டே இருப்பேன். சிலவேளை அந்தக் கிறீமோட வாசனை, அந்த டப்பாவோட நிறம் எல்லாம் கொஞ்சம் கொஞ்சமா மாறிட்டேயிருக்கக் கூடும். ஆனா நான் அதுக்குப் பழகிடுவேனே தவிர அதைக் கை விட்டுட மாட்டேன். இப்படியாகத்தான் நீ கடைசில என் முன்னால ஒரு கிறீம் டப்பாவாக ஆகியிருக்கிறாய். எங்க இருந்தாலும், உலகத்துல நீ எந்த மூலைல இருந்தாலும் உன்னை எந்தக் கடையிலும் இப்ப என்னால விலை கொடுத்து வாங்கிட முடியும்."

இதை அப்படியே தட்டச்சு செய்து அனுப்பிய பிறகுதான் மிகவும் விந்தையான ஆறுதலை நான் உணர்ந்தேன்.

பிறகு நான் வட்ட வட்டப் புள்ளிகளிட்ட அந்த கவுணோடு பல சுற்றுகள் சுற்றினேன். எனக்குச் சிறகுகள் முளைத்தன. அவை முகநூல் நிற நீலச் சிறகுகள். நான் அந்த இரவின் ஆகாயத்தில் எவ்வளவு உயரத்துக்குப் பறக்க முடியுமோ அந்தளவு உயரத்துக்குப் பறந்தேன். அங்கிருந்து கீழே உலகத்தை உற்றுநோக்கிய போது சிவப்பு மற்றும் பச்சைப் புள்ளிகள் எங்கும் நிறைந்திருப்பதைக் கண்டேன். சிவப்புப் புள்ளிகள் கொரோனா புள்ளிகள். அவை மேற்கில் மாத்திரம் அதிகம் தெரிந்தன. பச்சைப் புள்ளிகள் முகநூல் அரட்டைப் புள்ளிகள். அவை நாடுகள் முழுவதும் பரவிப் பரந்திருந்தன. ஏதோ சிவப்பு, பச்சைப் புள்ளிகள் உலகம் முழுவதும் விசிறப்பட்டிருப்பதுபோலத் தெரிந்தன.

சிவப்பு அணைகிறது, மீண்டும் எரிகிறது. பச்சைப் புள்ளிகள் எப்போதும் பிரகாசித்துக் கொண்டேயிருக்கின்றன. சில அணைந்ததும் புதிதாக பல பச்சைகள் மின்னுகின்றன. அபாயத்தை

அறிவிக்கும் சைரன் ஒலிகள், வென்டிலேட்டர்கள் இயங்கும் ஓசைகள், குறுஞ்செய்தி வருவதை அறிவிக்கும் டிங் டாங் ஓசைகள், எழுத்துக்களைத் தட்டச்சும் ஓசைகள் என அனைத்தும் ஒன்றாகக் கலக்கின்றன. மனிதக் குரல்களே இல்லாத ஓருலகம் இது. எல்லோருமே டிஜிட்டல் திரைகளைத் திறக்கிறார்கள். அவற்றின் மீது விரல்களால் கொத்திக் கொண்டேயிருக்கிறார்கள். பிறகு மூடுகிறார்கள். அந்த மெல்லிய ஓசையும் சேர்ந்து அனைத்தும் பேரிரைச்சலாக மாறுகிறது. வெளிநாட்டுத் திரைப்படமொன்றில் உலகை அழிக்க வரும் பிரமாண்டமானதோர் விலங்கைப் போன்ற ஒன்று இம் மாபெரும் பூமியில், காரிருளில் பிறந்து வளர்கிறது. அந்தக் குரூரமான இராட்சத விலங்கு கொஞ்சம் கொஞ்சமாகப் பெரிதாகிறது. பச்சை, சிவப்புப் புள்ளி வெளிச்சங்களின் மூலம் அதன் பற்கள், நகங்கள், மயிர்களைக் காண முடிந்தபோதிலும் அது எந்தளவு விசாலமானது என்பதை அவை காட்டவேயில்லை. அது காதைச் செவிடாக்குமளவு உருமுகிறது. அந்த ஓசைக்கு நான் எனது காதுகளை மூடிக் கொள்கிறேன். எனது சிறகுகள் கரைகின்றன. கருந்துளையொன்றினூடு கீழே இழுக்கப்பட்டுச் செல்வதைப் போல நான் இருண்ட வானத்திலிருந்து வேகமாக கீழே விழுகிறேன். பச்சை நிறப் புள்ளிகள் மங்கலாகின்றன; கரைந்து போகின்றன.

❒ ❒ ❒

விஜித்தின் வளையல்கள் யுகம்

பொதுப் பேரூந்து போய்க் கொண்டிருக்கும்போது அதன் தகரங்கள் அதிர்வதால் ஓர் ஓசை எழும்பும். அதனோடு பேரூந்தின் வெளிக்கிளம்பியிருக்கும் ஆணிகள் அதிரும் ஓசையும் ஒன்று சேரும். இவ்வாறாக, பேரூந்தின் ஜன்னல் கண்ணாடிகள் ஓடும் வேகத்துக்கு ஏற்ப அதிரும் ஓசையும், பிரேக் அடிக்கும்போது எழும் ஓசையும் என அனைத்து ஓசைகளும் ஒன்று சேரும்போது யாருமே பொருட்படுத்தாத போதிலும் ஒரு இசை அங்கு உருவாகியிருக்கும். அந்த இசை ஒரு ஒழுங்குடன் இல்லாத ஒரு இரைச்சலாகத்தானிருக்கும் என்றாலும், அன்று அந்த இரைச்சல் கண்ணாடி வளையல்கள் பலவும் ஒன்றுடன் ஒன்று மோதுவதால் எழும் மெல்லிய சிணுங்கல் இசையாகத்தான் அவளுக்குக் கேட்டது. அவள் இரேஷா.

அது இவ்வாறாகத்தான் ஆரம்பித்தது. அது நடக்கும்போது தொடர்ச்சியாக மூன்று நாட்கள் அவள் அந்தப் பேரூந்திலேயே ஏறியிருந்தாள். ஒரே நேரத்திலல்ல என்றாலும், அண்மித்த நேரங்களில் தெருவில் வாகன நெரிசல், அவளது அன்றாட நடைமுறைகளில் தாமதம், துரித நடை போன்றவை எப்படியோ விந்தையான விதத்தில் அவளை அதே பேரூந்தில் ஏறச் செய்திருந்தன. அதுவும் கொழும்பு - காலி வீதியில் காலை வேளையில், கொழும்பை நோக்கிப் பயணித்துக் கொண்டிருக்கும் எண்ணிலடங்காத பேரூந்துகளினிடையே தொடர்ச்சியாக ஒரே பேரூந்தில் ஏறுவதென்பதே மிகவும் அபூர்வமாக, தற்செயலாகத்தான் நடக்கும். அவள் ஒரே பேரூந்தில் தான் ஏறியிருப்பதை,

வளையல்களை அணிந்திருந்த வாலிபனொருவன் பயணச் சீட்டைக் கிழித்துக் கொடுத்துக் கொண்டிருப்பதைக் கொண்டுதான் அறிந்து கொண்டாள். அவன் தனது இடது கை நிறைய பல வர்ண இறப்பர் வளையல்களை அணிந்திருந்தான். அவற்றிலிருந்து எவ்வித ஓசையும் எழாதிருந்த போதிலும், அவளுக்கென்றால் அவற்றிலிருந்து ஒரு இனிமையான இசை எழத் தொடங்கியிருந்தது.

"பசங்க இப்படியெல்லாம் வளையல் போடுவாங்களா என்ன?"

அந்த உரையாடல் அப்படித்தான் ஆரம்பித்தது.

"எந்தப் புத்தகத்துல பசங்க வளையல் போடக் கூடாதுன்னு சொல்லியிருக்கு மிஸ்?"

அதுவும் சரிதான். இந்தத் தொலைக்காட்சி நாடகங்களிலெல்லாம் பண்டைய ராஜாமார் காலத்தின் இளவரசர்கள் எல்லோரும் எத்தனை எத்தனை மாலைகளையும், வளையல்களையும் அணிந்து கொண்டிருக்கிறார்கள். உண்மையில் எப்போதிலிருந்து அந்தப் பழக்க வழக்கம் இல்லாமல் போயிருக்கும்? வாலிபர்கள் ஆபரணங்களை அணிவது பற்றி யோசிக்கவே கூடாது, இருண்ட நிற ஆடைகளையே அவர்கள் அணிய வேண்டும். தலைமயிரை குட்டையாக வெட்டிக் கொள்ள வேண்டும். யுவதிகளுக்கு இதே விதிமுறைகள் தலைகீழாக இருக்கும். இந்த விதிமுறைகள் எப்போது உருவாகியிருக்கும்?!

"இதெல்லாம் வெறும் வளையல்களல்ல மிஸ். இந்த ஒவ்வொரு வளையல்களுக்கும் பின்னால ஒரோர் கதையிருக்கு."

"கதையா?"

அவள் வியப்படைந்தாள். அதுவரையில் அவள் கதை வளையங்களைப் பற்றிக் கேள்விப்பட்டிருந்தாளே ஒழிய கதை வளையல்களைப் பற்றியெதுவும் கேள்விப்பட்டிருக்கவில்லை.

அன்று அவர்களது உரையாடல் அத்தோடு நின்று போயிருந்த போதிலும், அவளால் அந்த வளையல்களை மறக்கவே முடியவில்லை. அந்த வளையல்களின் கதைகள் என்னவாக இருக்கும்? அவனுடைய கதையா? மற்றவர்களின் கதைகளாக இருக்குமோ? ஒருவேளை ஆபாசக் கதைகளோ? இல்லாவிட்டால் காதல் கதைகள்? ஒரு கோடிக் கேள்விகள் அவளது மூளையில் எழுந்தன.

அதன் பிறகு தொடர்ச்சியாக அவள் அதே பேரூந்தில் ஏறிக் கொண்டது தற்செயலாக நிகழ்ந்ததல்ல. அதை அவள் வேண்டுமென்றே திட்டமிட்டுச் செய்தாள். எப்படியாவது ஒன்றிரண்டு வளையல் கதைகளைக் கேட்டறிய அவள் எடுத்த முயற்சிகள் அனைத்தும் பேரூந்தின் சனக் கூட்டத்துக்கு மத்தியில் 'கதைகளுக்கு இங்கு இடமில்லை' என்று கூறி அவனால் தவிர்க்கப்பட்டதால் வியர்த்தமாகின. அந்தக் கதை மூட்டையை அவிழ்க்க ஒரு நல்ல இட வசதியுள்ள விசாலமான, பரந்த, தனியான இடமொன்றுக்குப் போகலாமென்று அவன் அவளை அழைத்தான். 'கதை கேட்க மட்டும்தான் நான் வருகிறேன்' என்ற தனது விதிமுறையை உரக்கச் சொல்லி விட்டு அவளும் அதற்கு சம்மதித்தாள்.

அவள் அதற்காக கொழும்பு விகாரமகாதேவி பூங்காவைத் தேர்ந்தெடுத்தாள். அந்தப் பூங்காவைச் சுற்றி வர நாற்புறங்களிலும் பாதைகள் இருந்ததால், ஏதேனும் அசம்பாவிதங்கள் நடக்கப் போவது போலத் தெரிந்தால் தப்பித்து ஓட வசதியாக இருக்கும் என்றுதான் அவள் அதைத் தேர்ந்தெடுத்திருந்தாள். அடுத்தவர்களுடைய கதையைக் கேட்கப் போய், தான் ஊராரின் கதைக்கு ஆளாகக் கூடாது என அவள் தனது தீர்மானத்துக்கு காரணம் சொன்னாள்.

அந்தப் பூங்காவிலிருந்த நீண்ட வாங்கொன்றின் இரு முனைகளிலும், தெருவுக்கு முதுகு காட்டி அமர்ந்தவாறு அவர்கள் அந்தக் கதை மூட்டையை அவிழ்க்கத் தொடங்கினார்கள்.

"என்னோட பேர் விஜித். இரத்தினபுரி டவுனைக் கடந்து போனால் வரும் ஹெட்டிகந்த குக்கிராமம்தான் என்னோட ஊர். இதுதான் நான் முதன்முதலா வாங்கிய வளையல். ஆனா ரெண்டாவது வளையலோட கதையைத்தான் முதலாவதா சொல்லப் போறேன். காரணம், அதுதான் முதல்ல நடந்துச்சு" என்ற விஜித் இரண்டாவதாக இருந்த இளம்பச்சை நிற வளையலைக் காட்டினான்.

"நான் படிச்ச ஸ்கூல்ல பத்தாம் வகுப்பு வரைக்கும்தான் வகுப்புகள் இருந்துச்சு. தேயிலைத் தோட்டத்துல வேலை செய்றது, காசு சம்பாதிக்குறது இதைத் தவிர ஊருல யாருக்கும் படிப்புல அந்தளவு அக்கறையே இருக்கல. போதாததுக்கு ஸ்கூல்ல தேவையான அளவு டீச்சர், மாஸ்டர்மாரும் இருக்கல. இருந்தாலும் நான் பத்தாம் வகுப்புக்கு வந்ததுமே எப்படியாவது படிச்சு முன்னுக்கு வரணும்னு

ஒரு ஆர்வம் எனக்குள்ள வந்துச்சு. இந்த ப்ரைவட் பஸ்ஸெல்லாம் கடைசி ஸ்டேஷனை நெருங்குறப்ப மட்டும் வேகமாப் போய் நிக்குமே. அந்த மாதிரி. ஸ்கூல்ல நாங்க ஒரு குழுவாத்தான் அப்படி தீர்மானிச்சோம். ஸ்கூலுக்கும் நல்ல பெயர் எடுத்துக் கொடுத்துட்டு கொஞ்சம் வித்தியாசமா நம்ம ஸ்கூல் பயணத்தை நிறுத்தணும்ங்குற ஐடியாதான் எனக்கு இருந்துச்சு. அதுக்காக வகுப்புல எல்லாரையும் ஒண்ணாச் சேர்த்து என்னோட ஐடியாவை அவங்கக்கிட்ட சொன்னேன். எப்படியாவது பாடுபட்டு நாங்க படிக்காம விட்ட பாடங்களையெல்லாம் தேடித் தேடிப் படிச்சு இந்தப் பரீட்சையில எப்படியாவது நல்லாப் பாஸாகிடணும்னு சொன்னேன். ஸ்கூல்ல, பாடங்கள்ல குத்தம் குறை கண்டுபிடிச்சுட்டேயிருந்து பரீட்சைல கோட்டை விட்டோம்னா நமக்குத்தான் நஷ்டம்குறதை தெளிவா எடுத்துச் சொன்னேன். ட்யூஷன் க்ளாஸ்களுக்குப் போற ஒண்ணு, ரெண்டு பேரைத் தவிர மற்ற எல்லாரும் அதை ஏத்துக்கிட்டாங்க. அதை எப்படிச் செய்றதுன்னு, அதான் படிக்காம விட்ட பாடங்களை எப்படிப் படிக்குறதுன்னு நானே ஒரு ஐடியாவையும் கொடுத்தேன். அதுக்கு முன்னாடி பரீட்சை எழுதிய ஆட்கள்கிட்டயிருந்தும், எங்க கூடவே பரீட்சை எழுதப் போற நகரத்துல பெரிய ஸ்கூல்கள்ல படிச்சிட்டிருக்குற ஆட்கள்கிட்டயிருந்தும் தேவையான விஷயங்களைக் கேட்டு வாங்கிப் படிக்கலாம்னு எடுத்துச் சொன்னேன். எல்லோரும் அதை ஏத்துக்கிட்டாங்க. எல்லோரும் அதையெல்லாம் தேடி எடுத்துட்டு வரவும் தொடங்கினாங்க. ஒரு நாள், எல்லோருமா ஒண்ணா சேர்ந்து படிக்க ஆரம்பிச்சோம். நிஜமாவே அந்தக் கால கட்டத்துலதான் எனக்கு ஸ்கூல் மேலயே ஒரு பாசம் வந்துச்சு.”

அந்தக் கதையை, தொலைதூர மலையடிவார குக்கிராமமொன்றில் நடைபெற்ற இளமையின் பலம் மற்றும் அதற்கேயுரித்தான போராட்ட குணம் வெளிப்பட்ட கதையாக அவள் இனம் கண்டுகொண்டாள். போலியான வர்ணனைகள் ஏதுமற்ற ஒரு பலவீனமான முயற்சியாகவும் அதற்குப் பெயரிடலாம் எனவும் அவள் அதைக் குறித்து யோசிக்கத் தொடங்கினாள். அது திடீரென ‘லகான்’ ஹிந்தித் திரைப்படத்தையும் அவளுக்கு நினைவூட்டியது. அதை ஆதாரமாகக் கொண்டு அவன் பொய்யாக கதையொன்றை சோடித்துச் சொல்கிறானோ என்றும் அவளுக்குத் தோன்றிய போதிலும், அவனது ஏனைய கதைகளையும் கேட்ட பிறகு ஒரு முடிவுக்கு வரலாம் என்று தீர்மானித்துக் கொண்டாள்.

“கடைசியில நாங்க பரீட்சை எழுதினோம். எங்களோட இலக்கு வெற்றியைத் தந்திருக்குங்குறது பரீட்சையோட ரிசல்ட்ஸ் வந்ததும்தான் புரிஞ்சது. எங்க வகுப்பில இருபத்தொரு பேர் இருந்தோம். அதுல பன்னிரண்டு பேர் உயர்தரம் படிக்குற அளவுக்கு பாஸாகியிருந்தாங்க. எனக்கு அந்த சம்பவத்தை எப்படியாவது ஞாபகம் வச்சுக்கணும்னு தோணிட்டே இருந்துச்சு. பிறகுதான் அதை இந்த வளையல் மூலமா ஞாபகம் வச்சுக்கலாம்னு தோணுச்சு.”

“நீங்களும் பாஸாகியிருந்தீங்களா?”

“இல்லையே... நான் கணக்குல ஃபெயில் ஆகிட்டேன். என்னைப் போல ரெண்டு, மூணு பேர் இருந்தாங்க.”

“நீங்களும் எக்ஸாம்ல பாஸாகியிருந்தீங்கன்னா இந்தக் கதை ஒரு வீரனோட கதையா ஆகியிருக்கும்” என்று அந்தக் கதைக்கு இறுதி விமர்சனத்தையளிப்பதுபோல அவள் கூறினாள்.

“அப்போ நான் இப்ப ஒரு வீரனில்லையா?”

“..................”

“உங்களுக்கு ஒரு விஷயம் தெரியுமா? உலகத்துல நிறைய விஷயங்கள் சக்கர வடிவத்துல, வளையங்கள், வளையல்கள் போலத்தான் நடந்துட்டிருக்கு” என்று வட்டமான அன்னாசித் துண்டொன்றைக் கடித்தவாறு கூறிய விஜித் தொடர்ந்தான்.

“என்னையே எடுத்துக்குங்க. காலையில இருந்து ராத்திரியாகும் வரைக்கும் பஸ்ஸுல மொரட்டுவையிலருந்து புறக்கோட்டைக்கு, புறக்கோட்டையிலருந்து மொரட்டுவைக்குன்னு வட்ட வட்டமா தினமும் சுழன்றுட்டேயிருக்கேன். நம்ம சூரியனும், சந்திரனும் கூட பால்வெளிங்குற வட்டப் பாதையிலதான் சுழன்றுட்டிருக்கு. அடுத்தடுத்த ஜென்மங்களை நீங்க நம்புவீங்கன்னா, வாழ்க்கைங்குறது கூட ஒரு வட்டத்துல பயணிப்பதுதான், இல்லையா? இருந்தாலும், நான் வளையல்களை அணிஞ்சு என்னோட வாழ்க்கைல திரும்பவும் நடக்க வாய்ப்பே இல்லாத எல்லாத்தையும்தான் ஞாபகம் வச்சுக்கப் பார்க்குறேன். சரி. அடுத்ததா என்னோட ரெண்டாவது கதையைச் சொல்றேன். என்னால முதலாவது கதையை ஞாபகம் வச்சுக்க வழியில்லாம இருந்துச்சுன்னு நான் ஆரம்பத்துல சொன்னேன் இல்லையா? காரணம், ஸ்கூல்ல இருந்து

விலகுறப்ப அஞ்சு சதம் கூட என்கிட்ட இருக்கல. ஒவ்வொரு நாளும் தேயிலைத் தோட்டத்து வேலைகள்ல வீட்டாட்களுக்கு உதவி செஞ்சுட்டிருந்தேன்னாலும் காசு உழைக்குற ஒரு தொழிலா நான் எதையுமே செஞ்சிருக்கல. எப்படியோ ஒரு நாள் ஒரு கூட்டாளி மூலமா பக்கத்து ஊரான பெல்மடுல்லயில ஒரு ரத்தினக் கல் சுரங்கத்துல வேலை செய்யத் தொடங்கினேன்."

அந்தக் கதை அவளுக்குள் ஒரு ரம்மியமானதோர் உலகத்தை சிருஷ்டிக்கத் தொடங்கியது. அது அவள் இதுவரை கண்டிராத உலகமாக இருந்தது. கடல், கரை, காடுகள் போன்றவற்றை அவள் அதுவரையில் கண்டிருந்தாள். என்றாலும் பூமிக்குக் கீழே அவ்வாறானதொரு விசித்திரமான உலகினுள்ளே அழகழகாக பிரகாசிக்கக் கூடிய பெறுமதியானவை பலவும் ஆங்காங்கே பரந்திருப்பதாகவும், அவை ஆங்காங்கும், வெகு ஆழத்திலும் இருப்பதனாலேயே மர்மமானதும், கம்பீரமானதுமான ஒரு உலகத்தை அவை தோற்றுவித்துக் கொண்டிருக்கின்றன என்றும் அவளது உலகத்தை விஸ்தாரமாக்க அவனால் முடிந்தது.

"ரத்தினக் கல் சுரங்க வேலை பற்றி உங்களுக்கு ஒண்ணும் தெரியாது. சுரங்கத்துக்குள்ள மாணிக்கக் கற்களைத் தேடுறதுங்குறது என்னைப் பொறுத்தவரைக்கும் இந்த பூமியைக் குறித்தும், மனுஷங்களைக் குறித்தும் ரொம்பக் கவலையைத் தரக் கூடிய ஒரு இடமாக இருக்கு. எனக்கு அப்பல்லாம் இந்த மாபெரும் பூமி ஒரு ஏழை முதிர்கன்னியாகத் தென்படுவாள். அந்தப் பெண் தன்னோட வாழ்நாள் முழுக்க சம்பாதிச்ச சொத்துக்களை பாதுகாப்பா வச்சிக்கிட்டு கல்யாண வாழ்க்கைக்காகக் காத்துட்டிருக்கா. அவளோட வஞ்சக மாப்பிள்ளைங்கதான் சுரங்கத்தோட சொந்தக்காரன்கள். அந்தப் பெண் தன்னோட சொத்துக்களுக்காக அல்லாம தன்னை நிஜமாவே நேசிக்குற ஒருத்தன் தன்கிட்ட வரும்வரைக்கும்தான் தன்னோட சொத்துக்களை ஆங்காங்கே ஒளிச்சு வச்சுக்கிட்டு காத்துட்டிருக்கா. அதைத் தெரிஞ்சுக்கிட்ட இந்த மாப்பிள்ளைகள் அடுக்கடுக்கா மண்ணைத் தோண்டித் தோண்டி, ஆழமா ஊடுருவி போலியான காதலைக் காட்டிக் காட்டி அந்த சொத்துகளை மோப்பம் பிடிப்பாங்க. அந்த இடத்துல உண்மையான காதல் இருக்கலாம், இல்லாமலும் இருக்கலாம். நானும் கூட ஒரு நாள் அப்படி ஒரு பெறுமதியான சொத்தைத் தேடிக் கண்டுபிடிச்சேன். சுரங்கத்தோட பாஸ் சொன்னத வச்சுப் பார்த்தா அது ஒரு நீல மாணிக்கம். அதனோட

அழகையும், அளவையும் வச்சு அவரால பெரியதொரு விலைக்கு அதை விற்க முடிஞ்சது. அதைத் தேடிக் கண்டுபிடிச்சதுக்குக் கூலியா எனக்கு பத்தாயிரம் ரூபா கிடைச்சது. அதுதான் நான் முதன்முதலா எனக்குன்னு வியர்வை சிந்தி சம்பாதிச்ச காசு. அந்த நாளை எப்படி ஞாபகம் வச்சுக்காம இருக்க முடியும்? ஒரு சின்னப் பொண்ணு வயசுக்கு வர்ற நாள்ல அவளுக்குத் தோன்றக் கூடிய உணர்வுக்கு சமமான ஒரு உணர்வுதான் அன்னிக்கு ஒரு ஆம்பளைக்குத் தோணும்னு நான் நினைக்குறேன். அதனால நான் அன்னிக்கு வீட்டுக்குத் திரும்பி வர்றப்ப, வீட்டுக்குத் தேவையான சில்லறைச் சாமான்களை வாங்கிக் கொண்டதோடு சந்தியிலிருந்த பெட்டிக் கடையில இந்த றப்பர் வளையலை வாங்கிக்கிட்டேன். நீலக் கலர் வளையல். இதுதான் அந்த மாணிக்கத்தோட கலர். இந்தப் பச்சை வளையலையும் அன்னிக்குத்தான் வாங்கினேன். இது நான் முதல்ல சொன்ன சம்பவத்துக்கான வளையல். உண்மையில பசங்க றப்பர் வளையல் போடுற ஃபேஷன் அந்த சமயத்துலதான் ஆரம்பிச்சிருந்ததுன்னு நினைக்கிறேன்."

அந்தக் கதைத் தொடர்கள் வரிசையாக அதன் பிறகு வெகுதூரம் பயணமாகத் தொடங்கின. இறப்பர் வளையங்களாக சுற்றிச் சுற்றிப் பயணித்த அவை, இறப்பர் வளையல்களைப் போலவே மிருதுவாக, மென்மையான உணர்வுகளை அவளுக்குள் கிளர்ந்தெழச் செய்தன. அந்த வளையல்கள் பூரணமாகியிருந்த அழகிய நீர்வர்ணச் சாயங்கள் போலவே மெல்லிய, இதமான பல வர்ண ஒளிக் கீற்றுகளால் அவளது உள்ளம் வெளிச்சம் பெறத் துவங்கியிருந்தது. தான் ஏதோவொரு இரகசிய நாடக மேடையின் ஒரேயொரு பார்வையாளராக ஆகியிருப்பதாகவும், அது எவருமே அறியாத, எவரும் ஒருநாளும் நினைத்துக் கூடப் பார்த்திராத இடமொன்றில் நிர்மாணிக்கப்பட்டிருப்பதாகவும் நினைத்துக் கொள்ளும்போது அவளது மகிழ்ச்சி இரண்டு, மூன்று மடங்குகளாக அதிகரிக்கத் தொடங்கியது.

காலிமுகத்திடல், கல்கிஸ்ஸ ஆகிய கடற்கரைகள், புறக்கோட்டை நடைபாதை ஆகிய இடங்களில் பரவிப் பாய்ந்த அந்தக் கதைத் தொடர்களிலிருந்த சில இடங்கள் அவளது மனதை ஆழமாக ஈர்த்திருந்தன.

கத்தரிப் பூ நிறத்தில் அவன் அணிந்திருந்த ஐந்தாவது வளையல் அவளது மனம் கவர்ந்த மற்றுமொரு வளையலாக இருந்தது.

அது அவன் கட்டிளம்பருவத்தில் காலடியெடுத்து வைத்த காலத்தில் ஏற்பட்ட முதலாவது ஒருதலைக் காதலின் உணர்வுகளை ஞாபகமாகத் தேக்கி வைத்திருக்கும் ஒன்று. அந்தக் காதல், கிரிக்கெட் போட்டியொன்றின் முதல் பந்தைப் போல எளிதாகப் பறந்து செல்ல இடமளிக்கப்பட்ட ஒன்றாக இருந்தது. வெளிப்படையாகச் சொல்லப்படாத முதலாவது ஒருதலைக் காதல்கள் பலவும் பெரும்பாலும் இவ்வாறு குறைந்த வயதில் தற்கொலை செய்து கொண்டவைதாம். இரண்டாவது காதலிலோ, அதற்குப் பிறகு காதலிக்கக் கிடைத்த சந்தர்ப்பங்களிலோதான் பெரும்பாலானோர் வெற்றியடைந்திருக்கிறார்கள். ஆனால் அவை எவையுமே விடலைப் பருவத்து முதற்காதலுக்கு சமமாகாது. அவனும் கூட அதைக் குறித்து அறிந்து கொண்டது இரண்டாவது விடலைக் காதலின் பிறகுதான் என்பதுதான் இங்கு சிறப்பானது. அதற்கு வெகுகாலத்துக்கு முன்பு, அதாவது அவனது பதினாறு வயதில் திருட்டுத்தனமாக தற்கொலை செய்து கொண்ட முதலாவது ஒருதலைக் காதலின் நினைவாக அவன் தனது இருபத்தோரு வயதில்தான் அந்த வளையலை அணிந்திருந்தான். ஊரில் நடைபெற்ற சித்திரைப் புத்தாண்டு விழாவில்தான் அவன், கத்தரிப் பூ நிற சீத்தைத் துணியில் தைக்கப்பட்ட கவுணொன்றை அணிந்திருந்த அந்த அழகிய இளம்பெண்ணை முதன்முதலாகக் கண்டான். அவ்வேளையில் அவள் கத்தரிப் பூ நிற வளையலொன்றையும் அணிந்திருந்ததுதான் சிறப்பானது.

அவன் அணிந்திருந்த சோகத்தைப் பிரதிபலிக்கும் வெண்ணிற வளையலொன்றும் அவளது மனதை ஈர்த்திருந்தது. அதில் சகோதர பாசமொன்றின் இருண்ட பாகம் பதிவாகியிருந்தது.

முன்னொரு காலத்தில், அழகான கிராமமொன்றில், பேரழகியொருத்தி இருந்தாள். அவள் யானைத் தந்த நிறத் தோலைக் கொண்டவளாக இருந்தாள். அவளது கரு நிறக் கூந்தல் முழங்கால்கள் வரை நீண்டிருந்தது. அழகான பூனைக் கண்களையுடையவள். பாசம் எப்போதும் பொங்கி வழியும்விதமான பாந்தமான, அழகிய முகம். நீல மலைகளிடையே வழியும் எழில் மிகுந்த நீர்வீழ்ச்சிகளின் ஈரலிப்புகளோடு இருந்த அந்தக் கிராமத்தைப் போலவே, அந்தக் கிராமத்திலிருந்த அவளும் கூட மிகுந்த ஈர மனதோடு, நிழலிலேயே செழிப்பாக வளர்ந்திருந்தாள். அவள்தான் அந்தக் குடும்பத்தில் மூத்தவள். சமையல் உட்பட, வீட்டில் அனைத்து வேலைகளையும்

அவள்தான் செய்து வந்தாள். அந்த வேலைகளை அவள் மிகுந்த பக்தியோடுதான் செய்தாள்.

இப்படி, இப்படியே எல்லாம் நடந்து கொண்டிருக்கும்போது அவளுடைய இதயம் ஒரு இளைஞனின் இதயத்தை ஈர்த்தது. தேயிலைக் கொழுந்துகளைக் கொண்டு செல்லும் லாரியில், கொழுந்துகளை எடை பார்க்கும் இளைஞன் அவன். அந்தக் காதல் தொடர்பு மிகவும் இரகசியமாகவே அவர்களிடையே பேணப்பட்டு வந்தது. ஒரு நாள் அவள் ஏதோவொரு வேலைக்காக தனியாக நகரத்துக்குப் போயிருந்தாள். அந்தப் பயணத்தின் போது, தற்செயலாக அவனை அங்கு சந்திக்க நேர்ந்திருக்கிறது. இருவருமே வியந்து போயிருக்கிறார்கள். முதலில் இருவரும் போய் ஒரு கடையில் குளிர்பானத்தை அருந்தியிருக்கிறார்கள். பிறகு தெரு வழியே நடந்தே ஒரு சினிமா தியேட்டருக்குப் போய் திரைப்படமொன்றைப் பார்த்திருக்கிறார்கள். மாலையாகி விட்டிருக்கிறது. இனி வீட்டுக்குப் போகலாமென்று இருவருமாக பேரூந்தில் ஏறியிருக்கிறார்கள். அது அவனது ஊருக்குச் செல்லும் பேரூந்து. எங்கு போகிறோம் என்று அவளும் கேட்கவில்லை. அவனும் அவளைக் கூப்பிடவுமில்லை. இருவரும் நேராக அவனது வீட்டுக்குப் போயிருக்கிறார்கள். இளைஞனின் அம்மாவுக்கு கடும் சந்தோஷம். அவளைப் புது மணப் பெண்ணாகக் கருதி நன்றாகக் கவனித்துக் கொண்டாள். மறுநாளே இன்னும் இரண்டு பெரியவர்களோடு இவர்களைக் கையோடு கூட்டிக் கொண்டு போய் விவாகப் பதிவாளர் முன்னிலையில் இருவருக்கும் திருமணம் முடித்து வைத்தாள்.

அந்தப் பேரழகிதான் விஜித்தின் பெரியக்கா. அந்தத் திருமணம் அவ்வளவு எளிமையாக நடைபெற்றதைக் குறித்து தனக்குள் இப்போதும் வெளியே சொல்ல முடியாத கவலை இருப்பதாக அவன் கூறி வருத்தப்பட்டான். அந்த வெண்ணிற வளையலுக்கு அந்தக் கவலைதான் காரணமாக இருந்தது.

இவ்வாறாக கதைகள் பலவும் சமுத்திரம் போல பெருமளவில் அலையடித்துக் கொண்டிருக்கையில்தான் இரேஷாவின் வாழ்க்கையும் மாறியது. கொழும்புக்கு கணிணி வகுப்புக்குப் போய்க் கொண்டிருந்தவள் அது வெற்றிகரமாக முடிந்ததும் வேலைக்குச் செல்ல நேர்ந்தது.

கொழும்பு, கொள்ளுப்பிட்டியவில் அடுக்குமாடிக் கட்டிடமொன்றினுள் அமைந்திருந்த தனியார் நிறுவனமொன்றில் அவளுக்கு வேலை கிடைத்தது. அதனுள்ளே குளிர்பதன அறைகளுக்குள்ளிருந்த கட்டுமஸ்தான இளைஞர்கள் தமது கை மணிக்கட்டுகள் வரை நீண்ட மேற்சட்டைகளையும், அவற்றுக்குப் பொருத்தமாக கழுத்தில் டைகளை அணிபவர்களாகவும் இருந்தார்கள். என்றாலும், வார இறுதி நாட்களின் இரவுகளில் அவர்கள் தமது அலுவலக உடைகளுக்கு முற்றிலும் மாற்றமான ஆடைகளை அணியக் கூடும் என்றும், உடற்பயிற்சி உபகரணங்களின் உதவியைக் கொண்டு தமது தேகங்களைக் கட்டுமஸ்தானவையாக மாற்றியவாறும், நீச்சல் தடாகங்களில் நீந்திக் கொண்டுமிருப்பார்கள் என்றும் அவள் கருதினாள். குறைந்தது இரண்டு கைபேசிகளையாவது பாவித்த அவர்களிடம் நான்கு சிம்களாவது இருந்தன. அதனால் வளையலொன்றில் கோர்த்து நினைவு வைத்துக் கொள்ளுமளவுக்கு அவர்களிடம் எந்த ஞாபகங்களுமிருக்காது என்றும் அவளுக்குத் தோன்றியது.

தனது புதிய ஜீவிதத்துக்குப் பொருந்தும் விதமாக அவள் மாறினாள். ஆடை அணிகலன்களால் மாத்திரமல்லாமல், தனியார் வாகனமொன்றுக்குப் பணம் செலுத்தி அன்றாடம் வீட்டு வாசலிலிருந்தே அதில் ஏறியிறங்கி அலுவலகத்துக்குப் போய் வரத் தொடங்கியிருந்தாள். இதனிடையே வளையல் கதைகளை அவள் முற்றாக மறந்து போய் விட்டாளென்று கூற முடியாவிட்டாலும், வளையல்கள் வித்தியாசமான வடிவங்களில் அவளது வாழ்க்கையோடு முடிச்சிடப்பட்டிருந்தன.

அலுவலகத்தில் தனக்கென்றே ஒரு பிரத்தியேகமான அடையாளத்தை உருவாக்கிக் கொள்ள வேண்டும் என்று அவளுக்குத் தோன்றியிருந்தது. அது அந்தளவு பெரிய மாற்றமாக இல்லாமல், ஆடை அணிகலன்களால் மாத்திரம் பகட்டாக மாற்றிக் கொள்ள வேண்டிய ஒன்று என்பதை உணரும் அளவுக்கு அவள் அவ்வேளையில் பக்குவமடைந்திருந்தாள்.

அவள் தான் அணியும் ஆடைக்குப் பொருத்தமாக வளையல்களை அணியத் தொடங்கினாள். அதற்காக அவள் பல்பொருள் அங்காடிகளின் ஆபரண அடுக்குகளருகே நடமாடி பல்வேறு வர்ணங்களில், பல்வேறு வடிவங்களில் நிறைய வளையல்களை வாங்கிச் சேகரித்தாள். அதற்கு அனைவரிடமிருந்தும் நல்ல

வரவேற்பு இருந்தது. அவளது பெயரை ஞாபகம் வைத்திருக்காத பலரும் அவளில்லாத இடங்களில் அவளைக் குறித்துக் கதைக்கும்போது ‘அந்த வளையல்கள் அணியும் பெண்’ என்று குறிப்பிட்டார்கள். வாலிபர்களோ ‘அந்த வளையல்கள் அணியும் அழகி’ என்றார்கள்.

அவள் அந்த வளையல்களைப் போட்டு வைத்திருக்க வீட்டில் சற்றுப் பெரிய தகரப் பேணியொன்றைத் தேடிக் கண்டு பிடித்திருந்தாள். அதைத் திறந்து மூடும்போதெல்லாம் பேரூந்தின் தகர ஓசை அதிலிருந்து வருவதாக அவளுக்குத் தோன்றியது.

மறுநாள் அணியப் போகும் ஆடைக்குப் பொருத்தமான வளையல்களை முந்தைய நாள் இரவே தனியாக எடுத்து வைக்க அவள் பழகியிருந்தாள். அவ்வாறாகத் தன்னை அலங்கரித்துக் கொண்டு காலையும், மாலையும் வேலைக்குப் போகும்போதும், வரும்போதும் தனது வாகனத்தின் அருகே மொரட்டுவை புறக்கோட்டை பேரூந்து செல்லும் போதெல்லாம் அவளது மனம் துணுக்குற்றது. என்றாலும், அவள் அந்த உணர்வுகள் தன்னை வெகுவாக ஆக்கிரமிக்க இடமளிக்கவில்லை. ஆடைக்குப் பொருத்தமான வளையல்களை இடும் பெண்ணொருத்தியைத் தேடிக் கொண்டிருந்த கட்டுமஸ்தான, கழுத்தில் டை அணியும் இளவரசனொருவன் வந்து அவளுக்குள் முடிச்சிட்டிருந்த வளையல் ஞாபகங்களை ஒவ்வொன்றாக அவிழ்த்தெறிந்தான்.

மொரட்டுவை பேரூந்து, அவள் வழமையாக ஏறும் சினிமா தியேட்டர் நிறுத்தத்துக்கு அருகில் வரும் ஒவ்வொரு தடவையும் விஜித்தின் உள்ளம் பதறியது. ஆனால் அந்த நிறுத்தத்திலிருந்து அவன் எதிர்பார்த்தவள் ஏறவேயில்லை. ஆகவே, மக்கள் செறிந்திருந்த பேரூந்தொன்றுக்குள் இருந்தவர்கள் அனைவரும் ஒரே நிறுத்தத்தில் இறங்கிச் சென்றது போன்ற வெறுமையான உலகத்துக்குள் தான் தள்ளி விடப்பட்டிருப்பது போல அவன் உணர்ந்தான்.

பேரூந்தில் பயணச் சீட்டைக் கிழித்துக் கொடுக்கும் பையனொருவனின் வளையல்களைப் பின் தொடர்ந்து தேடி வந்து கதைத்த தைரியமான இளம்பெண்ணுக்காக புதியதொரு வளையலை அணிய வேண்டுமென்று அப்போதுதான் அவன் தீர்மானித்தான். அவ்வாறான ஒரு பெண்ணை, தான் இனிமேல் சந்திக்கவே மாட்டேனென்று அவனுக்குத் தோன்றியிருந்தது. அதை அவளிடம் சொல்லி, அவளது கையாலேயே அந்த வளையலை

அணிந்து கொள்ளவும், மீண்டும் காதலுக்காக எந்த வளையலையும் தனது கையில் இனிமேல் அணியப்போவதில்லை என்பதை அவளிடம் கூற வேண்டுமென்றும் அவன் காத்திருந்தான்.

என்றாலும், ஒரு நாள் தெஹிவளையில் வைத்து, வாகன நெரிசலில் பேரூந்து சிக்கியிருந்த வேளையில், அருகில் நின்றிருந்த குளிர்பதனம் செய்யப்பட்ட வாகனத்தினுள்ளே சொகுசாக அமர்ந்தவாறு அவள் பயணித்துக் கொண்டிருப்பதை அவன் நேரில் கண்டான். கறுப்பு நிற காற்சட்டையும், கத்தரிப் பூ நிறத்தில் பூரித்திருந்த மேற்சட்டையும், அதற்குப் பொருத்தமாக இளம் கத்தரிப் பூ நிறப் பின்னணியில் கறுப்பு வைரமோடிய வளையலொன்றையும் அணிந்திருந்த அவள் அவனைக் கவனிக்கவில்லை. புகையும், இரைச்சலும், புழுதியும் நிறைந்த தனது பேரூந்து செல்லும் அதே பாதையில் அவள் குளிர்பதனம் செய்யப்பட்ட தனியான உலகமொன்றை உருவாக்கி அதற்குள் சஞ்சரித்துக் கொண்டிருப்பதாக அவனுக்குத் தோன்றியது. அந்த எண்ணங்களால் அவனது வளையல்களின் உலகம் புகையாலும், புழுதியாலும் மூடப்பட்டதோடு, இருவிழிகளிலிருந்தும் சூடான கண்ணீர் வழிந்தோடத் தொடங்கியது. அவனது உலகில் அனைத்தும் தலைகீழாகப் புரண்டன. எஞ்சிய சில்லறையை ஒழுங்காகக் கொடுக்கத் தவறி இரண்டு, மூன்று பேரிடம் திட்டு வாங்கினான். ஆட்கள் இறங்குவதற்கு முன்பே பேரூந்தில் மணியடித்து அதைப் புறப்படச் செய்ததால் பலரிடமும் அடி வாங்கப் போய் ஒருவாறாகப் பிழைத்துக் கொண்டான். அன்றுதான் அவன் மொரட்டுவை பொல்கொட கங்கையில் தனது கைகளிலிருந்த வளையல்கள் அனைத்தையும் கழற்றி வீசியெறிந்து தனது பேரூந்து நடத்துனர் வேலையைத் துறந்தான்.

அதன் பிறகு அவன் ஊருக்குப் போய் அங்கு சிலருடன் இணைந்து மற்றுமொரு வேலைக்குப் போகத் தொடங்கினான். கழிப்பறைக் குழிகளைத் தோண்டிக் கொடுக்கும் வேலை அது. ஆழமாகக் குழியினைத் தோண்டி, அந்த ஆழத்துக்குப் பொருத்தமான மூன்றடி அகல கொங்க்றீட் வளையங்களை உள்ளே இறக்க வேண்டியிருந்தது. கொங்க்றீட் வளையங்களை பூமிக்குள்ளே இறக்கும் அந்த வேலையை கையில் ஒரு வளையலைக் கூட அணியாமலேயே அவன் வெகு சீக்கிரமாகவே கற்றுக் கொண்டு விட்டிருந்தான்.

❒ ❒ ❒

மேகப் பெண்கள்

அப்போதுதான் நான் வேலைக்குப் போகத் தொடங்கியிருந்தேன். அமைச்சகமொன்றில் அபிவிருத்தி உத்தியோகத்தர் வேலை. நான் தங்கியிருந்த மஹரகம பிரதேசத்திலிருந்து பொரளையிலிருந்த அந்த அலுவலகத்துக்கு ஒரு சிறிய ரயிலில்தான் வந்து போய்க் கொண்டிருந்தேன். அந்த ரயில் பாதையும், ரயிலும் நகரத்திலிருந்து ஒதுக்கப்பட்டவை போல தனித்திருந்தன. நுகேகொடை, நாரஹேன்பிட நகரங்களின் ஒதுக்குப்புறங்களினூடாக யாரும் அறியாமல் மறைவாக கொழும்பு, கோட்டைக்குப் போய் வரும் பயணமொன்றே எப்போதும் அதற்கிருந்தது. வாயில்களிலும் ஆட்கள் தொங்கிக் கொண்டிருக்க, அடுக்கடுக்காக ஆட்களை ஏற்றிச் செல்லும் ரயிலொன்றல்ல அது. சன நெரிசலிடையே புகுந்து சிக்கித் தவிக்காமல் மனம் விரும்பிய விதத்தில் எந்த ஆசனத்திலும் அமர்ந்து பயணிக்கும்படியான சுதந்திரம் அந்த ரயிலுக்குள் இருந்தது. பொதுப் பேரூந்துகளில் நசுங்கியவாறு தெருக்களின் வாகன சமிக்ஞைகளில் காத்திருப்பதை விடவும் அது எவ்வளவோ நல்லது என்றுதான் நான் உணர்ந்திருந்தேன்.

அவ்வாறான ஒரு பயணத்தின் போதுதான் அவனைச் சந்தித்திருந்தேன்.

ஒரு நாள் நான் பொரளை ரயில் நிலையத்தில் வழமை போலவே இறங்கிக் கொண்டதும் சேலைத் தலைப்பைக் கையிலெடுத்துக் கொள்ள மறந்து விட்டிருந்தேன். எனவே எனது ஒரு கை சுதந்திரமாக அசைந்து கொண்டிருந்ததால் மிகுந்த ஆறுதலை உணர்ந்தேன். நான் கட்டியிருந்த இள

நீல நிறச் சேலையின் தலைப்பு மேகமொன்றைப் போல காற்றில் அலைந்தவாறு என் பின்னால் வந்திருக்கக் கூடும். கடைசிப் படிக்கட்டிலிருந்து இறங்கி இரண்டு, மூன்று அடிகள்தான் எடுத்து வைத்திருப்பேன். யாரோ திடீரென்று என்னைப் பின்னாலிருந்து இழுப்பது போன்ற ஏதோ ஒன்று நிகழ்ந்தது. நான் பின்புறமாக விழப் பார்த்தேன். அப்போது சேலைத் தலைப்பின் ஒரு முனை கடைசிப் படிக்கட்டின் மீதிருந்திந்தது. அதை அவன் மிதித்து விட்டிருந்தான். அதல பாதாளமொன்றில் விழப் பார்த்துத் தப்பித்தது போல எனது நெஞ்சம் வேகமாகத் துடித்துக் கொண்டிருந்தது.

“ஸாரி... நான் கவனிக்கல.”

அவன் சேலைத் தலைப்பை எடுத்து எனது கையில் தந்தவாறே கூறினான்.

“நான் கூட இன்னிக்கு இறங்குறதுக்கு முன்னாடி முந்தானையைக் கையில எடுத்துக்க மறந்துட்டேன். அதான்.”

“இருந்தாலும் அழகா இருந்துச்சு அது. முந்தானை ஒரு மேகம் போல உங்க பின்னாலயே வந்தது அழகா இருந்துச்சு.”

அதன் பிறகு அவன் எந்நாளும் எனது சேலைத் தலைப்பைத் தனது கையில் ஏந்தியவாறு பொரளையில் இறங்கப் பழகியிருந்தான்.

நாங்கள் ஒவ்வொரு நாளும் ஒவ்வொரு விடயங்களைப் பற்றி கதைத்தோம். ஹைலெவல் வீதியின் வாகன நெருக்கடி முதல் குப்பைமலை சரிந்து வீழ்ந்தது வரை கதைத்தோம். எனது சேலைகளைப் பற்றி, அவனது இரண்டு பாக்கெட்டுகளைக் கொண்ட ஷேர்ட்களைப் பற்றி, நான் வாசிக்கும் புத்தகங்களைப் பற்றி இப்படி நிறைய விடயங்களைப் பற்றிக் கதைத்துக் கொண்டேயிருந்தோம். அவனோ பாடசாலையில் உயர்தரம் படிக்கும் காலத்தில் கட்டாயமாக வாசிக்கச் சொல்லியிருந்த நூல்களையல்லாமல் அதன் பிறகு வேறு எந்த நூல்களையும் தான் வாசித்ததேயில்லை என்று கூறியதோடு, ஆறுதலாக புத்தகங்களை வாசிக்க வேண்டும் என்ற ஆவல் தனக்கிருப்பதாகக் கூறினான். இப்போது கழித்துக் கொண்டிருக்கும் வாழ்க்கையில் எப்போதாவது தொலைக்காட்சி நாடகமொன்றைப் பார்ப்பதல்லாமல் வேறு எதற்கும் தனக்கு நேரமே கிடைப்பதில்லை என்றான்.

ஒரு நாள் நாங்கள் இருவரும் திடீரென்று தீர்மானித்து ரயில் பயணத்தின் இடைவழியில் நாரஹேன்பிட ரயில் நிலையத்தில் இறங்கிக் கொண்டோம். அங்கிருந்து பெருந்தெருவுக்கு நடந்தே வந்து பொரளைக்கு பேரூந்தில் சென்றோம். அன்றுதான் அவனது நடையழகை நான் கண்டேன். தரையில் தனது பாரம் முழுவதையும் அழுத்தி நடக்கும் குட்டி யானையொன்றைப் போல அவன் நடந்தான். காற்றில் அலைக்கழிக்கப்பட்டுக் கூடவே வரும் ஒரு துரும்பைப் போல, ஒல்லியான நான் மேகத்தை எனது தோளில் இட்டவாறே அவனோடு ஒட்டிக் கொண்டு நடந்தேன். நான் என்னிலிருந்து விலகி நின்று, எம் இருவரையும் பார்த்துக் கொண்டிருந்தபோதுதான் எனக்கு அவ்வாறு தோன்றியது. பொரளை சந்தியில் வைத்து நாங்கள் சுரங்கப் பாதையில் இறங்கி நடந்தோம். அவன் பார்த்த தொலைக்காட்சி நாடகமொன்றில் ஒரு கதாபாத்திரம் தனது நண்பன் இறந்து போன துயரத்தோடு இதே படிக்கட்டில் இறங்குவது போன்ற காட்சி இருந்ததாகக் கூறினான். என்றாலும், அப்போது எனது விழிகள் மகிழ்ச்சியால் பிரகாசித்துக் கொண்டிருந்தன. அவ்வாறான ஒரு கவலையோடு நாங்கள் இருண்ட குகையொன்றுக்குள் ஒளிந்து கொள்வது போல அவ்வேளையில் ஒருபோதும் நான் உணரவேயில்லை. தரைக்குக் கீழேயிருந்த கடையொன்றில் பூந்தியை வாங்கிச் சுவைத்துக் கொண்டே எமது அலுவலகங்களின் குறுகிய கால விடுமுறை நேரம் முடியும்வரைக்கும் அதனுள்ளேயே அங்குமிங்குமாக அலைந்து கொண்டிருந்தோம்.

அவன் என்னைப் போல தொலைவிலிருக்கும் குக்கிராமமொன்றிலிருந்து கொழும்புக்கு வந்து விடுதியறையில் தங்கியிருக்கும் ஒருவனல்ல. கொழும்புக்கு அண்மையிலிருந்த ஹோமாகம பிரதேசத்தில் பிறந்து, வளர்ந்து அங்கேயே வசித்துக் கொண்டிருப்பவன். அவனது ஊர் கொழும்புக்கு ஒதுக்குப்புறமாக இருந்தபோதிலும் தினந்தோறும் காலைவேளைகளில் ஆளையாள் முண்டிக் கொண்டு வேலைக்குப் போய் இரவாகி வீடு திரும்புபவர்கள்தான் அங்கு நிறைந்திருப்பதாக அவன் கூறினான். வார நாட்களில் பகல்வேளைகளில் ஆளரவமேயில்லாமல் விந்தையானதொரு அமைதியோடு பாழடைந்த ஊர் போல அவனது ஊர் காணப்படுமாம். அவ்வாறானதோர் அமைதி, நகரத்திலிருந்தும் தொலைதூரத்திலிருக்கும் எல்லைக்

கிராமமொன்றில் கூட இருக்காது என்று அவன் உறுதியாகக் கூறினான்.

இவ்வாறாகக் காலம் கடந்து கொண்டிருக்கையில் ஒரு நாள் அவன் கொழும்பிலிருந்தும் தொலைதூரத்திலிருந்த அனுராதபுரத்துக்குப் போய் வரலாம் என்று என்னைக் கூப்பிட்டான். அப்போது எனது தோளிலிருந்த மேகம் நன்றாக இருண்டு கருத்துப் போய் என்னைப் போர்த்தி மூடுமளவுக்குத் தடித்துப் போயிருந்தது. நான் உடனடியாக அதற்கு சம்மதித்து விட்டேன்.

அவன் நீல நிற குட்டைக் காற்சட்டையும், டீ ஷர்ட்டையும் அணிந்து, நண்பனொருவனின் காரை எடுத்துக் கொண்டு காலைவேளையில் பொரளைக்கு வந்தான். எனக்கு அவ்வாறான பயணங்கள் போன அனுபவமே இருக்கவில்லை. நான் இளங் கபில நிறமும், மென் சிவப்பு நிறமும் கலந்திருந்த தாவணியோடு, பஞ்சாபி சல்வாரொன்றை அணிந்திருந்தேன். அந்தப் பயணத்தின் தொடக்கத்திலேயே எனக்கு அந்த ஆடை பொருந்தவில்லை என்பதை நான் உணர்ந்திருந்தேன். ஆகவே பயணத்தின் இடைநடுவே வறக்காப்பொலையில் வைத்து தேநீர் அருந்தவென காரை நிறுத்தியதுமே ஜீன்ஸையும், டீ ஷர்டையும் எடுத்து அணிந்து கொண்டேன். என்றாலும் அந்தத் தாவணியைத் தோள்களிலிருந்து அகற்றவேயில்லை.

அவ்வாறானதொரு தொலைதூரப் பயணத்தில் என்னென்ன செய்ய வேண்டுமென்று பட்டியலிட்டிருந்த அனைத்தையும் செய்தவாறுதான் நாங்கள் அந்தப் பயணத்தைப் போய்க் கொண்டிருந்தோம். கஜுகமையில் வைத்து அழகான சிவப்புப் பூக்களைக் கொண்ட கவுணொன்றை அணிந்திருந்த இளம்பெண்ணொருத்தியிடம் முந்திரிப்பருப்புகளை வாங்கிச் சுவைத்தோம். படகமுவையில் தேங்காய் ரொட்டி சாப்பிட்டு ஆவாரம் பூச் சாறு பருகினோம். மதியமானதும் தம்புள்ளையில் குளக்கரையோரமிருந்த மருத மரத்தடியில் ஒரு சோற்றுப் பார்சலை விரித்து வைத்து இருவருமாக உண்டோம். இப்படியாக அனுராதபுரத்தைப் போய்ச் சேர்ந்த போது வெயில் தணிந்திருந்தது. முதலில் அங்கு குளத்துக்கு அருகாமையிலிருந்த ஹோட்டலொன்றுக்குப் போய் அறையெடுத்தோம். இரவானதும் புனித நகரில் உலாப் போக வேண்டும் என்று தீர்மானத்திருந்தோம்.

அறையினுள்ளே கட்டில் மீது வெண்ணிற மேகமொன்று விரிக்கப்பட்டிருந்தது. எனது தோள்களைத் தழுவியிருந்த மேகம் கழன்று கட்டிலருகே தரையில் விழுந்தது. கட்டில் மீதிருந்த மேகம் பனிக்கட்டிக் குளிர் போல சில்லென்றிருந்தது. நான் அந்த மேகத்தில் குதித்து மூழ்கிப் போனேன். அந்தக் குளிர் நீரில் மூழ்கி கை காலை உதைத்துத் தத்தளிக்கையில்தான் கவிழ்ந்திருந்த ஓடமொன்று எனக்குத் தட்டுப்பட்டது. நான் அந்த சூடான ஓடத்தைப் பிடித்துத் தண்ணீரிலிருந்து பாடுபட்டுத் தலையைத் தூக்கி மூக்கையும், வாயையும் தண்ணீருக்கு வெளியே நீட்டி சுவாசிக்க முற்பட்டேன். அந்த ஓடத்திலிருந்து வர்ணச் சாய வாடையும், ஈரலிப்பான நீலப்பச்சைப் பாசி வாடையும் கலந்த வாசனையொன்று வீசியது. மரத்துப் போயிருந்த அந்த ஓடம் படிப்படியாக உயிர் பெற்று தனது உருவத்தை மாற்றியவாறே இறுக்கமாக என்னைப் பற்றிப் பிடித்து அரவணைத்துக் கொண்டது. எனக்குப் பாதுகாப்பளித்தது. மெதுமெதுவாக நாங்களிருந்த மேகப் பரப்பு ஓடத்தோடு சேர்ந்து ஒரே தாளத்தில் ஆடி அசையத் தொடங்கியது. அந்தத் தாளத்தைத் தோற்றுவித்தது ஓடமா, மேகமா என்ற தடுமாற்றத்தோடு எனது கீழுடம்பானது வலிக்கும், சுகத்துக்குமிடையிலான வெளியொன்றில் மிதந்து கொண்டிருந்தது. வெயிலில் சூடேறிப் போயிருக்கும் குளத்து நீரில் அந்திவேளையில் மூழ்கியெழுந்தது போல இதமாக வெப்பமேறியிருந்தது மேகம்.

சற்று நேரத்தில் நாங்களிருவரும் அந்த மேகத்தின் மீது மூச்சிறைத்துக் கொண்டிருந்தோம். கலங்கிய செந்நிறக் குருதிக் கறையொன்று, கசங்கிய வெண்ணிற மேகத்தின் ஓரிடத்தில் நிலைத்திருந்தது.

அவன் அதைத் தாமதமாகத்தான் கண்டான்.

ஏதோ குற்றமிழைத்தவன் போல உடனே எழுந்து கட்டிலின் ஓரமாக அமர்ந்து கொண்டவன் நிறையத் தண்ணீரைக் குடித்துக் கொண்டேயிருந்தான். பிறகு அருகிலிருந்த துண்டையெடுத்து இடுப்பில் கட்டிக் கொண்டவாறே குளம் தென்படும் ஜன்னலோரமாகச் சென்றான்.

“நீ முன்னாடியே சொல்லியிருந்தீன்னா நான் கொஞ்சம் கவனமா இருந்திருப்பேன்.”

அவன் எனது விழிகளைத் தவிர்த்தவாறே கூறினான்.

“இன்னொருத்தனுக்குக் கொடுக்கணும்னு நான் பாதுகாப்பா வச்சிருந்த ஒண்ணு இல்ல அது. உங்களுக்காகத்தான் வச்சிருந்தேன். நீங்க கூட இதையெல்லாம் அந்தளவு முக்கியமானதாப் பார்க்க மாட்டீங்கன்னுதான் நான் நினைக்குறேன். ஏன்னா நீங்க மேகப் பெண்ணொருத்தியைத்தானே காதலிச்சிட்டிருக்கீங்க.”

எனது அந்தப் பதில் எமக்கு நடுவே ஏதோவொரு எல்லைக் கோட்டை வரையத் தொடங்கியது. தனது கன்னிமையை இழந்ததற்காக அழுது புலம்பும் பெண்ணொருத்தியைத்தான் அவன் என்னிடம் எதிர்பார்த்திருந்தான் என்பது எனக்கு விளங்கியது. அவன் எனக்கு முதுகு காட்டியவாறு ஜன்னலருகே அமர்ந்திருந்தான். ‘ஐயோ என்னைக் கை விட்டு விடாதீர்கள்’ என்று நான் அவனது காலைப் பிடித்துக் கெஞ்சிக் கதறியழுவதை எதிர்பார்த்துத்தானே அவன் காலுக்கு மேல் கால் போட்டு அமர்ந்து மேலேயிருந்த காலை ஆட்டிக் கொண்டிருக்கிறான் என்று எனக்குத் தோன்றியது. தொலைவானில் சிவந்த உருண்டையொன்று போல சூரியன் மறைந்தது. மிகுந்த கஷ்டப்பட்டு ஒரு பொருளைத் திருடிய திருடனிடம் போய், ‘அடடா... அது அத்தனை பெறுமதியான பொருளில்லை. நானே அதை இன்னொருவருக்குக் கொடுத்து விடத்தான் வைத்திருந்தேன்’ என்று சொன்னால் எப்படித் தடுமாறிப் போவானோ அதே போன்றதொரு நிலையில் அவன் இருந்தான்.

மறுநாள் இருவரும் பட்டும் படாமல் புனித நகரில் நடந்து விட்டு, கொழும்புக்குத் திரும்பி வந்த வழி முழுவதும் ஆகாயத்தில் மேகங்களே இருக்கவில்லை. தனித்த நீல வானத்தின் கீழ் நாங்கள் இருவரும் கொழும்புக்கு வந்திருந்தோம். வந்த வழி நெடுகவும் அவன் தேவைக்கும் அதிகமாக ஆக்சிலேட்டரை அழுத்திக் கொண்டே வந்ததை நான் உணர்ந்திருந்தேன்.

***

“பெண்ணொருத்தியின் சுதந்திரமும், சுயாதீனமும் அவளது வாழ்க்கையில் ஒரு மேகமாகத்தான் பிணைந்திருக்கிறது என்று இப்போது நாங்கள் கருதுவோம். அந்த மேகமானது அவளது வாழ்க்கையோடு பின்னிப் பிணைந்து படிப்படியாக வளர்ந்து பெரிதாக வேண்டும். ஆனால் பண்பாடுகளும், சம்பிரதாயங்களும் நிறைந்த நமது சமூக அமைப்பானது, பெண்ணொருத்தியின்

சுதந்திரத்தையும், சுயாதீனத்தையும் குலைப்பதையே அடிப்படை நோக்கமாகக் கருதி இயங்கிக் கொண்டிருக்கிறது."

சர்வதேச மகளிர் தினத்தை முன்னிட்டு ஒளிபரப்பாகிக் கொண்டிருந்த தொலைக்காட்சி நிகழ்ச்சியொன்றில் சிறப்பு அதிதியாகக் கலந்து கொண்டிருந்த அவள் கூறிக் கொண்டிருந்தாள்.

சட்டென்று நின்று போன அவளது மேகக் காதல் கதையின் பிறகு அந்தக் காதல் தொடர்புக்கு ஏதுவாக அமைந்த அந்த இனிய மேகத்தைக் குறித்து நினைப்பதை மாத்திரம் அவள் நிறுத்தவேயில்லை. மெதுமெதுவாகத் தனக்குள் காமம் தலைதூக்கும்போதெல்லாம் அவள் அந்த மேகத்தை நிலவில் நட்டு அதன் பாட்டில் வளர விட்டாள். மேகம் எனப்படுவது அவள் இவ்வளவு காலமும் சம்பாதித்திருக்கும் மிகப் பெரும் சொத்து என்பதாகவும், அது அவளது வருங்கால வாழ்க்கையையும் செழிப்பாக்கப் போகும் ஒரே வழி என்பதாகவும் அவள் எப்போதும் நம்பினாள்.

இதனிடையே பத்திரிகை விளம்பரமொன்றைக் கண்ணுற்று பல்கலைக்கழகமொன்றில் வெளிவாரியாக உளவியலைக் கற்றாள். தனது மனதினுள்ளே தவழ்ந்து கொண்டிருக்கும் மேகங்களின் வாழ்வியல் ஞானத்தை மேலும் பலப்படுத்துவதையும், ஏதேனும் அதிகாரபூர்வ ஞானத்தைத் தான் அடைந்து கொள்வதையும் அந்தக் கல்வியின் மூலமாக அவள் எதிர்பார்த்தாள். அதைத் தனிப்பட்ட வாழ்க்கை ஞானமாகப் பார்க்காமல் பெண்களின் விடுதலைக்காக எழுப்பும் குரலொன்றாக ஆக்குவது பெண்ணொருத்தியாகத் தனது கடமை என்றே அவள் கருதினாள். வரட்சியால் சூழப்பட்ட கோடை காலமொன்றே தூண்களேயற்ற ஆகாயம் எனப்படுகிறதென்றும், அவ்வாறானதோர் பஞ்சத்தை அகற்றும் சிறப்பான ஜீவன்களே பெண்கள் எனப்படுபவர்கள் என்றும் சிறிது சிறிதாகவேனும் தனது மேகச் சித்தாந்தத்தைப் பரப்ப அவள் முயன்று கொண்டிருந்தாள். பெண்கள் எனப்படுபவர்கள் மென்மையான மேக ஜீவன்கள் என்றும் அவை ஆகாயத்தில் சஞ்சரிக்கும்போதே பூமியின் மீதும் பௌதீக ரீதியில் சஞ்சரித்துக் கொண்டிருப்பதாக அவள் அதற்குக் காரணம் சொன்னாள். அந்த மேகங்கள் சில சமயங்களில் அவளுக்குள் கடும் சூரிய ஒளியை மறைத்து நிழல் தந்தன. சில சமயங்களில் குளிர் மழையைப் பொழிந்தன.

'மேகப் பெண்கள்' என்ற தலைப்பில் அவள் தொடங்கிய சமூக வலைத்தளக் குழுமத்தில் தினந்தோறும் ஆட்கள் இணைந்து கொண்டேயிருந்தார்கள். பெண்கள் மற்றும் சிறுவர்கள் மீது குற்றங்கள், பாலியல் வல்லுறவுகள், துன்புறுத்தல்கள் போன்ற நாட்டை உலுக்கும் செய்திகள் பரவும்போது அவள் தனது முகநூல் வலையமைப்பில் அவற்றைக் குறித்து தைரியமாக தனது கருத்துகளைத் தெரிவித்தாள். அவளது மேகச் சித்தாந்தத்துக்கேற்ப சிறுவர் துஷ்பிரயோகமொன்றைக் குறித்து அவள் எழுதிய பதிவொன்றை ஆயிரத்தைந்நூறு பேருக்கும் அதிகமான முகநூல் பாவனையாளர்கள் பகிர்ந்திருந்தார்கள். அவற்றுக்கு வந்திருந்த ஒன்றிரண்டு எதிர்க் கருத்துகளைத் தவிர பெரும்பாலான கருத்துகள் அவளது கருத்துக்கு சாதகமாகவே இருந்தன.

போகப் போக பல்வேறு உரையாடல் கருத்தரங்குகளில் உரை நிகழ்த்தவும் அவளுக்கு வாய்ப்புகள் கிடைத்தன. புதிய எழுத்தாளர்களின் நூல் வெளியீட்டு விழாக்களிலும் அவள் அந்தந்த நூல்களைக் குறித்து மேகச் சித்தாந்தத்தை அடிப்படையாகக் கொண்டு விமர்சனங்களை முன்வைத்தாள். சில புத்தகங்களுக்குக் கூட 'மேகப் பிரேமம்', 'கார்மேகங்களின் கதை' போன்ற மேகங்கள் தொடர்பான தலைப்புகளே வைக்கப்பட்டிருந்தன.

தொலைக்காட்சி உரையாடல்களில் பங்குபற்றுமளவுக்கு அவள் பிரபலமடைந்த காலகட்டத்தில் அவள் தனது உளவியல் கல்வியையும் பூர்த்தி செய்திருந்தாள். அவ்வாறான உரையாடல்கள் பெரும்பாலும் காலைவேளைகளில் பெண்களை இலக்காகக் கொண்டு ஒளிபரப்பாகும் தொலைக்காட்சி நிகழ்ச்சிகளாகவே இருக்கும். மகளிர் தினத்தை முன்னிட்டு நடைபெற்ற அந்தக் கலந்துரையாடலும் கூட அவ்வாறான ஒன்றாகத்தான் இருந்தது.

அந்த நிகழ்ச்சிக்கு முன்பு, சேலை ரவிக்கைகளில் ஜன்னல் வைத்துத் தைப்பது எப்படி என்பது குறித்த நிகழ்ச்சியொன்று ஒளிபரப்பானது. அந்த நிகழ்ச்சிக்குப் பிறகு பலாக்காயினால் கட்லட் தயாரிப்பது எவ்வாறு என்பதைச் செய்து காட்டுவதற்காக சமையல்கலைஞரான பெண்மணியொருவர் காத்திருந்தார். இவ்வாறான நிகழ்ச்சிகள் நடைபெறும் அரங்குகள் கூட ஒரு வீடொன்றின் சமையலறையாகத் தோன்றச் செய்யும் பின்னணிகளையே கொண்டிருந்தன. அங்கிருந்த வர்ணமயமான சோபா கதிரைகளும், சுவர் அலங்காரங்களும், அழகழகான

ஓவியங்களுடனான களிமண் சாடிகளும் கூட பெண்களை வீட்டுக்குள்ளேயே முடக்குவதற்குத்தான் துணை போகும் என்று அவள் தனது ஆழ்மனதுக்குள் அவ்விடத்தைக் குறித்து விமர்சித்த போதிலும் தனக்குக் கிடைக்கும் தொலைக்காட்சி நிகழ்ச்சி வாய்ப்புகளை அவள் ஒருபோதும் தவற விடுவதேயில்லை.

'அரச அபிவிருத்தி உத்தியோகத்தர், சமூக வலைத்தள செயற்பாட்டாளர், உளவியல் ஆலோசகர் மேகவர்ணா சந்தநாயக' என்றுதான் தொலைக்காட்சியில் அவளது பெயர் குறிப்பிடப்பட்டிருந்தது. மதுபாஷினி சந்தநாயக எனும் நிஜப் பெயரைக் கொண்டிருந்த அவளுடன் கடந்த காலத்தில் ஒரு நாள் அவளது மேகச் சித்தாந்தத்துக்கு அத்திவாரமிட்டவனான உத்பல மேகவர்ண என்பவனின் பெயரிலிருந்து ஒரு பாகத்தைத் திருடியெடுத்து தனது சித்தாந்தத்துக்குப் பொருத்தமான பெயரை அவள் தனக்குச் சூட்டிக் கொண்டிருந்தாள்.

அவ்வாறான தொலைக்காட்சி நிகழ்ச்சிகளிலும், பொது நிகழ்ச்சிகளிலும் அவள் எப்போதும் இந்தியப் பட்டுச் சேலைகளை அணிந்த போதிலும், முன்னொரு காலத்தில் அணிந்த காற்றிலசையும் ஜார்ஜட் மற்றும் வாயில் சேலைகளை அணிவதை எப்போதோ கை விட்டிருந்தாள். ஏனைய நேரங்களில் இருண்ட வர்ணங்களுடனான விளிம்புகளோடு மென் நிற கைத்தறிச் சேலைகளைத்தான் சீருடை போல எப்போதும் அணிந்து கொண்டிருப்பாள். எப்போதாவது பருத்திச் சேலை கட்டி மேடையொன்றிலோ, அரங்கொன்றிலோ அமர நேரும்போது மறக்காமல் சேலைத் தலைப்பால் முதுகை மூடி தோள்வழியாக முன்னால் எடுத்து முந்தானையை மடியில் வைத்து இடுப்பையும், மார்பையும் மறைத்துக் கொள்வாள். அவ்வாறு சேலையால் உடலைப் போர்த்திக் கொள்ளும் பாணியானது இலங்கையின் உலக அழகி ரோஸி சேனாநாயக, பிரபல இந்தியப் பாடகி லதா மங்கேஷ்கர் போன்ற ஆளுமை மிக்க பெண்கள் பின்பற்றும் பாணிகளில் ஒன்று. அதனால் அறிவாளி மற்றும் கௌரவமான எளிமை அடங்கிய தோற்றம் கிடைக்கும் என்பது பொது சமூகம் ஏற்றுக் கொண்ட ஒன்றாகவிருக்கிறது. இருந்தாலும், ஆயிரத்துத் தொள்ளாயிரத்து எழுபதுகளில் வெளிவந்த பிரபலமான சிங்களத் திரைப்படமொன்றில் தைரியமான பெண்ணாகக் காண்பிக்கப்பட்ட மிரண்டா எனும் கதாநாயகி கூட சேலைத் தலைப்பால்தான் தனது மொத்த உடலையும் போர்த்தி மூடி

அடக்க ஒடுக்கமாக தனது கள்ளக் காதலனுடன் வேக வேகமாக ஹோட்டல் அறைக்குள் புகுந்து கொண்டாள் என்பதையும் அவள் அறிந்திருந்தாள். எவனோ மேகமொன்றென அர்த்தப்படுத்திய சேலைத் தலைப்பைக் கொண்டு இவ்வாறு உடலைப் போர்த்தி மூடி மடியில் வைத்திருப்பதன் மூலம் தான் கண்டடைந்த சித்தாந்தத்துக்கு மிகவும் ஆத்மார்த்தமான அர்த்தமொன்று சேர்வதாக அவள் வேறு யாரும் அறியாத வண்ணம் தனக்குள் தீர்மானித்திருந்தாள்.

***

பிரகாசமான நாளொன்றின் காலை வேளையை அவர்கள் கழித்துக் கொண்டிருந்தார்கள். முற்றத்திலிருந்த கொடியில் இளஞ்சிவப்பு நிறத்தில் கைக்குழந்தை ஆடைகள் காய்ந்து கொண்டிருந்தன. சுட்டெரிக்கும் மத்தியானத்துக்கும், இதமான காலை வேளைக்கும் இடையிலிருந்த காலப் பகுதியான அந்த வேளையின் பசிய நிறம் வெளியெங்கும் மின்னிக் கொண்டிருந்தது. வெகுகாலமாகக் குழந்தைப் பாக்கியமில்லாமல் முன்பொரு காலத்தில் நாட்களை ஆக்கிரமித்திருந்த பாழுந் தனிமை இப்போது அந்த வீட்டிலிருக்கவில்லை. அவ்வப்போது கேட்கும் பறவைகளின் கீச்சொலி நாதத்தோடு கைக்குழந்தையின் அழுகை, தாலாட்டுப் பாடல் ஆகியவை கலந்து அங்கு நிலவிய அமைதியைக் குலைக்கும் இனிமையான சங்கீதமாக அந்த ஓசை மாறியிருந்தது. புதிதாக அங்கு நிகழ்ந்திருந்த குழந்தைப் பிறப்போடு, தேவதைக் கதையொன்றில் போல மிகத் தூய்மையான பிரகாசமும், பளபளப்பும் அந்த வீட்டிலிருந்த அனைத்தின் மீதும் படிந்திருப்பதாக அவனுக்குத் தோன்றியது.

அந்த விடுமுறை நாளின் விடிகாலையிலேயே மகளின் அழுகையொலி கேட்டு அந்தக் குழந்தையுடனே கண் விழித்திருந்த அவன் அவ்வளவு நேரமும் தனது வாகனத்தைக் கழுவிக் கொண்டிருந்தான். அந்த வேலையை முடித்து விட்டு வந்தவன் ஆறுதலாக சோபாவில் உட்கார்ந்தவாறே தொலைக்காட்சியை இயக்கினான். அவனது மனைவி அறைக்குள் குழந்தையை உறங்க வைத்துக் கொண்டிருந்தாள். ஒளிர்ந்த தொலைக்காட்சித் திரையில் தென்பட்டவளை அப்போதுதான் அவன் கண்டான்.

பல வருடங்களுக்கு முன்பு கண்ட அவளது ஒல்லியான உருவத்தை விடவும் இப்போது அவள் சற்று பூரித்திருந்ததால் அவளை

இனங்கண்டு கொள்ள அவனுக்குச் சற்று நேரமெடுத்தது. அவளது உரையாடலிடையே 'மேகவர்ணா சந்தநாயக' என்று அவளது பெயர் குறிப்பிடப்பட்ட போது அவன் மிகவும் அதிர்ந்து போனான்.

அவனது பெயரில் ஒரு துண்டைக் களவாடிக் கொண்டவள், அவன் எப்போதோ அறிமுகப்படுத்திய மேகக் கதையையும் கோர்த்து தொலைக்காட்சித் திரையில் உரையாடிக் கொண்டிருந்தாள்.

"கழிசறை நாய்"

அந்தச் சொல்லை ஏழேழு உலகங்களுக்கும் கேட்குமளவுக்குக் கத்தத் தோன்றிய போதிலும் அவன் தனது மனதுக்குள் மாத்திரம் அதை உரக்கச் சொல்லிக் கொண்டான். உடனடியாகத் தொலைக்காட்சியை அணைத்து விடவென அவனது விரல்கள் ரிமோட் கன்ட்ரோலைத் தேடின.

"அடடே மேகவர்ணாதானே அது? ஆஃப் பண்ணிடாதீங்க. நான் கொஞ்சம் பார்க்கணும்" என்று கூறியவாறே பின்புறமாக வந்த அவனது மனைவி அவனருகில் அமர்ந்து கொண்டாள்.

"இந்தப் பொண்ணோட சில போஸ்ட்களை ஃபேஸ்புக்ல பார்த்திருக்கேன். இன்னிக்குத்தான் ஆளை ஒழுங்காப் பார்க்குறேன். அழகா இருக்குறால்ல? எண்ணங்களும் கூட ரொம்ப வித்தியாசமாத்தான் இருக்கு."

அவளைத் தன்னிடமே அறிமுகம் செய்து வைக்கும் அளவுக்கு தனது மனைவி அப்பாவியாக இருக்கிறாள் என்று அவனுக்குத் தோன்றியது.

"பைத்தியக்காரிகள்" என்று கூறியவாறே அவன் அங்கிருந்து எழுந்து போனான்.

அவளைச் சந்தித்த அந்தக் காலகட்டத்தில் அவன் பல பெண்களோடு பழகிக் கொண்டிருந்தான். அந்தக் காலகட்டத்தில் அவன் உள்ளிட்ட ஆண்கள் அனைவருமே இளம்பெண்களை இரண்டு வகையாகப் பிரித்தார்கள். உண்மையாகக் காதலித்தல், கழற்றி விடுவதற்காகக் காதலித்தல் என்று இளம்பெண்களை வகைப்படுத்தித்தான் அவர்களைக் காதலித்துக் கொண்டிருந்தார்கள். அவ்வாறு வகைப்படுத்தத் தேவையான வரையறையொன்று அவர்களுக்குள் இருந்தபோதிலும் அவர்களது

ரசனை எவ்வாறு அந்த வரையறையைத் தீர்மானித்தது என்பது அவர்களுக்கே புரியாத, புதிரான ஒன்றாக இருந்தது.

அவளும் கூட அவனது கழற்றி விடுவதற்காகக் காதலிக்கும் பட்டியலில்தான் இடம்பிடித்திருந்தாள்.

ஒரு நாள் அவன் தற்செயலாகக் கூறிய மேகம் பற்றிய உவமையைக் கொண்டு மாத்திரமே அவளை வசியப்படுத்த அவனால் முடிந்திருந்தது. அதைத் தற்செயலாகத்தான் அவன் கூறியிருந்த போதிலும், அதில் கவிதைத்தனமான ஏதோவொன்று இருந்ததாகவும், அவன் அவ்வாறு கூறியதும்தான் அவளுக்குள் மேகமொன்றின் மென்மை பிறந்ததாகவும் அவள் பின்பொரு நாள் கூறியிருந்தாள். அவளை முழுமையாக ஆட்கொள்வதற்கான வித்தியாசமானதோர் முயற்சியாகத்தான் அனுராதபுரம் போன்ற தொலைதூர நகரமொன்றுக்கு அவளைக் கூட்டிச் செல்ல அவன் திட்டமிட்டான் என்பது அவனுக்கு இப்போதும் ஞாபகம் இருக்கிறது. மழைக்காலத்தில் திடீரென்று வானில் கோர்த்துக் கொள்ளும் மேகங்கள் காலநேரம் பார்க்காமல் சட்டென்று அடர்த்தியாகப் பொழிந்து விட்டு சடுதியாக நின்றுபோவது போல அந்தக் காதல் தொடர்பு வெகுவிரைவாக நின்று விட்டிருந்தது. அவ்வாறாக அவன் மிக இலகுவாகக் கழற்றி விட்ட அந்தக் காதல் தொடர்பில், தகப்பன் பெயரறியாத குழந்தையொன்றைப் பிடிவாதமாகப் பெற்று வளர்த்த தாயொருத்தியாகத் தன் முன்னால் தனது பிள்ளையோடு வந்து நின்று ஒரு நாள் அதிர்ச்சியளிப்பாள் என்று உள்ளுக்குள் அவ்வப்போது எதிர்பார்ப்போடும், பயத்தோடும் அவன் காத்துக் கொண்டிருந்த போதிலும், இன்றோ அவன் முன்னால் அவள் சமூகத்தில் நற்பெயரோடும், புகழோடும் உயர்ந்து நின்றிருப்பதுதான் அவனுக்கு பேரதிர்ச்சியைத் தந்து கொண்டிருந்தது.

***

மேகச் சித்தாந்தத்தின் பிறப்பிடம் குறித்து எவரேனும் அவளிடம் கேட்டால் அதன் உண்மையான பிறப்பைக் குறித்து எவரிடமும் எதையும் தெரிவித்து விடாமல் இருப்பதில் அவள் கவனமாக இருந்தாள். அவள் தனது சுயசரிதையை எழுதி வந்தபோதிலும் அதை ஒருபோதும் நூலாக வெளியிடும் எண்ணமும் அவளுக்கிருக்கவில்லை. அவள் அதில் உண்மையையும், புனைவையும் சரிவரக் கலந்து மிக அழகான கதையொன்றை,

தனது நற்பெயருக்குக் களங்கம் ஏற்படாத வண்ணம் எழுதிக் கொண்டிருந்தாள்.

ஒரு தடவை அரச சார்பற்ற நிறுவனமொன்றின் உளவியல் ஆலோசனை நிகழ்ச்சி ஒன்றுக்காக கிழக்குக் கடற்கரைப் பகுதிக்கு அவள் பயணித்திருந்தாள். நாள் முழுவதும் சூடேறி கொதித்துக் கொண்டிருந்த கடற்கரையில் வளைந்த தென்னை மரங்களும், முற்புதர்களும் செழித்து வளர்ந்திருந்த அந்த பூமியில் வறுமை செறிந்த குடியிருப்புகளிடையே நடந்து நடந்தே களைத்துப் போனவள் அந்தப் பிரதேசங்களின் மூன்றிலிரண்டு பகுதியை நீல ஆகாயம் ஆக்கிரமித்திருப்பதைக் கண்டாள். இவ்வாறான வறிய கிராமங்களில் கழிப்பதன் மூலம் தனது மேகத்துடனான வாழ்க்கையை மேலும் செப்பனிட்டுக் கொள்ள முடியுமென்பதை அவள் கண்டுகொண்டாள். அதற்காக அவள் அங்கு சில காலம் தங்கியிருக்கத் தீர்மானித்ததோடு, வருங்காலத்திலும் தங்கிச் செல்ல வர வேண்டுமென்று அவள் தனது எதிர்காலத்துக்கான கால அட்டவணையில் குறித்துக் கொண்டாள்.

அன்றிரவு அவள் அந்தக் குழுவினரோடு கடற்கரையிலிருந்த சிறிய ஹோட்டலொன்றில் தங்கியிருந்தாள். தென்னோலைக் கூடாரங்களாக அந்தக் கடற்கரையில் நிர்மாணிக்கப்பட்டிருந்த குடில்களின் திண்ணைகள் நெடுகிலும் சீமெந்து மேசைகளும், கதிரைகளும் வைக்கப்பட்டிருந்தன. அந்த மேசைகளில் சிம்னி விளக்கின் நடுவில் எரிந்து கொண்டிருந்த மெழுகுவர்த்தி வெளிச்சத்தில் அன்றிரவு உணவு 'கேன்ட்ல் லைட் டின்னர்' என்ற பெயரில் பரிமாறப்பட்டது.

அரச சார்பற்ற நிறுவனத்தின் பிராந்திய இயக்குனராக இருந்த பெண்ணொருத்தியோடு அவள் தனது மேசையைப் பகிர்ந்து கொண்டாள். நாற்புறங்களிலிருந்தும் இருள் பெருக்கெடுத்துப் பாய்ந்து கொண்டிருக்கையில் வைனைப் பருகியவாறு அவர்கள் இருவரும் உரையாடிக் கொண்டிருந்த வேளையில்தான் அவள் மேகத்துடனான தனது பந்தம் எவ்வாறு ஆரம்பித்தது என்பதை முதன்முதலாக வெளிப்படுத்தினாள்.

"மலைப்பிரதேசத்துல, மலையுச்சியில இருக்குற ஒரு குக்கிராமத்துலதான் நான் பிறந்தேன். கண்டி ராஜ்ஜியத்துக்கும் முற்பட்ட காலத்திலிருந்து இருக்குற கிராமம் அதுன்னு நினைக்கிறேன். பெரியதொரு கருமிளகுத் தோட்டத்துக்கு நடுவுல

எங்க வீடு இருந்துச்சு. வீட்டுக்குப் பின்புறமா அடர்ந்த இயற்கைக் காடு. வீட்டைச் சுற்றிவர எவ்வளவுதான் நீல மலைத் தொடர்கள் இருந்த போதிலும், எப்பவும் மந்தாரம் போல அதையெல்லாம் மேகங்கள் மூடியே இருந்ததால மலைகளையெல்லாம் நாங்க முழுசாக் கண்டதேயில்ல. எங்க தோட்டத்துல கித்துள் மரங்கள் நிறைய இருந்துச்சு. சுண்டைச் செடியிருக்கே. அது பத்துப் பன்னிரண்டடி உயரத்துல வளர்ந்திருந்துச்சு, தெரியுமா? மலைக்கிராம வீட்டுத் தோட்டங்கள் சாதாரணமாவே அப்படித்தான் இருக்கும், இல்லையா? மழைக்காடு போல செடிகள் கூட எப்பவுமே பெருசு பெருசா மரங்களோட உயரத்துக்கு செழிப்பா வளர்ந்திருக்கும். நாங்க எங்க வீட்டுக்குப் போறதுக்குக் கூட எக்கச்சக்கமான படிகள் ஏறிப் போக வேண்டியிருக்கும். எங்க வீட்டுக்கு முன்னாடி மாத்திரம் சின்னதா ஒரு வெட்டவெளி முற்றம் இருந்துச்சு. ஆனா அதிலயும் எப்ப பார்த்தாலும் கொடுக்காப்புளி, சாதிக்காய், இலுப்பைக் கொட்டைகள், ஈரப் பலாக்காய்த் துண்டுகள், பலாக்காய்த் துண்டுகள் போல பலதையும் காயப் போட்டிருப்பாங்க. வானத்தையும், மேகங்களையும் பார்த்து ரசிக்க எனக்கிருந்த ஒரே இடமும் இப்படியாகப் பறிபோயிருந்துச்சு. எங்க தோட்டத்துல ஒரு சிறிய இடம் மாத்திரம் மரஞ்செடிகள் ஏதுமில்லாம வெற்றிடமாக இருந்துச்சு. வெறும் புல்லு மாத்திரம்தான் அங்க முளைச்சிருக்கும். நான் ஸ்கூல் விட்டு வந்ததுலருந்து இரவாகுற வரைக்கும் அங்கதான் என்னோட காலத்தைக் கழிச்சிட்டிருப்பேன். அந்த இடத்துலதான் நான் ரொம்ப சௌகரியமா உணர்ந்தேன். அந்த இடம் எனக்கு ரொம்ப நிம்மதியைத் தர்றதைக் கண்டேன். அங்க இருந்துகொண்டுதான் எப்பவும் வானத்தையும், மேகங்களையும் பார்த்துட்டிருப்பேன். இல்லேன்னா ஸ்கூல் பாடங்களைப் படிச்சிட்டிருப்பேன். பிறகொரு காலத்துலதான், கித்துள் மரத்திலருந்து விழுந்து செத்த அப்பாவை அந்த இடத்துலதான் புதைச்சிருக்குறதா அம்மா சொன்னாங்க. அதுக்குப் பிறகு மேகம், ஆகாயத்தோடு சேரப் போறது போன்ற உணர்வோடதான் நான் யூனிவர்சிட்டிக்கும் போனேன். எங்களோட லெக்சர் ஹால் கூட மூணாவது மாடியில இருந்துச்சு. டிகிரி முடிச்ச பிறகு எனக்கு அமைச்சரகத்தோட அஞ்சாவது மாடியிலிருந்த ஆபிஸுலதான் முதலாவதா வேலை கிடைச்சது. நான் என்னோட மேசைக்கருகில உட்கார்ந்ததுமே இருபதடி தொலைவுல இருந்த ஜன்னல் வழியா நீல நிற ஆகாயம்தான் பார்வைல பட்டுட்டே இருக்கும். மேகங்கள்

வரும், போகும், வானம் இருட்டிக் கொண்டு வரும், வெளிச்சம் வரும், இப்படி. அப்போதான் சின்ன வயசுலருந்தே எனக்கும், ஆகாயத்துக்கும், மேகத்துக்குமிடையில நெருக்கமான ஒரு தொடர்பு இருந்துட்டேயிருக்குன்னு ஒரு கணம் தோணுச்சு."

"It's an interesting story."

ஏதோ இவ்வாறான ஆயிரக் கணக்கான கதைகளைக் கேட்ட அனுபவமுள்ளவள் போல அந்த இயக்குனர் அவள் கூறுவதைக் கேட்டு விட்டுச் சொன்னாள்.

அனைத்தையும் கூறி முடித்ததால் தனது மனம் இலகுவாகியிருப்பதாக உணர்ந்த மேகவர்ணா காரிருளானது ஆகாயத்தையும், பூமியையும் பெருங்கடல் எனும் எல்லைக் கோட்டில் வைத்துக் கரைத்து மேலும் கீழும் ஒரே வர்ணத்தைப் பூசியிருப்பதைக் கண்டாள். சிறிய புள்ளிகளாக வெளிச்சங்களைச் சுமந்தவாறு மீனவர் படகுகள் கடலில் அசைந்து கொண்டிருக்கையில், வானத்தில் நட்சத்திரங்கள் விசிறப்பட்டிருப்பதைக் கண்டாள். அயலிலிருந்த மீனவர் கிராமத்தில், எரிந்து கொண்டிருக்கும் சிறிய விளக்குகளின் வெளிச்சங்கள் பார்வைக்குத் தென்படுகையில் மிக அருகாமையிலிருக்கும் பனையோலை வேலிகள் கண்ணுக்குத் தெரியாமலிருப்பதைக் கண்டாள். காரிருளானது அனைத்தையும் ஒரே மேகத்தில் கோர்த்து, போதையோடு மிதந்தலைய விட்டிருப்பதாக அவளுக்குத் தோன்றியது. அவ்வாறு மிதக்கும் சிறு கணங்களுக்குள் ஓராயிரம் வெள்ளித் திரவங்கள் பாய்ந்தொழுகும் ஓசையோடு அவளது வைன் குவளை மீண்டும் நிரம்பிக் கொண்டிருந்தது.

❏ ❏ ❏

இகாரஸின் வீழ்ச்சி

செயற்கைப் பூக்களை விற்கும் கடையொன்றில்தான் நான் பணி புரிகிறேன். இயற்கையான பூக்களைப் போலவே தயாரிக்கப்பட்ட, நிஜத்தில் ஒருபோதும் காணக் கிடைக்காத நிறங்களைக் கொண்ட பூக்களோடு, இலைகளையும், கிளைகளையும் கொண்டிருக்கும் பிளாஸ்டிக்கால் செய்யப்பட்ட பூச்செடிகளையும் விற்பனை செய்யுமிடம் அது. சிலர் அவற்றைப் பொய்யான பூக்கள் என்று கூறினாலும் அவை பொய்யானவை அல்ல. நிஜமாகவே கைக்குத் தட்டுப்படும் ஒன்று எப்படிப் பொய்யாக ஆக முடியும்? சிலர் அவற்றைப் போலிப் பூக்கள் என்பார்கள். எனக்கென்றால் அவற்றை அவ்வாறு அழைப்பது கூட பிடிக்கவில்லை. போலி என்று குறிப்பிடும்போதெல்லாம் எனக்கு வேறு எதுவெல்லாமோதான் ஞாபகத்துக்கு வரும். அதனால் நான் அதை 'பூக்கடை' என்று மாத்திரம்தான் யார் கேட்டாலும் சொல்வேன்.

அந்தக் கடை கொழும்பு நகரத்தில், புறக்கோட்டை குறுக்குத் தெருவின் வலப்புறத்தில் இருந்தது. அந்தப் பகுதி முழுவதுமே அது போன்ற கடைகளுக்காகவே ஒதுக்கப்பட்டிருந்தன. மலிவான ஆடைகளை விற்கும் கடைகள், பிளாஸ்டிக் பொருட்களை விற்கும் கடைகள், மிகவும் அழகழகான தோற்பைகளை விற்கும் கடைகள் மாத்திரமல்லாமல் வெற்றிலை பாக்கு, புகையிலைக் கடைகள் ஏன் கருவாட்டுக் கடைகள் கூட அந்தப் பகுதியில் இருந்தன. அவற்றினிடையே இரண்டு மாடிகளைக் கொண்ட எனது பூக்கடை மாத்திரம் முன்புறம்

முழுவதும் கண்ணாடிச் சுவர்களால் நிர்மாணிக்கப்பட்டு சற்றுப் பெரியதாகவும், செழிப்பானதாகவும் தனித்துத் தெரியும்.

நான் பேரூந்திலிருந்து இறங்கி சற்று தூரம் நடந்துதான் கடைக்கு வருவேன். பேரூந்திலிருந்து இறங்கும் இடமென்றால் எனது கடையிருந்த பகுதியை விடவும் முற்றிலும் மாறுபட்டதாக வங்கிகள், காப்புறுதி நிறுவனங்கள் போன்ற அலுவலகங்கள் நிறைந்து மிகவும் நேர்த்தியாகக் காணப்படும். எனது கடைக்கு நேர் எதிராக இயற்கையான பூக்களை விற்கும் கடையொன்று இருக்கிறது. அந்தக் கடைக்குள் உறைபனியளவுக்கு குளிர்ச்சியோடு அழகழகான, நிஜமான வண்ண வண்ணப் பூக்கள் வாளிகளில் நிறைந்திருக்கும். மணப்பெண்களின் பூங்கொத்து முதல் மலர் வளையம் வரை அனைத்துக்குமான பூக்களை விற்பனை செய்யும் 'ப்ளூமிங் ஃப்ளோரா' என்ற பெயர் கொண்ட அந்தக் கடைக்குள் நுவரெலியா, ஹப்புத்தளை போன்ற மலையகப் பிரதேசங்களிலிருந்து கொண்டு வரப்படும் பூக்கள் விற்பனைக்கு வைக்கப்பட்டிருக்கும்.

பேரூந்திலிருந்து இறங்கி நடந்து வந்து அந்தக் கடையைக் கடந்ததுமே தெருவில் பாதை மாறுவதற்காக இடப்பட்டிருக்கும் மஞ்சள் கோடுகளைக் காணலாம். நான் அன்றாடம் அதன் வழியே பாதையை மாறி செயற்கைப் பூக்களை விற்கும் கடைக்கு வேலைக்குப் போன போதிலும், உண்மையில் நான் இயற்கையான பூக்களை விற்கும் கடையில் வேலை பார்ப்பதாகத்தான் என்னை நினைத்துக் கொள்வேன். யாராவது என்னிடம் விசாரித்தால் கூட அங்கேதான் வேலை பார்ப்பதாகச் சொல்வேன். எனது கடையையே நேருக்கு நேராகப் பார்த்துக் கொண்டிருக்கும் இயற்கையான பூக்கள் நிறைந்த அந்தக் கடையும் எனது கடையின் ஒரு பாகம்தான் என்றே எனக்கு எப்போதும் தோன்றும்.

நான் வேலை முடிந்து எனது விடுதியறைக்குப் போவதற்காக எனது செயற்கைப் பூக்கடைக்குப் பக்கத்திலேயே இருந்த பேரூந்துத் தரிப்பிடத்திலிருந்துதான் பேரூந்தில் ஏறுவேன். எனது கடையிருந்த பகுதியில்தான் விலைமாதுக்கள், யாசகர்கள், பிக்பாக்கெட்காரர்கள், அவசரத் தேவைக்கான சட்டத்தரணிகள் போன்ற பல தரப்பட்ட நபர்களும் நிறைந்திருப்பார்கள். ஆகவே, இந்தப் பகுதியால்தான் இந்த நகரத்துக்கு இன்னும் உயிரிருப்பது புலப்படுகிறது என்பதாகவே நான் எப்போதும் உணர்வேன்.

ஒரு நாள் வேலை முடிந்து மிகுந்த களைப்போடு விடுதியறைக்கு வந்து பார்த்தால் அறையின் மறுமூலையில் புதிய பொருட்கள் சில வைக்கப்பட்டிருந்தன. யாரோ கழற்றிப் போட்ட நீண்ட காற்சட்டையொன்று அடுத்த கட்டிலின் மேலே கிடந்தது. குளியலறைக்குள் யாரோ குளித்துக் கொண்டிருக்கும் ஓசை கேட்டது. யாராவது புதிய ஆள் அறைக்கு வந்திருக்கக் கூடும் என்று கருதிய நான் வழமை போலவே எனது கட்டிலில் படுத்து கண்களை மூடிக் கொண்டேன்.

பாதி உறக்கமும், பாதி விழிப்புமாக நான் இருந்தபோதுதான் அவன் குளித்து விட்டு அங்கு வந்தான். அவனது சரசரக்கும் இறப்பர் செருப்பின் ஓசைதான் முதலில் அங்கு வந்தது. நான் கண் திறந்து பார்த்தபோது அவன் சற்றுத் தொலைவில் எனக்கு முதுகைக் காட்டி நின்று கொண்டிருந்தான். ஆகவே நான் அவனது பின்புறத்தைத்தான் முதலில் கண்டேன்.

அவனது செழிப்பான ஈர முதுகு சரியாக நடுமத்தியிலிருந்த கோட்டால் சமச்சீராக வேறுபிரிந்திருந்தது. ரம்மியமான சிறிய இரண்டு ஜோடிக் குன்றுகள் போலவிருந்த ஆண் பிருஷ்டங்கள் ஆகாய நீல நிறத் துண்டால் மூடப்பட்டிருந்தன. இடுப்புக்கு மேலே ஆங்கில வீ எழுத்து வடிவிலிருந்த திடகாத்திரமான தேகத்தின் உச்சியில், பிரமாண்டமான பட்டமொன்றின் இரு புறக் குறிஞ்சான்களைப் போல அவனது கட்டுமஸ்தான தோள்களிரண்டும் அசைந்து கொண்டிருந்தன.

நான் விழித்துக் கொண்டதை உணர்ந்த அவன் என் புறம் திரும்பினான்.

அவனது தெளிவான நீள் முகத்தையும், கூரிய மூக்கையும், நேர்த்தியாக செதுக்கப்பட்ட மலையாள மீசையையும் அப்போதுதான் கண்டேன்.

“இந்த ரூம்ல இருப்பவன் நீதானா மச்சி? நான் இன்னிக்குத்தான் திடீர்னு இந்த ரூமுக்கு வந்தேன். நான் தேவிந்தன்.”

அவன் நட்பான புன்னகையொன்றை முகத்தில் தரித்து என்னையே பார்த்துக் கொண்டிருந்தான். கனவு உலகுக்கும், நிஜ உலகுக்குமிடையே கை விடப்பட்டுத் தவித்தவாறு உறக்கக் கலக்கத்திலிருந்த நான் கண்களைக் கசக்கியவாறே எழுந்து கட்டிலில் அமர்ந்து கொண்டேன்.

நான் எனது பத்தாவது விடுதியறையான அந்த அறைக்கு வந்த போது, அந்த அறையில் வேறு யாருமே இருக்கவில்லை. அறையிலிருந்த மற்றக் கட்டிலுக்கு விரைவிலேயே ஆள் வரக் கூடும் என்று சொல்லித்தான் வீட்டுச் சொந்தக்காரி எனக்கு அந்த அறையைத் தந்திருந்தாள். எப்போதாவது அந்தக் காலிப் படுக்கையின் மீது எனது ஏதாவது சிறிய பொருட்களை வைப்பேன் என்றாலும் அறையின் அந்தப் பாகம் இல்லாமலேயே, யாரோ அந்தப் படுக்கையில் படுத்திருக்கிறார்கள் என்ற எண்ணத்தோடு அந்த அறைக்குள் ஒரு ஓரமாக வசிக்கப் பழகியிருந்தேன் நான். அவ்வாறு இருந்ததுதான் நல்லதாகப் போயிற்று. எப்போதாவது யாராவது அந்த அறைக்குக் குடியிருக்க வந்தால் அப்போது அவசர அவசரமாக எனது சிறகுகளைச் சுருட்டிக் கொள்ள வேண்டி வரும் என்பதை முன்பே அறிந்திருந்தேன். நான் அந்த அறைக்கு வந்து இரண்டு மாதங்கள் கழிந்த பிறகுதான் தேவிந்தன் அந்த அறைக்கு வந்திருந்தான்.

அந்த அறை ஒரு வீட்டின் மேல் மாடியில்தான் இருந்தது. அந்த மாடியிலிருந்த அனைத்து அறைகளையும் இவ்வாறு விடுதியறைகளாக மாற்றி ஒவ்வொருவருக்கும் கொடுத்து விட்டு வீட்டுச் சொந்தக்காரி வீட்டின் கீழ்ப்பகுதியில் வசித்து வந்தாள். தெரு நோக்கித் திறந்து கொள்ளும் எமது அறையிலிருக்கும் இரட்டை ஜன்னலுக்கு மாடம் இருக்கவில்லை. இரவில் வீட்டின் பிரதான நுழைவாயிலுக்கு இட்டிருக்கும் மின்குமிழின் வெளிச்சம் திரைகளேதுமற்ற அந்த ஜன்னல் வழியே உள்ளே நுழையும். நிலவொளி போன்ற அந்த மெல்லிய ஒளியில் அவரவர் படுக்கையில் தினமும் ஐந்தாறு மணித்தியாலங்கள் தூங்கியெழுவதைத்தான் அதன் பிறகு நாங்கள் இருவரும் செய்து வந்தோம்.

தேவிந்தன் அங்கு வந்த பதினான்காவது நாளின் நள்ளிரவில் மின்சாரம் தடைப்பட்டது. அன்றைய இரவில் சரியாக நேரம் பதினொன்று மூன்றுக்கு தொழில்நுட்பக் கோளாறால் மின்சாரம் தடைப்பட்டமையானது மொத்த தேசத்திலும் நிகழ்ந்து நாடு முழுவதும் இருளுக்குள் மூழ்கியிருந்ததை மறுநாள் செய்தியறிக்கைகளின் மூலமாக அறிந்து கொள்ளக் கிடைத்தது. இருபத்து நான்கு நிமிடங்கள் நீடித்திருந்த அந்த மின்சாரத் தடை நிகழ்வதற்கு முன்பு நாங்கள் நல்ல உறக்கத்திலிருந்தோம். என்றாலும், அந்தக் கடும்கோடை காலத்தில் திடீரென மின்விசிறி

மௌனமானதைத் தொடர்ந்து எனது உடல் முழுக்க வியர்த்துக் கசகசத்ததால் சட்டென்று எனக்கு விழிப்பு வந்து விட்டது.

வியர்ப்பதைத் தவிர்க்க ஜன்னலைத் திறந்துவிட்டால் கொஞ்சம் காற்றாவது வரக் கூடுமென்ற எண்ணத்தில் இருளிலேயே ஜன்னலை நோக்கி நடந்தேன். ஜன்னலை நோக்கி இரண்டு, மூன்று அடிகள்தான் எடுத்து வைத்திருப்பேன். எனது கால், அங்கிருந்த கதிரையின் காலொன்றில் இடறியதால் தடுக்கி விழப் பார்த்தேன். நான் அணிந்திருந்த சாரம் எனது கால்களில் மாட்டிக் கழன்று விழுந்தது. விழப் பார்த்த நான் விழாமலிருக்க அங்கிருந்த ஒருடலைக் கட்டிப் பிடித்திருந்தேன். தேவிந்தன் எனக்கு முன்பே ஜன்னலருகே போய் நின்றிருந்தான். பலாப்பழத்தினுள்ளே இருக்கும் விதை சட்டென்று வெளியே குதிப்பதைப் போல எனக்குள்ளே இருந்த மற்றொருவனும் அந்த அபாய கட்டத்தில் வெளியே குதித்திருந்தான். எனக்கு முன்பே ஜன்னலருகே போய் நின்று கொண்டிருந்த தேவிந்தனை அவன்தான் கட்டியணைத்திருந்தான்.

‘எங்கே போகப் பார்க்கிறாய் சனியனே?’ போன்ற எதையோ கூறி தேவிந்தன் அப்போது என்னைக் கடிந்து கொண்டது மெலிதாக எனக்கு நினைவிருக்கிறது.

அன்று சூட்டைத் தணிக்கப் புறப்பட்ட எனது பயணம், வேறொரு சூடாக மாறியது. திறந்திருந்த ஜன்னல் வழியாக அவ்வேளையில் உள்ளே நுழைந்த தென்றலும் கூட அந்தச் சூட்டை மேலும் அதிகரிக்கச் செய்யும் விதமாகத்தான் வீசிக் கொண்டிருந்தது. தேவிந்தனின் உடல் எனக்குள்ளிருந்தவனுக்கு ஒரு உல்லாசக் களமாக ஆகி விட்டிருந்தது. அந்த மென்மையான வாலிப தேகத்தை அவன் மனம் விரும்பிய விதத்திலெல்லாம் கையாண்டு ஆக்கிரமித்திருந்தான். தேவிந்தனும் தனது தோல்வியை ஏற்றுக் கொள்ளவில்லை. அவன் தனது ஆண்மையைக் கொண்டு எதிராளியைப் பலமாக எதிர்த்துப் போராடினான். அவனை அடிமையாக்கினான். அவனிடமிருந்த அனைத்தையும் பறித்தெடுத்து அவனை யாசகனாக்கினான்.

மின்சாரம் வந்தது. மின்விசிறி மெதுவாக சுழலத் தொடங்கியது. அது முழுமையான வேகத்தில் சுழலத் தொடங்கியதும் அதற்கே உரித்தான ஓசை மோகத்துடனான இசையாக அங்கு மாறியது. முற்றத்திலிருந்த வெரலிக்காய் மரத்தின் பூக்கள் உடனடியாகப் பூத்தன. அதன் வாசனை நாற்புறங்களிலும் பரவத் தொடங்கின.

அனைத்தும் முடிந்ததும் நான் இருளினூடே குளியலறைக்கு ஓடினேன். காறிக் காறித் துப்பித் துப்பி தொண்டையைத் தண்ணீரால் கழுவினேன்.

தேவிந்தனை முதன்முதலாகக் கண்ட போதே, நான் விரைவில் இருவராக மாறப் போவதை அறிந்திருந்தேன். அவன் வந்ததிலிருந்து அந்த அறை அவனால்தான் பூரணமாகிக் கொண்டிருந்தது. அதற்கு முகம்கொடுப்பதற்காக நானும் என்னை மாற்றிக் கொள்வதாக எனக்குத் தோன்றியிருந்த போதிலும் அந்தச் சம்பவத்தின் பிறகுதான் அவ்வாறு மாறத் துணிந்த எனக்குள் இருந்தவனை என்னால் இனங்கண்டு கொள்ள முடிந்தது. அது நல்லதுதான். இல்லாவிட்டால் ஒருபோதும் நான் இந்தளவு தைரியம் பெறத் துணிந்திருக்க மாட்டேன். ஒரு சாதாரண அறைத் தோழன் என்ற எல்லைக் கோட்டை நாமிருவரும் கடக்க முன்பே அதெல்லாம் நடந்து விட்டிருந்தது. நம்மிடையே அது மாத்திரம் நடந்திருக்காவிட்டால் தேவிந்தன், ஒரு சாதாரண தேவிந்தனாக ஒருநாள் யாரையோ திருமணம் முடித்து அந்த அறையை விட்டுப் போயிருப்பான். ஆனால் இப்போதோ நல்லதோ கெட்டதோ ஏதாவதொரு முடிவுள்ள ஒரு கதை மீதமிருக்கிறது.

வாழ்க்கையை வெறுமனே வாழ்ந்து போகாமல், என்னதான் தோல்வியுற்றாலும் இவ்வாறு எடுத்துச் சொல்லக் கூடிய அளவுக்கு ஒரு கதையேனும் இருப்பது நல்லதுதானே. இல்லாவிட்டால் வெறுமனே மரங்கள், விலங்குகளைப் போல இருந்து, வாழ்ந்து, செத்துப் போவதில் என்ன பயனிருக்கப் போகிறது. நான் வெகுகாலத்துக்கு முன்பிருந்தே இவ்வாறான, வேண்டுமென்றே நடுக்கடலில் குதிக்கும், அடர் வனாந்தரத்துக்குள் வழி தவறித் தொலைந்து போகும், பாலைவனத்தில் குளிர் நீரைத் தேடியலையும் ஏதேனுமொரு கதையில் ஏதேனுமொரு பாத்திரமாக மாறுவதற்காக ஆசைப்பட்டுக் கொண்டிருந்தவன்.

அதன் பிறகு அந்த அறை மூவர் வசிக்கும் அறையாக மாறியது. நான் எனக்குள்ளிருந்த மற்றவனுக்கு இகாரஸ் என்று பெயரிட்டேன். அது ஏனென்று பிறகு சொல்கிறேன்.

அந்த இகாரஸ் அமைதியாக எனக்குள்ளே இருந்து கொண்டு தேவிந்தனைத்தான் எப்போதும் அவதானித்துக் கொண்டிருந்தான்.

தேவிந்தன் ஆடையணியும் விதம், தன்னை மெருகேற்றிக் கொள்ளும் விதம், இரவுணவுக்குப் பிறகு சிகரெட் புகைக்கும் விதம் போன்றவற்றை உற்றுக் கவனித்தான். அவனது ஆடை அணிகலன்களைக் குறித்து உள்ளாடைகள், அவற்றுக்கு மேலே அணியும் ஆடைகள் என அனைத்தைக் குறித்தும் தேடிப் பார்த்தான். முழங்கால் வரையான குட்டைக் காற்சட்டையில் அவன் அழகாகத் தெரிகிறான் என்பதையும், சாம்பல் நிற டீ ஷர்ட் அவனை மேலும் எடுப்பாகக் காட்டுகிறது என்பதையும் இகாரஸ் கண்டுபிடித்திருந்தான். இகாரஸ் என்னைக் கொண்டு சுவையாகத் தேநீர் தயாரித்து தேவிந்தனுக்குக் கொடுத்தான்.

ஆனால் அந்த முதல் சம்பவத்துக்குப் பிறகுதான் நான் தலையை நிமிர்த்தி நடக்கத் தொடங்கியிருந்தேன். ஃபேஷ் வாஷ் வாங்கிக் கொண்டு வந்து அதனைப் பாவித்து முகம் கழுவத் தொடங்கியிருந்தேன். மிகுந்த சந்தோஷத்தோடு, சுற்றி வரக் கவனமாகப் பார்த்து தெருவில் நடந்து செல்லத் தொடங்கியிருந்தேன். ஏதோவொரு புதிய வெளிச்சம் எனது மனதில் உதித்திருந்தது. அப்போதெல்லாம் நான் வேலை முடிந்து திரும்பி வரும் வழிக்கு அப்போதுதான் கட்டப்பட்டுக் கொண்டிருந்த தாமரைக் கோபுரம் தெளிவாகத் தென்பட்டது. தூரத்திலிருந்து பார்த்து அதன் அழகை ரசிக்கத் தொடங்கியிருந்தேன். அந்த சமயத்தில்தான் அதற்கு இளஞ்சிவப்பு நிற தாமரை இதழ்களைப் பொருத்திக் கொண்டிருந்தார்கள். ஆனால் தண்டு அப்போதும் சீமெந்து நிறத்திலேயே இருந்தது.

இவையனைத்தும் ஏதோ வேறு கிரகத்தில் நடந்து கொண்டிருப்பது போல இரவானதும் அந்தக் காமம் அறையின் கனத்த இருளுக்குள் ஈருடல்களிடையே வந்து பதுங்கிக் கொண்டது. அந்த இதமான வெப்பக் கணங்கள் எனக்கு இனிமையளித்த போதிலும் தேவிந்தனோ அதைத் தனது அன்றாட வாழ்க்கையில் தலை மீது தூக்கி வைத்துக் கொண்டாடும் அளவுக்கு ஆக்கிக் கொள்ளாமல் பார்த்துக் கொண்டான். ஏனைய நேரங்களில் ஒருபோதும் அவன் என்னுடன் அதைக் குறித்து கலந்துரையாடியதுமில்லை. நமக்கிடையே அப்படிப்பட்ட எதுவுமேயில்லை என்பதாகத்தான் எப்போதும் அவன் காட்டிக் கொண்டான்.

"டேய், இது வரை நீ எந்தப் பொண்ணையுமே காதலிச்சதில்லையா?"

ஒரு நாள் பீட்ஸா சாப்பிட நாங்கள் இருவரும் போயிருந்த சந்தர்ப்பத்தில், அருகிலிருந்த மேசையருகே அமர்ந்திருந்த இரண்டு அழகிய இளம்பெண்களை நோட்டமிட்டவாறு தேவிந்தன் என்னிடம் கேட்டான்.

"இல்ல."

"ஸ்கூல்ல கூட?"

"இல்ல."

"பைத்தியக்காரன். நான் ஆறாம் வகுப்புல இருந்தே பொண்ணுங்களுக்கு ட்ரை பண்ணிட்டிருந்தேன்."

'அது எனக்குத் தெரியும் தேவிந்தன். சரியாகச் சொன்னால் நீ தொட்டியில் வளரும் பூச்செடி போன்றவன். நேரத்துக்குத் தண்ணீர், நேரத்துக்கு உரம் எல்லாம் உனக்கு தவறாமல் வழங்கப்பட்டிருக்கும். உரிய காலத்தில் பூ பூப்பது மாத்திரம்தான் உனக்கிருக்கும் ஒரே வேலை. எல்லை மீறி வளரும்போது கத்தரிக்கப்பட்டுக் கொண்டேயிருப்பாய். நீ சுதந்திரமானவன் என்று உன்னையே நீ கருதிக் கொண்டிருப்பாயானால், அந்த சுதந்திரம் எனும் வரையறையைக் கூட வேறு யாரோதான் உனக்காகத் தயாரித்திருப்பார்கள்' என்று எனக்குத் தோன்றியதை நான் அவனிடம் கூறவேயில்லை.

நாங்கள் இவ்வாறு சாமானியர்களைப் போலவும் நடந்து கொண்டோம். அவ்வப்போது இருவரும் ஜோடி போட்டுக் கொண்டு திரைப்படம் பார்க்கவோ, பீட்ஸா சாப்பிட்டு வரவோ, பீர் அருந்தவோ வெளியே போய் வந்தோம். அவ்வாறான பயணங்களைப் போய் வருவதற்கு எனக்கு அதற்கு முன்பு நண்பர்களென்று யாருமே இருக்கவில்லை. நாங்களிருவரும் எமது செலவுகளை சமமாகப் பகிர்ந்து கொண்டோம்.

அவ்வாறான பயணங்களின் போது நான் ஞாபகமாக இகாரஸை அறைக்குள் வைத்துப் பூட்டி விட்டே செல்லப் பழகியிருந்தேன். ஆனால் அந்தப் பயணங்களை ஞாபகம் வைத்திருக்கும் விதமாக திரையரங்கின் நுழைவுச் சீட்டு, உணவகத்தின் கை துடைக்கும் காகிதம் போன்ற ஏதோவொன்றை எடுத்துக் கொண்டு வந்து இகாரஸுக்கு மறைவாகக் கொடுத்து வந்ததை தேவிந்தன் அறிய மாட்டான்.

இவற்றினிடையே கால அட்டவணை போல எப்போதும் நள்ளிரவுகளில் என்னுள்ளிருந்து தப்பி வெளியே வந்த இகாரஸ் தேவிந்தனைத் தேடிச் சென்றான். அவ்வாறு சென்று அவன் தேவிந்தனுக்குக் கீழடங்கும் விதத்தையும், அவனோடு கலந்திருக்கும் விதத்தையும் நான் பார்த்துக் கொண்டிருந்தேன்.

நாளுக்கு நாள் தேவிந்தனோடு நெருக்கமாகிக் கொண்டேயிருந்த இகாரஸ் போகப் போக அவனால் புறந்தள்ளப்பட்டான். மோகங்களும், ஆசைகளும் தீர்ந்து தேவிந்தனுக்கு இகாரஸ் அலுத்துப் போனதும் அவனுக்கு வரையறைகளை விதிக்கத் தொடங்கினான். சில நாட்கள் தேவிந்தனுடன் ஒரு வார்த்தை கதைக்கக் கூட இகாரஸ் பல மணித்தியாலங்கள் கெஞ்ச வேண்டியிருந்தது. சில நாட்கள் இகாரஸுடன் நெருக்கமாக இருக்கும்போதே திடீரென இந்த உறவை நிறுத்தி விடுமாறு தேவிந்தன் இகாரஸை வற்புறுத்தினான். இவற்றினிடையே சில நாட்கள் வெரலிக்காய் பூக்கள் பூத்தன. சில நாட்கள் பூக்கவேயில்லை.

தேவிந்தனுக்கு முகநூல், வைபர் போன்றவற்றில் உரையாடுவதற்கென்றே நிறைய நண்பர்கள் தனியாக இருந்தார்கள். அவர்களுடன் வேறுவிதமாகப் பழகவும், நான் அவர்களோடு கலந்து விடாமல் இருக்கவும் பார்த்துக் கொள்வதில் அவன் திறமை மிகுந்தவனாக இருந்தான். நான் முகநூலில் அவனுக்கு அனுப்பிய நட்பு அழைப்பானது ஏற்றுக் கொள்ளப்படாமல் தேங்கிக் கிடந்தது.

தேவிந்தனிடத்தில் எனக்குரிய இடம் குறித்து எனக்கு ஒரு தெளிவு இருந்தது. நான் அதற்குப் பணிந்து போனேன். இருந்தாலும் நிஜமாகவே எனக்கு, எனக்குள்ளிருந்த இகாரஸோடு இணைந்து ஒருவனாக ஆகி வெளிப்படையாக தேவிந்தனுடனேயே காலம் கழிக்க ஆசையிருந்தது. எனக்குள்ளேயே இருந்த இகாரஸை நானே ஒழுங்காகக் கவனித்துக் கொள்ளவில்லையோ என்று நான் கூட ஐயமுற்றேன். நிஜமாகவே இகாரஸ் எமக்கிடையேயான சிறிய இடமொன்றுக்குள் சிறைப்பட்டு மீட்கவும் யாருமில்லாமல், என்னிடமிருந்தோ தேவிந்தனிடமிருந்தோ உரிய கவனிப்புக் கூட கிடைக்காமல் தவித்துக் கொண்டிருக்கிறானே என்று எனக்கும் தோன்றவாரம்பித்தது. அவனை எம்மிடையேயான கலந்துரையாடலில் பங்குபெறச் செய்யவும், ஏதாவதொரு உருவத்தை அவனுக்கு வழங்கவும் எனக்குத் தேவையாகவிருந்தது.

தேவிந்தன் வெண்குதிரையில் வந்து தன்னை மீட்டுச் செல்வான் போன்ற கனவை அவன் கண்டுகொண்டிருக்கவில்லை. உண்மையில் அவனுக்குப் பொருத்தமான இடமொன்றையே அவன் தேடிக் கொண்டிருந்தான். அது, இதை விடவும் தெளிவான இடமாக இருந்தால் அதிலேயே வாழ்ந்து மரித்துப் போகவும் அவன் தயாராகவிருந்தான். சரியாகச் சொன்னால் அது ஒலிம்பிக் ஓட்ட வீரர் உசைன் போல்ட்டுடன் நூறு மீட்டர் ஓடப் போய் தோற்றுப் போவதைப் போல நிச்சயமாகத் தோல்வியைத் தழுவக் கூடிய ஒரு போட்டி. ஆமாம். நிச்சயமாக, இகாரஸுக்கு அவ்வாறானதோர் படுதோல்வியே தேவைப்பட்டது. ஆனால் தேவிந்தனோ ஓடத் தேவையான அடிப்படைத் தகைமைகள் கூட இல்லாதவன் போல அந்தப் போட்டியையே தவிர்த்து விட்டிருந்தான்.

“இதுதான் நான் உடுக்கப் போற கிட் மச்சி. ஹமீடியா ஷோ ரூம்ல பார்த்து வச்சிருக்கேன். நாங்க கொஞ்சம் வித்தியாசமான தீம்லதான் உடுக்கப் போறோம் மச்சி. ப்ரைட்ஸ்மைட்ஸ் கூட மிட்டாய்க் கலர்ல உடுக்காம மெல்லிய சாம்பல் கலர் உடுப்புகளைத்தான் உடுக்கப் போறாங்க” என்று ஒரு நாள் தேவிந்தனின் நண்பனான அஷான் அறைக்கு வந்திருந்த வேளையில் அவனிடம் கூறியவாறு கைபேசியிலிருந்த புகைப்படத்தையும் அவனுக்குக் காட்டினான். நான் அப்போது அவர்கள் இருவருக்கும் தேநீர் தயாரித்துக் கொண்டிருந்தேன். அது டை, கோட் அடங்கிய ஒரு திருமண ஆடை என்பது புரிந்தது. தேவிந்தனுக்குப் பொருத்தமான மெல்லிய சாம்பல் நிறம். திருமண நாள், மற்றைய ஏற்பாடுகள் எனப் பல விடயங்கள் குறித்தும் எனது காதில் விழ வேண்டும் என்றே அவர்களிருவரும் கலந்துரையாடிக் கொண்டிருந்தார்கள்.

அவை காதில் விழுந்த அவ்வேளையில் நான் அந்த உலகத்திலேயே இருக்கவில்லை. நான் தேவிந்தனுடன் இந்தளவு நெருக்கமாக இருந்த போதிலும், அவன் என்னிடம் இவ்வாறான எந்த விபரங்களையும் தெரிவிக்காமல் இருந்ததனால், நான் அவனது உலகத்துக்கு உரித்தானவனேயில்லை என்ற உணர்வோடு அவ்விடத்தில் நான் மிகவும் விந்தையான விதத்தில் சிறிதாகிக் குறுகிப் போயிருந்தேன். தேநீரில் சீனியைக் கலக்கிக் கொண்டிருந்த எனது வலது கை தானாகவே மெதுவாக இயங்கிக் கொண்டிருந்தது.

“டேய்... நீ டீ ஊத்துறியா? இல்ல... வேறெதையாவது கலக்கிட்டிருக்கியா?” என்று கேட்ட தேவிந்தன் சத்தமாகச் சிரித்தான்.

அன்று நான் பூக்கடையில் நிறைய வேலைகளைச் செய்து விட்டு மிகவும் களைத்துப் போய் வந்திருந்த தினம். உண்மையில் எனது கடையானது ஓரிடத்தில் மாத்திரம் பூக்களை விற்பனை செய்யும் ஒரு இடமல்ல. கடைக்கு வந்து பூக்களையும், செடிகளையும் மொத்தமாக வாங்கிக் கொண்டு போய் பல்வேறு பிரதேசங்களிலும் விற்கும் விற்பனைப் பிரதிநிதிகள் பலர் இருக்கிறார்கள். கோயில் திருவிழாக்கள், தேவாலய ஊர்வலங்கள் போன்றவற்றில் கடை போடுபவர்கள், சுற்றுலாப் பயணிகளுக்கான வியாபாரிகள், பேரூந்துத் தரிப்பிடங்களில் கடை வைத்திருப்போர் போன்ற அவ்வாறான மொத்த வாடிக்கையாளர்கள் நிறையப் பேர் இருக்கிறார்கள். எனது கடைக்கு சீனா, தாய்வான் போன்ற நாடுகளிலிருந்து இறக்குமதி செய்யப்படும் பூக்களும், செடிகளும் அவ்வாறானவர்கள் மூலம் நாடு முழுவதும் பரவலாக விற்கப்படுகின்றன. நான், அவ்வாறான பூக்களையும், செடிகளையும் மொத்தமாகச் சுமந்துகொண்டு வந்து வாகனங்களில் ஏற்றி, அடுக்கி அனுப்பி வைத்த நாள் அது. 'ப்ளூமிங் ஃப்ளோரா' கடையில் கிராமங்களிருந்த பூக்களைத் தலைநகரத்துக்குக் கொண்டு வந்து விற்பதைச் செய்தார்கள் என்றால், நாங்களோ நிரந்தரமானதும், வாடவே வாடாததுமான பூக்களைக் கிராமங்களுக்கு அனுப்பிக் கொண்டிருந்தோம். இயற்கைப் பூக்களை வளர்க்கும் வீடுகளில் கூட இவ்வாறான செயற்கைப் பூக்கள் நிச்சயமாக இருக்கும். உலக நடப்பு அதுதானே.

தேவிந்தனுக்கு அன்றைக்குப் பிறகு வேலைகள் அதிகரித்திருந்தன. நள்ளிரவாகியே அறைக்குத் திரும்பத் தொடங்கினான். சில நாட்கள் வருவதேயில்லை.

ஆனால், அன்றைக்குப் பிறகு மீண்டும் ஒருபோதும் வெரலிக்காய் பூக்கள் பூக்கவேயில்லை.

இகாரஸ் மிகுந்த கவலையோடு அறைச்சுவரோடு ஒட்டிப் போயிருந்தான். சரியாகச் சொல்வதென்றால் குளியலறையில் குளித்துக் கொண்டிருக்கையில் மிகவும் அவசியமான சமயத்தில் திடீரென்று தண்ணீர் வருவது நின்றுபோனால் செய்வதறியாமல் தவிப்பது போல அவன் தவித்துக் கொண்டிருந்தான். அந்தச் சோகக் காற்றில் எனது அன்றாட வாழ்க்கை கூட ஆடிக் கொண்டிருந்தது.

நான் தினந்தோறும் வேலைக்குப் போய் வந்ததுமே என்னை ஒரு ஆணாகக் காட்டும் வெளியுலக ஆடையைக் களைவேன்.

அகலமான இடுப்புப் பட்டையில் சிறைப்பட்டிருக்கும் நீண்ட காற்சட்டையையும், மேற்சட்டையையும் கழற்றியதுமே மிகுந்த விடுதலையை உணர்வேன். அப்படியே உள்ளாடையுடன் மாத்திரம் கட்டிலில் படுத்துக் கொள்வேன். முன்பு தனியாக அறையில் இருந்தபோது எவ்வாறு நடந்து கொண்டேனோ அவ்வாறே அந்த விடயத்தில் நான் நடந்து கொண்டேன். என்றாலும் இரவுணவை அருந்துவது, துணிகளைத் துவைப்பது போன்ற வேலைகளைக் கூட தள்ளிப் போடத் தொடங்கியிருந்தேன்.

ஏதோ ஒரு விடயத்தின் முற்றுப் புள்ளியை அதன் உச்சம் வரைக்கும் அனுபவிக்க வேண்டும் என்ற எதிர்பார்ப்போடுதான் நான் ஒவ்வொரு நாளும் அறைக்குள் நுழைந்தேன். வெடிக்கும் நேரம் குறிக்கப்பட்ட குண்டு ஒன்றின் காலம் நகரும் வினாடிகளின் டிக் டிக் ஓசையின் வேகத்தைக் கொண்டு இப்போது வெடிக்கப் போவதை உணர்ந்து கொண்ட ஓர் உணர்வு அது. அந்த குண்டு வெடித்தால் இகாரஸுக்கு நிச்சயமாக மரணம் நிகழும் என்பதை நானும், இகாரஸும் நன்றாக அறிந்திருந்தோம்.

தேவிந்தனுக்குத் திருமணமாக சரியாக அறுபத்தொரு நாள் இருந்த வேளையில்தான் அவன் திருமண அழைப்பிதழ்கள் அடங்கிய கட்டுகளிரண்டை துணிக்கடைப் பையொன்றினுள் இட்டு அறைக்கு எடுத்து வந்திருந்தான். யானைத் தந்த நிற அட்டையில் மஞ்சள் ரோஜாப் பூக்களின் பின்னணியில் எழுத்துக்கள் கோர்க்கப்பட்டிருந்த அழைப்பிதழை முதலாவது நாளுக்கானதாகவும், கடுஞ்சிவப்பு நிறத்திலிருந்த அழைப்பிதழை இரண்டாவது நாளுக்கானதாகவுமென அவர்கள் தீர்மானித்திருந்தார்கள்.

“டேய், உன்னோட கையெழுத்து அழகாயிருக்குமா மச்சி?” என்று தேவிந்தன் வெள்ளி நிற மையைக் கொண்ட பேனையைக் கையில் எடுத்தவாறே என்னிடம் கேட்டான்.

“ஐயோ... அழகா? என்னோட கையெழுத்து கருவண்டோட கொம்பு மாதிரி இருக்குன்னு சின்ன வயசுல நிறைய அடி வாங்கியிருக்கேன்.”

“அடடா... மினோலியோட கையெழுத்தை நீ பார்க்கணுமே. ரொம்ப அழகாயிருக்கும்டா. ஏதோ டைப் செட்டிங் செஞ்சது போல அவ்வளவு அழகாயிருக்கும்.”

‘என்னோட வாழ்க்கைலதான் எதுவுமே அழகானதாயில்லையே’ என்று நினைத்துக் கொண்டேனே தவிர அவனிடம் அதைக் கூறவேயில்லை.

“நிஜமாவே எனக்கு அவளைப் பிடிச்சிருக்குன்னு சொல்ல அவளோட அந்த அழகான கையெழுத்தும் ஒரு காரணம். உனக்குத் தெரியுமா? ஒரு பொண்ணோட கையெழுத்து அவளோட நேர்த்தி, பொறுமை, சிக்கனம் போன்ற எல்லாத்தையும்தான் பிரதிபலிக்குது. இதை எனக்கு என்னோட பெரியப்பாதான் சொல்லிக் கொடுத்தார்.”

“அப்படீன்னா ஆம்பளைங்களோட கையெழுத்து எதையெல்லாம் பிரதிபலிக்குது?” என்று நான் கேட்ட போதிலும், அவன் அந்தக் கேள்வி தனது காதில் விழாதது போலவே இருந்தான். அவனிடமிருந்து பதில் வரவுமில்லை. பிறகு அந்த அழைப்பிதழ்களை எடுத்துக் கொண்டு போய் மினோலியிடம் கொடுத்து அவளைக் கொண்டே பெயர்களை எழுதிக் கொண்டு வர வேண்டுமென்று கூறியவாறு அவன் அவற்றை மீண்டும் பைக்குள் எடுத்து வைத்தான்.

எனது கடைக்கு சிவப்பு நிற ஆப்பிள்கள் நிறைந்திருந்த, சிறிய சாடியில் போன்சாய் முறையில் நடப்பட்ட ஆப்பிள் செடிகள் நிறைய வந்திருந்தன. அவற்றைத் தமது உணவறையில் அழகுக்காக வைப்பதற்காக இல்லத்தரசிகள் வாங்குவார்கள் என்ற அனுமானத்தில் கடையில் விற்பனைக்கு வைத்திருந்தார்கள். நான் ஒருபோதும் உண்மையான ஆப்பிள் மரமொன்றை அதுவரையில் நேரில் கண்டிருக்கவேயில்லை. உண்மையில் ஆப்பிள் என்பது மரத்தில் காய்க்குமொன்று என்று நான் நினைத்துக் கூடப் பார்த்திருக்கவில்லை. அந்தக் கோணத்தில் பார்க்கையில் எனது கடைக்கு முன்பாகவிருக்கும் ‘ப்ளூமிங் ஃப்ளோரா’ இயற்கைப் பூக் கடையை விடவும், எனது செயற்கைப் பூக்கடைதான் நிஜமாகவே இயற்கையைக் கண்முன்னே கொண்டு வரும் ஒரு அருமையான இடம் என்று எனக்குத் தோன்றத் தொடங்கியது.

மினோலியிடம் கொடுத்து தேவிந்தன் எழுதிக் கொண்டு வந்த திருமண அழைப்பிதழ்களை அவனுக்குத் தெரியாமல் எடுத்து வாசிப்பதில் அதன் பிறகு வந்த நாட்களை செலவிட்டுக் கொண்டிருந்தேன். அவன் அறையை விட்டு அங்கிங்கென சற்று நகர்ந்ததுமே அவற்றை ஒவ்வொன்றாக எடுத்து வாசித்துப்

பார்த்தேன். ரமித், தஸூன், மிஸ்டர் பெரேரா, மிஸ்டர் குரேரா எனத் தொடர்ந்த பெயர்களிடையே எனது பெயர் எழுதப்பட்ட அழைப்பிதழைத்தான் நான் தேடினேன். நாட்கணக்காக, வாரக் கணக்காக நான் தேடிக் கொண்டேயிருந்தேன். சிவப்பு நிறத்தினாலான திருமண அழைப்பிதழ்களில்தான் அதிகமாகத் தேடிப் பார்த்தேன். மணமகனின் உற்ற தோழனாக எனக்கு திருமண நாளுக்கான அழைப்பிதழ்தான் கிடைக்கக் கூடும். ஆனால் இருக்கவில்லை. இருக்கவேயில்லை. நாளுக்கு நாள் அறைக்கு புதிய அழைப்பிதழ்கள் வருவது குறைந்து கொண்டே வந்தது. இருந்த அழைப்பிதழ்களும் கொஞ்சம் கொஞ்சமாகக் குறைந்து கொண்டே வந்தன. என்றாலும், எனக்காக மினோலியின் வெள்ளி நிறக் கையெழுத்தில் எழுதப்பட்ட அழைப்பிதழொன்று அந்தக் கட்டுக்குள் வைக்கப்பட்டு அங்கு வரவேயில்லை. அவ்வாறான அழைப்பிதழொன்றேனும் எனக்குக் கிடைக்குமானால் அதை எப்போதும் என்னுடனே பத்திரப்படுத்தி வைத்துக் கொள்ளவும், மெரூன் நிற ஷேர்ட் ஒன்றை அணிந்து திருமண வீட்டுக்குச் செல்லவும் நான் தீர்மானித்திருந்தேன்.

அப்போது தேவிந்தனின் திருமணத்துக்கு இன்னும் நாற்பத்தொன்பது நாட்கள் இருந்தன. அவர்கள், வரப் போகும் வார இறுதியில் ப்ரீ ஷூட் எனப்படும் திருமணம் முடிக்கவிருக்கும் ஜோடிகளின் புகைப்படங்களையெடுக்கும் நிகழ்விற்குத் திட்டமிட்டிருந்தார்கள். அவன் அதற்குத் தேவையான ஆடை அணிகலன்களைப் புத்தம்புதிதாக கடையிலிருந்து வாங்கிக் கொண்டு வந்திருந்தான். நீல நிறத்தில் முழங்காலுக்குச் சற்றுக் கீழே வரையான காற்சட்டை, விலை அதிகமானதும், நாகரீகப் பாணியிலானதுமான பத்திக் சாரம், லினன் மேற்சட்டை மாத்திரமல்லாமல் புதுவிதமான விலையுயர்ந்த ஜட்டிகளையும் கூட வாங்கிக் கொண்டு வந்திருந்தான். காலி நகரத்தில், காலிக் கோட்டைக்கருகிலும் கடற்கரையிலும்தான் புகைப்படங்களை எடுக்கத் திட்டமிட்டிருப்பது காதில் விழுந்தது.

தேவிந்தன் ஒவ்வொரு வார இறுதியிலும் தனது வீட்டுக்குப் போய் வந்தான் எனினும், நான் அவ்வாறு ஒவ்வொரு வாரமும் எனது வீட்டுக்குப் போனதேயில்லை. இரண்டு, மூன்று மாதங்களுக்கு ஒரு தடவைதான் வீட்டுக்குப் போய் வருவேன். அவ்வாறு போகும் ஒவ்வொரு தடவையும் செயற்கைப் பூங்கொத்துகளோடு, அம்மாவுக்குப் பிடித்த எதையாவது வாங்கிக் கொண்டு போய்க்

கொடுத்து அவளை சந்தோஷப்படுத்த என்னால் முடியுமாக இருந்தது. நான் ஊருக்குப் போனாலும் இல்லாவிட்டாலும், எனது தாய்வீட்டிலேயே குடியிருந்த எனது அண்ணனால் அம்மாவுக்குக் குறையேதுமில்லாமல் வாழத் தேவையான வசதிகளை ஏற்படுத்திக் கொடுக்க முடிந்திருந்தது. அதனால்தான் என்னால் நல்லதொரு விடுதியறையில் தங்கிக் கொள்ள முடியுமாக இருந்தது. டை அணிந்து பணிபுரியும் தொழில்களைச் செய்பவர்கள் தங்கக் கூடிய அறையில், செயற்கைப் பூக்கடையில் வேலை செய்யும் பையனொருவனுக்குத் தங்கிக் கொள்ள முடியுமாக இருப்பதைக் குறித்துத்தான் நான் கூறுகிறேன். ஆனால், நான் கொண்டு போய்க் கொடுக்கும் பூங்கொத்துகளை பாலிதீனில் சுற்றி பத்திரமாக அலுமாரியில் எடுத்து வைத்து எப்போதும் பாதுகாத்து வந்தாள் அம்மா. முன்பு எப்போதோ நான் கொண்டு போய்க் கொடுத்திருந்த செயற்கை அரளிப் பூங்கொத்தொன்றினை மாத்திரம் பூச்சாடியொன்றினுள் இட்டு பூஜையறையில் புத்தர் சிலைக்கு அருகில் வைத்திருந்தாள்.

நான் என்ற ஒருவன் அறையிலிருக்கவேயில்லை என்பது போலத்தான் தேவிந்தன் அந்தப் பயணத்தைப் போகத் தயாராகிக் கொண்டிருந்தான். எனது காதில் விழுந்த தொலைபேசி உரையாடல்களைக் கொண்டு அஷானும், மற்றுமொரு நண்பனும் அவனுடன் கூடமாட உதவிக்காகப் போகிறார்கள் என்பதை அறிந்து கொண்டேன். எனக்கு ஒருபோதும் ப்ரீ ஷூட், திருமணம் எல்லாம் நடக்காது என்பதை நான் அறிந்தே இருந்தேன். ஆகவே இவ்வாறேனும் பிறருடைய ப்ரீ ஷூட்டுக்குப் போய் பார்த்தாலே ஒழிய இந்த அனுபவமெல்லாம் எனக்கு ஒருபோதும் கிடைக்கவே கிடைக்காது. என்றாலும், குறைந்தபட்சம் ஒரு வேலைக்காரனைப் போலவாவது கூட வரட்டுமா என்று கேட்கும் அளவுக்குத் தாழ்ந்து போக என்னால் முடியாமல் போனதோடு, அவ்வாறு கேட்பதற்கு எனது மனதைத் தயார்படுத்திக் கொள்ளுமளவுக்கு எனக்கு நேரமும் இருக்கவில்லை.

விடிந்தால் அந்த சனிக்கிழமை என்று கூறக்கூடிய வெள்ளிக்கிழமை இரவு உதித்திருந்தது. தேவிந்தன் அழகாகத் தலைமயிர் வெட்டி, மீசை தாடியெல்லாம் செதுக்கி விட்டு வந்து குளித்துக் கொண்டிருப்பது ஒரு மணித்தியாலம் போல கேட்டது. பிறகு நேர காலத்தோடு படுத்துறங்கினான். அது விடிகாலையிலேயே எழும்பிப் போக வேண்டியிருப்பதனாலாக இருக்கலாம்.

இகாரஸின் வீழ்ச்சி

அந்த இரவு நாங்கள் மூவரும் மூன்று இடங்களில் தனித்திருந்த மெல்லிய வெளிச்சத்துடனான மென்மையான ஓரிரவாக இருந்தது. அந்த இரவில் எமது அறை சரியாக இரண்டு பாதியாகப் பிரிந்தது. பத்துக்குப் பன்னிரண்டு சதுர அடி அளவான அந்த அறை அவனுக்கு ஆறு, எனக்கு ஆறு எனப் பிரிந்தது. புத்தாடைகள், புதிய சப்பாத்துகள், புதிய நறுமணத் திரவியங்கள், குட்டைக் காற்சட்டை வடிவிலான புதிய ஜட்டிகள் என நேர்த்தியாக, புதிய வாழ்க்கையொன்றில் அடியெடுத்து வைக்கும் இளம் தளிர்களைக் கொண்ட சோலையொன்று போல அவனது பகுதி இருந்தது. இருண்ட, துயரம் மண்டிக் கிடந்த உலகமொன்றுக்குள் மூழ்கியிருந்த எனது பகுதியோ எவராலும் எதையும் இலகுவில் தேடிக் கண்டு பிடிக்க முடியாத அளவுக்கு ஒழுங்கற்ற விதத்தில் சிக்குண்டு கிடந்தது. அந்த இருளுக்குள் வாய்கள் மூடப்பட்ட இரண்டு குப்பைப் பொதிகள் போல நானும், இகாரஸும் அங்கு புறக்கணிக்கப்பட்டுக் கிடந்தோம்.

தேய்ந்து கொண்டிருந்த நிலவுதான் வானில் இருந்தபோதிலும், கீழே நுழைவாயிலருகே இடப்பட்டிருந்த மின்குமிழிலிருந்து கசிந்த ஒளி ஜன்னல் வழியாக மெலிதாக அறைக்குள் வந்து தேவிந்தனின் முதுகில் விழுந்திருந்தது. அவன் ஒருக்களித்துப் படுத்திருந்தான். சிறியதொரு குட்டைக் காற்சட்டையை மாத்திரம் அணிந்திருந்தவனது காதுகளில் ‘ஹேன்ட்ஸ் ஃப்ரீ’ அப்படியே இருந்தது. அந்த நிலா வெளிச்சம் போன்ற மெல்லிய மின்னொளியில் அவனது திரண்டிருந்த தோள் புஜம் மின்னிக் கொண்டிருந்தது. முதுகில் முள்ளந்தண்டுக் குழி ஒரு கனத்த ரேகை போன்று தென்பட்டது. முன்னொரு போதும் கண்டிராத விதத்தில் இப்போது அவனது உடல் இளமையால் பூரித்திருப்பது போலத் தோன்றியது. பொன் நிறத் தோல். ஒருபோதும் சொந்தமாக்கிக் கொள்ள முடியாத ஒரு தெய்வீக அழகு அது. கண்ணாடிப் பெட்டியொன்றின் உள்ளேயிருக்கும் ஒரு தேவதூதனின் சிலை போல, அந்தக் கட்டுமஸ்தான தேகத்தின் திடகாத்திரமான வடிவங்கள் அனைத்தும் பார்வைக்குத் தென்பட்டது என்றாலும், மனம் விரும்பிய விதத்தில் தொடவோ, தொட்டுப் பார்க்கவோ முடியாத தொலைவிலும் இருந்தது.

நான் அந்த இரவு முழுதும் பாதி உறக்கமும், பாதி விழிப்பும் என கிறக்கத்தில் தள்ளாடிக் கொண்டிருந்தேன். கண் திறந்து பார்த்த ஒவ்வொரு தடவையும் அவனைத்தான் பார்த்துக்

கொண்டிருந்தேன். ஒவ்வொரு தடவையும், ஓரோர் விதத்தில் அவன் தென்பட்டுக் கொண்டிருந்தான்.

இளவரசனைப் போல ஒரு தடவை.
பிச்சைக்காரனைப் போல ஒரு தடவை.
அயல்வீட்டு அண்ணனைப் போல ஒரு தடவை.
எனக்குப் பிடித்த நடிகனைப் போல ஒரு தடவை.
என்னைப் போலவே ஒரு தடவை.

நான் அவனை ரசித்துக் கொண்டேயிருந்தேன்.

அன்றிரவு இகாரஸும், நானும் ஒரே ஆளாக மாறினோம். இந்தளவு அழகான இரவில் தேவிந்தனை ஒரு கனவு போல அழகான இடமொன்றில் நிலைத்திருக்கச் செய்ய என்னுள்ளேயிருந்த இகாரஸால் முடியுமாக இருந்தது. அது, வார்த்தைகளால் ஒருபோதும் விபரிக்கவே முடியாத இனிமை மிகுந்த காலமாக இருந்தது. என்னால் இயன்ற அளவுக்கு விபரித்துச் சொல்வதாக இருந்தால், அதை ஒரு கனவுமல்லாத, நிஜமுமல்லாத இடைநடுவிலான காலமென்றும், இடமென்றும்தான் சொல்வேன்.

விடிவதற்கு முன்பே எத்தனை மணிக்கோ எழுந்துகொண்ட அவன் குளித்துத் தயாராகிக் கொண்டிருந்தான். குளித்து விட்டு வந்தவன் முன்னொருபோதும் செய்திராத விதத்தில் இடுப்பிலிருந்த துண்டைக் கழற்றிப் போட்டு விட்டு ஜட்டியைத் தேடிக் கொண்டிருந்தான். அதை நான் உறக்கத்திலிருக்கிறேன் என்று நினைத்துச் செய்தானோ, விழித்திருக்கிறேன் என்பது தெரிந்து வேண்டுமென்றே செய்தானோ நானறியேன்.

அவனது நிர்வாணமான பின்புறத்தைத்தான் நான் இறுதியாகக் கண்டேன். பிறகு அப்படியே கண்கள் கிறங்கி நான் உறங்கி விட்டிருந்தேன். விழித்துக் கொண்ட போது நன்றாக விடிந்திருந்தது. ஓரிரு பறவைகள் கீச்சிடுவதும், ஒன்றிரண்டு வாகனங்கள் சோம்பலோடு போய்க் கொண்டிருக்கும் ஓசையும் கேட்டது. வானம் மழை பெய்வதற்காக இருண்டிருப்பதை சற்று நேரம் கழிந்ததன் பிறகுதான் உணர்ந்தேன்.

அவ்வேளையிலேயே இகாரஸ் என்னுள்ளே இல்லாதிருப்பதை நான் உணர்ந்தேன். அவனும் ப்ரீ ஷூட்டுக்காக தேவிந்தனைப் பின்தொடர்ந்து போயிருக்கக் கூடும்.

காலை ஏழு மணியானதும் அன்று வேலைக்குப் போகாதிருக்கத் தீர்மானித்தேன். ஏழரையானதும் நான் அறிந்த ஒரு சிலரைத் தொலைபேசியில் தொடர்புகொண்டு வேறொரு விடுதியறையைத் தேடத் தொடங்கியிருந்தேன். பன்னிரண்டு மணியானபோது நான் இருந்த அறையை விடச் சற்றுத் தொலைவிலிருந்த ஒற்றையடிப் பாதையின் முடிவில் ஆறேழு பேர் தங்கியிருக்கக் கூடிய ஆண்களின் விடுதியறையொன்றில் ஒரு கட்டில் எனக்குக் கிடைத்திருந்தது. அழகானது என்று எனக்குத் தோன்றிய அந்த இரவைத்தான் நான் தேவிந்தனைக் கடைசியாகக் கண்ட இரவாக முடிச்சிட்டு வைக்க எனக்குத் தேவைப்பட்டது. மூன்று மணியான போது நான் எனது பொருட்களைக் கட்டியெடுத்துக் கொண்டு புறப்படத் தயாராகியிருந்தேன். அங்கிருந்து கிளம்புவதற்கு முன்பு நான் இகாரஸுக்கு ஒரு கடிதத்தை எழுதத் தொடங்கினேன்.

அன்பின் இகாரஸுக்கு,

உனக்கு நான் ஏன் இகாரஸ் என்று பெயரிட்டேன் என்பதை நீ அறிய மாட்டாய், இல்லையா? அது எனது சிறு வயதில் பாடசாலையில் ஆங்கிலப் புத்தகமொன்றிலிருந்த கதையொன்றில் இடம்பெற்றிருந்த பெயர். எனக்குத் தெரிந்த விதத்தில் அதுவொரு கிரேக்கக் கதை. பண்டைய காலத்தில் தேன்மெழுகினால் இறகுகளைச் செய்து கொண்டு சூரியனை நோக்கிப் பறக்க முற்பட்ட தந்தையினதும், மகனதும் கதையது. மகனான இகாரஸ்தான் இதைச் செய்கிறான். ஆனால் துரதிர்ஷ்டவசமாக இடைவழியில் வைத்து மெழுகு உருகியதால் இறகுகள் உதிர்ந்து கடலில் விழுகிறான். மனம் விரும்பியவை அனைத்தையும் செய்வதன் விளைவுகளை உபதேசிக்கும் கதையொன்றாகத்தான் அந்த நாட்களில் எமக்கு இந்தக் கதையைப் போதித்தார்கள். ஆனால் பின்னொரு காலத்தில் உலகப் பிரசித்தம் பெற்ற பிரபல ஓவியர் ஒருவர் 'இகாரஸின் வீழ்ச்சி' எனும் தலைப்பில் ஓவியமொன்றை வரைந்திருப்பதை பழைய சஞ்சிகையொன்றின் மூலமாக அறிந்து கொண்டேன். அதனுடன் இருந்த குறிப்பில் வேறொரு கதைதான் குறிப்பிடப்பட்டிருந்தது. அதாவது, உண்மையில் இகாரஸ் உலகை வேறொரு இடத்துக்குக் கொண்டு செல்லக் கனவு கண்டவாறு அதற்காகவே பாடுபட்ட ஒரு வீரன். அவன் விழும் கடைசிக் கணத்தைக் குறித்தும் அதில் குறிப்பிடப்பட்டிருந்தது. இகாரஸ் எனப்படுபவன் பரந்த நீரில் மூழ்கிப் போன பாதமொன்றின் ஒரு சிறு துண்டு மாத்திரம்தான்.

அந்தத் துரதிர்ஷ்டமான கணத்திலும், உலகையே மாற்ற முயற்சித்த மிகச் சிறப்பான கணமொன்றின் அந்த இறுதி நொடியிலும் உலகமானது எந்தளவு உறக்கத்தில் மூழ்கியிருந்தது என்பதைத்தான் அது விபரிக்கிறது. இகாரஸின் வீழ்ச்சியுடன் கூடிய நிலப்பரப்பு அலட்சியமான மனித இயல்பு பற்றியது. அது எந்தளவு ஆழமான அலட்சியப் போக்கென்றால், மணல்துகளொன்று தன் மீது விழுவதைக் கூட உணராமல் உழவனொருவன் உழுது கொண்டிருக்கிறான்; வசந்த காலத்தில் மரமொன்றிலிருந்து இலை உதிர்வதைக் கூட உணராமல் மேய்ப்பாளன் ஆட்டுக்குட்டிகளை மேய்த்துக் கொண்டிருக்கிறான்; தொழிற்சாலைகள் வழமை போலவே இயங்கிக் கொண்டிருக்கின்றன; புகைபோக்கியவாறு கப்பல்கள் போய்க் கொண்டிருக்கின்றன. உண்மையில் நான் அந்த சஞ்சிகையின் இந்தப் பகுதியை எனது கடையிலிருந்த காகிதப்பைகளிடையேதான் கண்டு வாசித்துப் பார்த்தேன். அந்த சஞ்சிகைப் பக்கத்தைக் கொண்டு செய்யப்பட்டிருந்த காகிதப் பையின் உட்புறத்தில் ஓவியங்களோடு அந்தக் கதை முழுமையாக இருந்தது. நீ எனக்குள்ளே பிறந்த நாளில்தான் நான் அதை வாசித்திருந்தேன். அப்போதும் நீ எனக்குள் வரப்போவதை நான் உணர்ந்தே இருந்தேன்.

என்னுடைய இகாரஸே, உனக்கும் அவ்வாறானதோர் விதிதான் உரித்தானது. நீ புதியதோர் வாழ்க்கையைத் தேடிக் கண்டுபிடித்து இந்த அறையின் நடுவே எம் இருவருக்கும் மத்தியில் பறந்து கொண்டிருந்தாய். நான் ஒருபோதும் கண்டிராத அழகான வண்ண வண்ணச் சிறகுகள் உனக்குச் சொந்தமாக இருந்தன. ஆனால் இப்போதோ உனது அழகான சிறகுகளிரண்டும் உருகத் தொடங்கி விட்டன. வெகுவிரைவில் உனது 'இகாரஸின் வீழ்ச்சி' நிகழும். நீ இப்போது போயிருக்கும் காலி கடலில் நீ விழுவதைக் கொண்டும் அது நிகழக் கூடும். ஆனால் அந்த வீழ்ச்சி நிகழ்வதற்கு முன்பே நான் போய் விடத் தீர்மானித்து விட்டேன். உன்னைக் கை விட்டுவிட்டு, அவனை மறந்து விட்டு நான் போகப் போகிறேன். நான் செய்வதில் பிழையிருக்கக் கூடும். இருந்தாலும் நான் போகிறேன். நான் அவனிடம் கூட சொல்லாமல்தான் போகிறேன். சொல்லி விட்டுப் போனாலும், சொல்லாமலே போனாலும் அவன் ஒருபோதும் என்னைத் தேடி வர மாட்டான். நான் கூட அவனை ஒருபோதும் தேடிச் செல்லாமலிருக்கவே முயற்சிப்பேன்.

எது எவ்வாறாயினும் நான் உனக்கு நன்றி சொல்லக் கடமைப்பட்டிருக்கிறேன். என்னுடைய இகாரஸே, இந்தச் சிறிது காலத்துக்கேனும் நீ எனது வாழ்க்கைக்கான ஒளியை, எதிர்பார்ப்புகளுக்கான வெளிச்சத்தை என்னிடம் கொண்டு வந்து தந்தாய். என்னால் அந்த அழகிய உலகில் ஒழுங்காகக் காலெடுத்து வைக்க முடியாமல் போன போதிலும் நான் அந்த அழகிய உலகத்தைத் தொலைவிலல்லாமல் மிக அருகிலேயே கண்டது உன்னால்தான்.

நற்பயணமாகட்டும் என்னுடைய இகாரஸே.

நான் போகிறேன்.

நான் அந்தக் கடிதத்தை மேசை மீது வைத்து விட்டு, எனது பொருட்களனைத்தையும் எடுத்துக் கொண்டு வெளியேறி அந்த விடுதியறைக்கு விடைகொடுத்தேன்.

அதன் பிறகு நான் என்னால் இயன்ற எல்லா நேரங்களிலும் அந்த செயற்கைப் பூக்கடையில் இருந்து கொண்டு இயற்கைப் பூக்கடையையே பார்த்துக் கொண்டிருந்தேன். திருமண மலர்களை வாங்கிப் போக தேவிந்தன் வருவதை நான் காணப் போகிறேன் என்ற உணர்வு மனதின் ஒரு மூலையில் எப்போதும் தோன்றி நெஞ்சு வேகமாக அடித்துக் கொண்டது; வியர்த்து வழிந்தது. அவ்வாறு நடந்தால் அவ்வேளையில் நானே அவனிடம் போய்க் கதைப்பதா அல்லது இங்கு இவ்வாறாக மறைந்திருந்து பார்த்துக் கொண்டிருப்பதா என்ற தடுமாற்றம்தான் எனக்கிருந்தது. சிலவேளைகளில் நான் இவ்வாறான சந்தர்ப்பமொன்றை எதிர்பார்த்துத்தானா அந்த அறையிலிருந்து தப்பித்து வந்தேன் என்று யோசிக்கும் அளவுக்கு நான் அந்தத் தடுமாற்றத்தை உணர்ந்திருந்தேன். இருந்தாலும் அந்தத் தடுமாற்றம் நல்லதுதான். அவ்வாறான மீண்டும் சந்திக்கும் எதிர்பார்ப்புகளோடு கொஞ்சம் கொஞ்சமாக மிதந்து கொண்டிருக்காமல் ஒரேயடியாகக் கீழே விழுவது எவ்வாறு? பட்டமொன்று கூட நூல் அறுந்தால் எங்கேயாவது போய் விழுவதற்கு முன்பாக சில கணங்கள் மிதந்து கொண்டிருக்குமே.

அவ்வாறு அவனைச் சந்திக்க நேர்ந்தால் நான் எவ்வாறு நடந்து கொள்ள வேண்டும் என்பது குறித்த பல கதைகள் எனது மனதில் குவிந்திருந்தன. என்றாலும், அவற்றை நான் வெட்டிச் சுருக்கிச்

செதுக்கி அவற்றினுள்ளிருந்து இரண்டு கதைகளை மாத்திரம் தயாரித்து வைத்தேன். அவனாக என்னிடம் வந்து பேசினால் ஒரு கதையும், நான் முதலில் பேசினால் இரண்டாவது கதையும் என இரண்டு கதைகள்.

ஒரு கதை இதுதான்.

அவனாக முதலில் என்னிடம் பேசினால் அந்தக் கதை இதுதான்.

எனது பூக்கடை முன்பாக நான் நின்று கொண்டிருக்கும்போது தற்செயலாக நாங்கள் சந்திக்க நேர்கிறது. எங்கோ நடந்து போய்க் கொண்டிருக்கும் அவன் என்னைக் காண்கிறான்.

"ஏன்டா சொல்லாமலே ரூம்லருந்து போயிட்டே?" என்று அவன் நடைபாதையில் நின்று கொண்டு என்னிடம் கேட்கிறான்.

"முன்னாடியெல்லாம் நான் ஸ்கூலுக்குப் போறப்ப வகுப்புல இருக்குற எல்லாப் பசங்களுமே என்னோட உயிர் நண்பர்கள்னுதான் நான் நம்பிட்டிருந்தேன். எனக்கு நெருங்கிய நண்பர்கள், நெருக்கமில்லாத நண்பர்கள்னு இரண்டு வகை நண்பர்கள் இருக்கல. நான் எல்லாரையும் ஒண்ணு போலத்தான் பார்த்தேன். ஆனா ஒருத்தனும் என்னை சமமா மதிக்கவேயில்லன்றதை நான் போகப் போகத்தான் தெரிஞ்சுக்கிட்டேன். களவா சிகரெட் புகைக்கப் போக, பொண்ணுங்க பின்னாடி போக, நீலப்படம் பார்க்கப் போகன்னு எல்லாத்துக்கும் அவங்க திட்டம் போடுறப்ப என்னை மட்டும் எல்லாரும் ஒதுக்கிடுவாங்க. அவங்களோட கிசுகிசுப்பான ரகசிய உரையாடல்கள்ல எனக்கு இடமிருக்கவேயில்ல. அது போதாதுன்னு நீ பொம்புளப் பிள்ள மாதிரி இருக்காய், நீ ஒரு பொட்டைன்னு சொல்லி அவங்க எல்லோரும் எப்பவும் என்னைக் கிண்டல் பண்ணிட்டே இருப்பாங்க. இருந்தாலும் நான் அவங்க பின்னாலேயே விழுந்து கிடந்தேன், பிச்சைக்காரனைப் போல. எவ்ளோ துரத்தினாலும் உள்ளங்கால்களை நக்கிட்டுக் கிடக்குற நாய்க்குட்டி போல. எனக்கு செய்ய வேறு வழியிருக்கவுமில்ல. அதுக்காக வேற ஸ்கூலுக்குப் போறதையோ, இல்லன்னா ஸ்கூலுக்குப் போகாமலே இருக்குறதையோ செய்திருக்கலாம். ஆனா எனக்கு அப்படியொரு எண்ணம் கூடத் தோணவேயில்ல. நான் எங்கே போயிருந்தாலும் அங்கேயும் இந்த மாதிரியான ஆட்கள்தான் இருப்பாங்கன்றத அப்பவே நான் அறிஞ்சிருந்தேன்."

கடையின் வாசலை அடைத்துக் கொண்டு நின்றிருக்கும் நான், அவன் உள்ளே வருவதென்றால் வரட்டுமென்று சற்று இடப்புறமாக நகர்ந்து நிற்கிறேன். ஆனால் அவனோ உள்ளே வரும் எண்ணத்தில் இருக்க மாட்டான்.

“நான்தான் இப்போ ஸ்கூல் பையனில்லையே. அதனால என்னை அலட்சியப்படுத்துற இடத்துல, என்னைப் புறக்கணிக்குற இடத்துல, என்னை ஒதுக்குற இடத்துல நான் எதுக்கு இருக்கணும்? பிரச்சினைன்னு வரும்போது அதுலருந்து தப்பிச்சுப் போறது, அதுக்கு முகங்கொடுக்குறதைக் காட்டிலும் தைரியமானதுன்னுதான் இவ்வளவு காலமும் நான் என்னோட வாழ்க்கைலருந்து கத்துக்கிட்டிருக்கேன். சரியாச் சொன்னா அதுதான் கொதிக்குற மனசுக்குக் காத்து வீசுறது போல சுகமானது.”

அவன் நான் சொல்வதை ஒழுங்காகக் கேட்டுக் கொண்டுமிருப்பதில்லை. அவனது முகம் எவ்வித உணர்ச்சிகளையும் பிரதிபலிக்காமல் முகநூல் முகப்புப் படம் போல வைத்த இடத்திலேயே எவ்வித உணர்வுகளுமற்று சிலை போல சமைந்திருக்கிறது. சரியாகச் சொன்னால் லெமினேட் செய்யப்பட்ட புகைப்படமொன்று போல. எதுவாலும் மாற்ற முடியாத திருப்தியும், அகங்காரமும், சுய கௌரவமும் அந்த முகத்தில் படிந்திருக்கிறது.

அவன் திரும்பிப் போக முற்படும் பாவனையோடு பேச ஆரம்பிக்கிறான்.

“நான் போறேன்டா. உன்னோட கதைச்சுட்டிருக்குறதுல அர்த்தமில்ல. ஏன் ரூமை விட்டுப் போனாய்னு ஏதோ மனுஷத்தனத்துல பழகிய தோஷத்துல கேட்டுட்டேன்டா சாமி. ஆளை விடு.”

நான் பார்த்துக் கொண்டிருக்கும்போதே அவன் கூட்டத்தினிடையே புகுந்து காணாமல் போகிறான். கடைசி மனிதனும் கிளம்பிப் போகும்போது தீவில் தனித்துப் போகும் விருப்பத்தோடு காத்திருக்கும் ஒரு மனிதனைப் போல நான் அவனையே பார்த்துக் கொண்டிருக்கிறேன். நடைபாதையில் பல்வேறு விதமான ஆண்களினதும், பெண்களினதும் உருவங்களினிடையே மணல் குன்றொன்றின் மீது மாணிக்கமொன்று விழுந்தது போல அவன் காணாமல் போகிறான்.

நிறைய மனிதர்களின் நடுவே எனது பார்வையிலிருந்து மறைந்து, இனியும் தேவிந்தனை அவர்களிடையே அடையாளம் காண முடியாமல் போவதைத்தான் இங்கு நான் காணாமல் போகிறான் என்று குறிப்பிட்டிருக்கிறேன். அதாவது ஒரு எல்லையைக் கடந்ததுமே எல்லோருமே தேவிந்தனாகத்தான் தென்படத் தொடங்குவார்கள். கறுப்பு தேவிந்தன்கள், சிவப்பு தேவிந்தன்கள், பருமனான தேவிந்தன்கள், ஒல்லியான தேவிந்தன்கள், உயரமான தேவிந்தன்கள், குள்ளமான தேவிந்தன்கள் போன்ற வரையறைகள் ஏதுமில்லாத அளவுக்கு குட்டி போட்டுக் கொண்டேயிருக்கும் தேவிந்தன்கள் எங்கும் மழை போல பெய்து கொண்டேயிருக்கிறார்கள்.

இனி இரண்டாவது கதை.

சற்று வியர்த்துப் போய் பதற்றமுற்ற முகத்தோடு சுற்றிவரப் பார்த்தவாறு தேவிந்தன் எனது கடைக்கு வருகிறான். அதை அவன் தற்செயலாக வந்திருக்கும் பயணமொன்றாகக் காட்டிக் கொள்ள முயல்வதோடு, அந்தப் போலியான பாவனை, பொய்யானது என்பதை எடுத்துக் காட்டவும் உதவுகிறது. அவன் வரும்போது நான் கீழ் மாடியில் சிவப்பு ரோஜாக் கொத்துகளிடையே சிலந்தி வலைகளை அகற்றிக் கொண்டிருக்கிறேன். ஏதோ என்னைப் பணம் கொடுத்து வாங்க வருவது போல நேராக அவன் என்னை நோக்கி வருகிறான்.

“அடடே தேவிந்தன்.. எப்படியிருக்கே? என்ன இந்தப் பக்கம்? உனக்குன்னா ஒருபோதும் இந்த மாதிரி ஆர்டிஃபிஷல் ஃப்ளவர்ஸ் பிடிக்காதுன்றது எனக்குத் தெரியுமே.”

“டேய் நீ இந்தப் பொய்ப் பூக்களை விக்குற கடையிலா வேலை செய்றே? முன்னாடியிருக்குற நிஜப் பூக்களை விக்குற கடையில நீ வேலை செய்றேன்னுல்ல நான் நினைச்சிட்டிருந்தேன்.”

இவ்வாறு கூறி விட்டு அவன், ஒருபோதும் இவ்வாறானதோர் கடைக்கு வாடிக்கையாளராகக் கூட வர விரும்பாதவன் போன்ற அபிநயத்தோடு சுற்றி வரப் பார்க்கிறான்.

“நிஜம்னாலும், பொய்னாலும் பூக்கள், பூக்கள்தானே.”

“இருந்தாலும் பொய்ப் பூக்களால ஒரு பிரயோசனமுமில்லையேடா... வாசனை கூட இருக்காது” என்று கூறியவாறே அவன்

முன்னாலிருக்கும் இயற்கையான பூக்களை விற்கும் கடையைப் பார்க்கிறான்.

"எல்லாப் பூக்களுமே வாசனை வீசணும். அந்தியாகுறப்ப வாடணும். பூஜைக்கு வைக்கணும். பொம்பளைங்க கூந்தல்ல வைக்கணும்னு யாருப்பா சொன்னது? அடுத்தது, செயற்கைப் பூக்களை ஏன் இயற்கைப் பூக்களோட சேர்த்துக் குழப்பிக்கணும்? நிஜப் பூக்களைப் போலவே, பொய்ப் பூக்களுக்கும் ஏதாவதொரு வாழ்க்கை இருக்குமே" என்று நான் சிவப்பு ரோஜாவின் இதழொன்றை வருடிக் கொடுத்தவாறே கூறுகிறேன். எனது கூற்றால் அவன் ஆளைச் சுற்றி விட்டது போல குழம்பிப் போகிறான். சுற்றி வரப் பார்க்கிறான். அவனது உதட்டின் மேலே வியர்வை ஒரு கோட்டினை வரைந்திருக்கிறது.

இதனிடையே பூக்களை வாங்க வந்த இளம்பெண்ணொருத்திக்கு ஆகவும் உயரமான இடத்தில் காட்சிக்கு வைக்கப்பட்டிருக்கும் பூங்கொத்தொன்று தேவைப்படுகிறது. நான் அதை எடுப்பதற்காக முக்காலியொன்றைக் கொண்டு வந்து வைத்து அவர்களுக்கு முதுகைக் காட்டியவாறு அதில் ஏறுகிறேன். அந்தப் பெண் சிவப்பு நிறப் பூக்களுக்கும், கத்தரிப் பூ நிறப் பூக்களுக்குமிடையே அல்லாடுகிறாள். நான் அவையிரண்டையுமே எடுத்து அவளிடம் கொடுக்கிறேன். அங்குமிங்குமாகத் திருப்பிப் புரட்டிப் பார்த்துப் பார்த்து கடைசியில் அவள் கத்தரிப் பூ நிறப் பூங்கொத்தை வாங்கத் தீர்மானிக்கிறாள். நான் சிவப்புப் பூங்கொத்தைக் கையில் வைத்துக் கொண்டு தேவிந்தனைத் தேடுகிறேன்.

அவன் இருந்த இடம் வெற்றிடமாகியிருக்கிறது.

நான் கடையில் கீழ் மாடி முழுவதுமாகத் தேடிப் பார்க்கிறேன். யாரோ களவாடிச் சென்றது போல அவன் காணாமல் போயிருக்கிறான். நான் உடனடியாக கடையினுள்ளேயிருந்து வெளியே வருகிறேன். தெருவில் மேலும் கீழுமாக அலைந்து அவனைத் தேடுகிறேன். சிவப்பு நிறப் பூங்கொத்து அப்போதும் எனது கையிலிருக்கிறது. வெற்றித் தூணை நெருங்கிய வேளையில் கீழே விழுந்த மரதன் ஓட்ட வீரனொருவனைப் போன்ற உணர்வோடு நான் தெருவில் அங்குமிங்குமாக அலைந்து திரிந்து அவனைத் தேடுகிறேன். திடீரென புறக்கோட்டைப் பக்கமாக நடந்து போய்க் கொண்டிருக்கும் அவனைக் காண்கிறேன். அவனை நோக்கி நான் வேகமாக நடக்கிறேன். பிறகு ஓடுகிறேன்.

கடைசியில் மூச்சிறைத்தவாறு அவனை நெருங்கி அவனது முதுகைத் தொடுகிறேன்.

"தேவி..."

அவன் திரும்பிப் பார்க்கிறான்.

"ஸாரி. உங்களுக்கு ஆள் மாறிடுச்சுன்னு நினைக்கிறேன்..."

என்னைத் திரும்பிப் பார்த்துக் கூறிக் கொண்டிருப்பவன் தேவிந்தனல்ல. முகம் முழுவதும் அடர்த்தியாக தாடி வளர்த்திருக்கும் யாரோ ஒரு பொறுக்கி.

சிவப்புப் பூங்கொத்தொன்றைக் கையிலேந்திக் கொண்டு ஆணொருவனின் பின்னால் தெரு வழியே ஓடி வந்த என்னை நோக்கி 'அப்படிப்பட்ட ஒருத்தன்' என்ற பார்வையையும், கேலிப் புன்னகையொன்றையும் உதிர்த்து விட்டு நடக்கிறான் அவன்.

நான் தெருவோரமாக சிலை போல சமைந்து நிற்கிறேன். கணப்பொழுதில் உள்ளுக்குள் உடைந்து, சிதைந்து, உருகிக் கரைந்து ஆவியாகிப் போகிறேன் நான். ஒருபோதும் வாடாத சிவப்பு நிறப் பூங்கொத்து அங்கிருக்கும் அழுக்குக் கால்வாயில் விழுகிறது.

இதனிடையே நகர அபிவிருத்தித் திட்டத்தின் கீழ் எனது கடைக்கு முன்பாகவிருந்த அகலமான தெருவின் நட்ட நடு மத்தியில் பூச்செடிகளைக் கொண்டு வந்து வைத்தார்கள். விசாலமான கொங்க்ரீட் தொட்டிகளில் நடப்பட்டு, கத்தரிக்கப்பட்டு, நன்றாகப் பராமரிக்கப்பட்ட பூச்செடிகள் அவை. அந்த அனைத்துத் தொட்டிகளிலும் ஒரு நிறுவனத்தின் பெயர் பதிக்கப்பட்டிருந்தது. அந்தப் பூச்செடி மதில்களைக் கொண்டு செயற்கைப் பூக் கடைக்கும், இயற்கைப் பூக்கடைக்கும் இடையிலான வேறுபிரித்தல் எல்லைக் கோடு மிக ஆழமாக வேரூன்றியது. அந்த நிஜமான பூச்செடிகள், இயற்கைப் பூக்களை விற்கும் கடையின் தூதுவர்கள் போலவும், விற்பனைப் பிரதிநிதிகள் போலவும் அந்தக் கடையை நோக்கி ஆட்களை ஈர்த்துக் கொண்டிருப்பதாக நான் உணர்ந்தேன். அவற்றால் எனது செயற்கைப் பூக்கடை சிறியதாகவும், ஓரம் கட்டப்பட்டுள்ளது போலவும் ஆனது.

என்றாலும் நான் வழமை போலவே வேலைக்குப் போனேன்; வந்தேன். இரவானது; விடிந்தது. அவ்வாறாகக் காலம் கழிந்து கொண்டேயிருந்தது. புதிய விடுதியறையிலிருந்து

புறப்பட்டாலும் நான் வழமையாக இறங்கும் 'ப்ளூமிங் ஃப்ளோரா' தரிப்பிடத்தில்தான் இறங்கிக் கொண்டேன். அவ்வாறு நடந்து வரும்போதுதான் இன்று 'ப்ளூமிங் ஃப்ளோரா' கடையில் மிகவும் பரபரப்பாக ஆட்கள் நிறைந்து காணப்பட்டதை அவதானித்தேன். முகூர்த்த தினங்களிலொன்று இன்று.

நான் எனது கடைக்குச் சென்று வேலையைத் தொடங்க குறிப்புப் புத்தகத்தில் கையொப்பமிடும்போதுதான் இன்றுதான் அந்த தினம் என்பதைக் கவனித்தேன். ஆமாம். அவனது திருமண நாள் இன்று. காலம் கழிந்து கொண்டே போய் அவன் 'ப்ளூமிங் ஃப்ளோரா'வுக்கு வரக் கூடும் என்று நான் எதிர்பார்த்துக் கொண்டிருந்த காலமும் கழிந்து விட்டிருந்தது. ஆகவே மிதந்து கொண்டிருந்த காலமும் முடிந்து விட்டது. இனி எங்கேயாவது விழுந்து விடக் கூடும்.

நான் மிதந்து செல்வதைப் போலத்தான் மேல்மாடிக்கு ஏறிச் சென்றேன். இதே கணத்தில் எங்கோ ஒரு திருமண மேடையில் மந்திரம் சொல்லப்படுவது போலவும், தாலி கட்டப்படுவது போலவும் எனக்குள் உணரவும், கேட்கவும் தொடங்கின. எந்தளவுக்கென்றால் மணப்பெண்ணின் ஆபரணங்கள் ஒன்றோடொன்று மோதிக் கொள்வதுவும், அவளது பட்டுச் சேலையின் சரசரப்பும், கல்யாண மேளச் சத்தத்தோடு கலந்து எனது மனதுக்குள் நுழைந்து எதிரொலித்துக் கொண்டிருந்தன.

நான் இரண்டாவது மாடியிலிருந்த செயற்கை மரங்களிடையே, பொய்ப் பூக்களின் தோரணங்களுக்கு நடுவே ஏதோ திருமண மண்டபத்தின் நடுவே நடந்து செல்வது போல முன்னால் நடந்து சென்றேன். எனக்கு முன்னாலிருந்த கண்ணாடி வழியே இயற்கைப் பூக்களை விற்கும் கடை தென்பட்டது. ஊர், பெயரறியாத வானவில் வர்ணப் பூக்கள் பலவும் எனது கடைக்குள் பூத்துச் செழித்திருந்தன. அவற்றினிடையே தென்னை, பாக்கு, வெண்மந்தாரை மரங்கள் மாத்திரமல்லாமல் இவ்வுலகில் ஒருபோதும் எங்கும் இருந்திருக்காத மரங்களும் கிளை விரித்திருந்தன.

இது, உண்மைக்கும் யதார்த்தத்துக்கும் வெகுதொலைவில் இருக்கும் ஒரு பூந்தோட்டம். இந்தப் பூந்தோட்டம் எவ்வாறானதென்று சரியாகச் சொல்வதானால் தென்னை மரமொன்றின் அருகில் அதை விடவும் இரண்டு மடங்கு உயரமுள்ள ரோஜாச் செடியொன்று இருக்கிறது. பெரிய சேம்பிலையொன்றின்

கீழே யானையொன்று நின்று கொண்டிருக்கிறது. இங்கிருக்கும் அனைத்து மரங்களையும் ஒன்றுமேயில்லாததாக ஆக்கியவாறு பிரமாண்டமான தேன்சிட்டுக் குருவியொன்று பெருமையோடு பார்த்துக் கொண்டிருக்கிறது. இவ்வாறாக நிஜ உலகின் அனைத்துப் பரிமாணங்களையும் தலைகீழாகப் புரட்டிப் போட்டிருக்கும் உலகம் இது.

கண்ணாடியின் மறுபுறத்தில் விடியல் சூரியக் கிரணங்கள் விடிகாலைப் பனியின் ஈரலிப்போடு இப்போது மின்னிக் கொண்டிருக்கிறது. தெருவில் இன்னும் புழுதி கிளம்பவில்லை. நான் முன்னால் நடந்த போது அந்தச் சூரிய ஒளியின் நடுவே பறவையொன்று வேகமாகப் பறந்து வந்து கொண்டிருப்பதைக் கண்டேன். அதன் கண்களில் மிகுந்த எதிர்பார்ப்பொன்றுடனான ஆசையின் கதை எழுதப்பட்டிருந்தது. இந்த விந்தையான பூங்காவினுள்ளே, தான் வாழ்வதற்கான கூடு கட்ட அதற்குத் தேவையாக இருந்தது. என்னால் அந்தக் குருவியின் மனதைப் புரிந்து கொள்ள முடிந்தது. இந்த விந்தையான உலகத்துக்கு எப்படியாவது வந்து சேர வேண்டுமென்ற உத்வேகத்தோடு அது தனது சிறகுகளை வேகமாக அசைத்துக் கொண்டிருந்தது. அந்தப் பறவையால் அது இருந்த நிஜ உலகத்துக்கும், இந்த விந்தையான உலகத்துக்கும் இடையில் கண்ணாடித் தடுப்புதான் இருக்கிறது என்பதை வேறு பிரித்து அறிந்துகொள்ள முடியவில்லை. பெரும்பாறையில் தலையை மோதிக் கொள்வது போல, வந்த வேகத்தில் அது கண்ணாடிச் சுவரில் மோதுண்டது. எந்த இடம் படுகாயமடையவில்லை என்று இனங்காண முடியாத அளவுக்கு அதன் மொத்த உடலும் கண்ணாடியில் மோதுண்டிருந்தது. பலத்த அதிர்வொன்றை சிறைப்பட்டிருந்த தனது சிறிய நரம்புகளில் உணர்ந்த அந்தச் சிறிய பறவையினுடல் துடித்துக் கொண்டிருந்தது. பிறகு திடீரென அதன் மூச்சு நின்றது. பறவையின் இரு விழிகளுக்குள் அதன் இலக்கு தேங்கியிருக்கையிலேயே அது சிலையெனச் சமைந்தது. அதன் பிரகாசமான செந்நிறச் சொண்டிலிருந்து இறுதி மூச்சாக வெளியேறிய காற்று கண்ணாடியில் படிந்தது. ஒரு கணம் அந்தக் கண்ணாடியில் தரித்திருந்த அந்தச் சிறு பறவையின் உடல் கண்ணாடி வழியே கீழிறங்கி, விழுந்தது. மோதலில் சுதந்திரமடைந்த இறகுகள் காற்றில் மிதந்து வெளியெங்கும் பரவிச் சென்றன.

அவ்வேளையில் நான் பெரியதொரு மஞ்சள் ரோஜாச் செடியொன்றின் அருகில் நின்றுகொண்டிருந்தேன். எனது

இதயத்தினுள்ளே திருமண மேடையில் இரு சுண்டு விரல்களையும் கோர்த்தவாறு மணமக்கள் நடைபோட்டுக் கொண்டிருந்த நேரமது. அவ்வாறு பறந்து வந்து மோதியது வேறு யாருமல்ல, என்னுள்ளேயிருந்த, நான் விட்டு வந்த இகாரஸ்தான் என்ற எண்ணம் மின்சாரம் தாக்கியது போல என்னை உசுப்பி விட்டதில் எனது விழிகள் பொங்கிப் பிரவகித்தன. நான் மஞ்சள் ரோஜாச் செடியைக் கட்டியணைத்தவாறு அழுதேன். அந்த உறவில் நான் சந்தோஷத்தையோ, கவலையையோதான் எதிர்பார்த்திருந்தேன். சரியாக ஐம்பதுக்கு ஐம்பதாக, சரி பாதியாக எதிர்பார்த்திருந்தேன். கவலையென்றால் வெறுமனே சாதாரண கவலையல்ல. அழகானதொரு கவலை. ஹிந்தித் திரைப்படங்களில் காண்பிக்கப்படுவது போல அழகான சூழலின் பின்னணியில், இனிமையாக இதயங்கள் உருகிக் கரைந்து, இசையோடு மிதந்து வந்து உணரச் செய்யும் ஒரு கவலை.

இந்த மோசமான கணத்தில், சுப முகூர்த்த நேரங்கள் நிறைந்த காலை வேளையில், விந்தையான பூந்தோட்டமொன்றுக்குள் மஞ்சள் ரோஜாச் செடியொன்றைக் கட்டியணைத்தவாறு திருமண மேடையின் இசை கலந்து எனக்கு உரித்தான, நான் எதிர்பார்த்த ஹிந்தித் திரைப்படத்தின் அழகான கவலையைத்தான் நான் இந்தக் கணத்தில் அனுபவித்துக் கொண்டிருக்கிறேன். இதோ பாருங்கள், இரண்டு உலக்கைகளைக் கொண்டு ஈர அரிசியை மாவுக்காகக் குத்துவது போல எனது இருதயம் துடித்துக் கொண்டிருப்பதைப் பாருங்கள். நான் பொய் சொல்லவில்லை. வேண்டுமென்றால் எனது நெஞ்சில் கையை வைத்துப் பாருங்கள். இதோ பாருங்கள். எனது விழிகளை முழுவதுமாக நனைத்தவாறு கண்ணீர் பெருக்கெடுத்து வழிவதைப் பாருங்கள். இந்தத் துளிகள் செயற்கைப் பூக்களின் மீதிருக்கும் போலிப் பனித்துளிகள் போல இருந்த போதிலும், இந்தத் துளிகள் அவையல்ல. ஒரு மனிதனின் கண்ணீர்த் துளிகளுக்கு அந்த மனிதனுக்கேயுரித்தான வாசனையோ, நாற்றமோ இருக்குமா என்பதை நானறியேன். அவ்வாறிருக்குமானால் இது என்னுள்ளிருந்து ஊற்றெடுத்து வழிந்த ஆழ்மனதின் கண்ணீர் என்பதை உங்களிடம் நிரூபிக்க என்னால் முடியுமாக இருக்கும். இப்போதாவது சொல்லுங்கள். நான் இப்போது உணர்ந்து அனுபவித்துக் கொண்டிருப்பது உண்மையிலேயே நிஜமான கவலையைத்தான், இல்லையா?

❒ ❒ ❒

குளச் சாகரமும் சுடுகாட்டு அரளியும்

காலத்துக்குக் காலம் நான் தங்கும் விடுதியை மாற்றிக் கொண்டேயிருப்பது எனது பொழுதுபோக்குகளில் ஒன்றாகவிருக்கிறது. அவ்வாறு மாற்றும்போதுதான் அனைத்துமே மாறி விடுகின்றன. எனக்கு அதுதான் பிடித்திருக்கிறது. கழிவறை இருக்கை, உறங்கும் படுக்கை, திறந்து மூடும் ஜன்னல்கள், அன்றாடம் வேலைக்குப் போய் வரும் பொதுப் பேரூந்துகள் என அனைத்துமே மாறி புதிதாகி விடுகின்றன.

அடுத்தது, விடுதியறைகள் என்று சொல்லப்படுவதே தற்காலிகத் தங்குமிடங்கள்தானே. ஆகவே, அவ்வாறிருக்கையில் எதற்காக ஒரே இடத்தில் ஒட்டிக் கொண்டு வெகுகாலத்திற்கு சிறைப்பட்டிருக்க வேண்டும்?! மாறவும், மாற்றிக் கொள்ளவும் வேண்டிய மட்டும் இடங்கள் இருக்கும்போது எம்மால் புதுப் புது இடங்களில் ஏதேனும் ஆனந்தத்தைப் பெற்றுக் கொள்ள வாய்ப்பிருக்குமானால் அதைத் தேடிப் பெற்றுக் கொள்ள வேண்டும், இல்லையா?

நான் இந்த விடுதியறைக்கு நேற்றுத்தான் குடி வந்தேன். விடுதியறைகளைத் தேடிக் கொண்டிருந்த போது, நகரத்துக்கு அருகாமையில் நெருக்கமாக அமைந்திருந்த சற்று விசாலமான வீடுகளைக் கொண்ட பகுதியிலிருந்த இந்த அறைதான் மனதை வெகுவாக ஈர்த்தது. இந்த அறையிருந்த இரண்டு மாடி வீட்டின் பின்புறம் ஆறேழு பர்ச்சஸ் அளவான காணியொன்றுமிருந்தது. இவ்வாறான பகுதியில் அது எதிர்பாராத ஒன்றாகவிருந்தது. சுற்றிவர மதில்கள் கட்டப்பட்டிருந்த வீட்டின் அந்தப் பின்புற முற்றமானது ஒரு ஒழுங்கான வீட்டுத் தோட்டமாக இருக்கவில்லை. காடுமண்டிப் போயிருந்தது.

நேற்று படிக்கட்டில் ஏறி வந்து இந்த அறையின் ஜன்னலைத் திறந்து பார்க்கும்வரைக்கும் அவ்வாறான ஒரு இடமிருப்பதை அறியாதிருந்ததைக் கூட நான் வியப்பாகத்தான் உணர்ந்தேன்.

களைச் செடிகள் நிறைந்திருந்த அந்தக் காணியின் நடுவே செத்துப் போன தென்னையொன்று வீற்றிருந்தது. அந்தத் தென்னையை மரங்கொத்தியொன்று அப்போது கொத்தித் துளைத்துக் கொண்டிருந்தது. இப்படியொரு மரங்கொத்தியை எவ்வளவு காலத்துக்குப் பிறகு காண்கிறேன் நான்?! உண்மையிலேயே, எமக்குத் தெரியாமலேயே எத்தனை விடயங்கள் எமது கையை விட்டுப் போய்க் கொண்டேயிருக்கின்றன. எனது மனதில் அவ்வாறான விடயங்கள் ஓடத் தொடங்கின. கடைசியில் எனக்கு இந்த அறைதான் பொருத்தமானது என்று தோன்றச் செய்யவும் காரணமாக அமைந்தது அந்த மரங்கொத்தி.

நான் குடியிருக்க வரும்போது அந்த அறையில் அதற்கு முன்பு தங்கியிருந்த நபர், அறையை நன்றாக சுத்திகரித்து விட்டுத்தான் போயிருந்தார். என்றாலும், பேரூந்து சீட்டுகள், இனிப்புகளைச் சுற்றி வரும் சிறிய பொலிதீன் தாள்கள் போன்ற சிறிய சிறிய குப்பைகள் ஒரு மூலையில் குவிந்திருந்தன. மேலே ஆங்காங்கே காணப்பட்ட சிலந்தி வலைகள் இரண்டு, மூன்றும் கூட அவர் போனதன் பின்னர்தான் கட்டப்பட்டிருக்கக் கூடும் என்று கருதக் கூடியவையாக இருந்தன. எதற்கும் இருக்கட்டுமென கட்டிலின் மெத்தையை மறுபுறம் திருப்பிப் போட்டு மீண்டும் அறையைத் துப்புரவாக்கி விட்டே எனது பொருட்களை அடுக்கத் தொடங்கினேன்.

மாமரப் பலகையால் செய்யப்பட்ட மேசை மீது போடப்பட்டிருந்த சற்றுக் கனமான காகித அட்டையைத் தூக்கியெடுத்துத் தட்டி விட்டு மீண்டும் மேசை மீது போட்டு விட முயன்றபோதுதான் அதனடியில் வைக்கப்பட்டிருந்த கடிதங்களிரண்டு கீழே விழுந்தன.

அதன் பிறகுதான் நான் செய்து கொண்டிருந்த அத்தனை வேலைகளையும் அப்படியே நிறுத்தி விட்டு, இனிமேல் இந்த அறையிலுள்ள அனைத்துமே எனது உடைமைகள்தானே என்று கருதியவாறு அந்தக் கடிதங்களை வாசிக்கத் தொடங்கினேன்.

எனது சொண்டு அந்தக் கடிதங்களைக் கொத்தித் துளைத்துக் கொண்டிருக்கையில் மரங்கொத்தி அந்தத் தென்னையைக்

கொத்தித் துளைக்கும் டொக் டொக் ஓசையும் கேட்டுக் கொண்டேயிருந்தது.

அந்த இரண்டு கடிதங்களும் மிகவும் விந்தையானவையாக இருந்தன. வெறுமனே வாசித்து விட்டுத் தூக்கியெறிய மனம் இடமளிக்காத விதத்தில் அவை எழுதப்பட்டிருந்தன. என்றாலும், அந்த இரண்டு கடிதங்களுமே ஒன்றுக்கொன்று தொடர்புபட்டவை என்பது வெளித் தோற்றத்தில் தென்படவேயில்லை. ஆனால் அவை அவ்வாறு இல்லாமல் இருக்கவும் வழியில்லை. நான் அதற்கு முன்பு ஒருபோதும் கண்டிராத விதத்தில் அவை எழுதப்பட்டிருந்தன.

ஆகவே அந்தக் கடிதங்களிரண்டையும் அருகருகே வைத்து வாசித்துப் பார்க்கும்போது விந்தையானதொரு கதையை அவை சொல்வதாகத்தான் எனக்குத் தோன்றுகிறது. அதனால்தான் நான் அவற்றில் எந்த மாற்றங்களையும் செய்யாமல் அப்படியே இங்கு பிரதிபண்ணியிருக்கிறேன். அது மாத்திரமல்லாமல், அவை ஏதோ அனுபவம் வாய்ந்த எழுத்தாளர்கள் எழுதியது போல தோன்றச் செய்யாத மிகவும் வித்தியாசமான கடிதங்கள். ஆகவேதான் அவற்றை வாசித்துப் பார்க்க உங்களுக்கும் அழைப்பு விடுக்கின்றேன்.

முதலாவது கடிதம்

நான் இந்தக் கடிதத்தை எனக்கேதான் எழுதிக் கொள்கிறேன். இப்போது எனக்கு இருபத்தேழு வயதாகிறது. இன்னும் பத்து வருடங்களில் அது முப்பத்தேழாக ஆகி விடும். இன்னும் இருபது வருடங்களில் நாற்பத்தேழாக ஆகி விடும். ஆகவே, இன்னும் பத்து, இருபது வருடங்களுக்குப் பிறகு இருக்கப் போகும் எனக்கேதான் நான் இந்தக் கடிதத்தை எழுதி வைக்கிறேன். அதற்கிடையில் என்னவெல்லாமோ நடந்திருக்கும். நான் மாறியிருப்பேன். இருபத்தேழு வயதுக்குள் நான் செய்திருப்பதெல்லாம் இந்தக் கடிதத்தைப் பார்க்கும்போது அப்போதும் எனக்கு ஞாபகம் வரும். ஆனால் இன்று எனக்குத் தோன்றுவதெல்லாம் அந்தச் சமயத்தில் எனக்குத் தோன்றாமலிருக்கவும் கூடும். எனக்கு இன்று தோன்றியதால் இதை எழுதி வைத்த போதிலும், அந்த நாளில் நான் இதை வாசித்துப் பார்க்கும்போது என் மனதில் என்ன தோன்றக் கூடும்? அதை இப்போதே என்னால் யோசித்துப் பார்க்க முடியாமலிருக்கிறது. அதை அன்றைக்குத்தான் பார்க்க வேண்டும்.

எனக்கு சிறு வயதிலிருந்தே குளங்களைத்தான் பிடித்திருக்கிறது. அது எப்போது தோன்றிய கிறுக்கு என்று எனக்கே தெரியவில்லை. குளங்களே இல்லாத இரத்தினபுரியில்தான் நான் பிறந்து வளர்ந்தேன். இலங்கையின் புராதன நகரங்களான அனுராதபுரத்திலும், பொலன்னறுவையிலும்தான் குளங்கள் நிறைந்திருக்கின்றன என்பதை நான் அந்தச் சிறுவயதிலேயே அறிந்திருந்தேன். ஏன் அந்த மாதிரியான ஒரு ஊரில் நான் பிறக்கவில்லையென்று இப்போதும் பல தடவைகள் என்னையே கேட்டுக் கொள்ளும் அளவுக்கு எனக்குள் குளக் கிறுக்கு ஆழமாக வேரூன்றியிருக்கிறது.

உண்மையில் சிறுபராயத்தில் நாங்கள் ஒரு குளத்தைக் கட்டினோம். நாங்கள் என்றால் நானும், அயல் வீட்டுத் தம்பியும் சேர்ந்து. கிணற்றில் குளித்து முடித்த வேளையில், வழிந்தோடிய நீரைக் குறுக்கே மறித்துக் கட்டிய விளையாட்டுக் குளம் அது. நாங்கள் கட்ட யோசித்திருந்த குளத்துக்கேற்ற விதத்தில் சிறிய செடிகளைப் பிடுங்கியெடுத்துக் கொண்டு வந்து குளத்தைச் சுற்றி வர நட்டு வைத்தோம். குளத்துக்கு வரும் பாதை போலத் தோன்றச் செய்ய குளக்கட்டுக்கு அருகே வெண்மணலைத் தூவினோம். ஒருபுறமாக சிறியதொரு மலையைச் செய்து அதன் உச்சியில் களிமண்ணால் ஒரு ஸ்தூபியையும் அமைத்து வைத்தோம். இளஞ்சிவப்பு நிறத்திலும், வெண்ணிறத்திலும் சிறிய பூக்களைத் தேடியெடுத்துக் கொண்டு வந்து தாமரைகளாகவும், அல்லிகளாகவும் தோன்றச் செய்ய அந்தக் குளத்தில் மிதக்க விட்டோம்.

எல்லாம் முடிந்ததன் பிறகு குளத்தைத் திறந்து வைக்க வேண்டியிருந்தது. அதற்கு நாங்கள் எனது தாத்தாவுக்கு அழைப்பு விடுத்தோம். பாடுபட்டு நச்சரித்து நாங்கள் கையோடு கூட்டிக் கொண்டு வந்த தாத்தா குளத்தைக் கண்டதுமே எடுத்த வாய்க்கே,

"என்ன குளமடாப்பா இது மூத்திரக் குழி மாதிரி? இதெல்லாம் ஒரு குளமா? அந்தக் காலத்துல ராஜாமாரெல்லாம் கட்டின குளமெல்லாம் பெருங்கடல் மாதிரியிருக்கும்" என்றார்.

"த்தூ... நீயும் உன்னோட நாசமாப் போன ஊத்தை வாயும்" என்று மாத்திரம்தான் எனக்குச் சொல்லக் கிடைத்தது. தாத்தா ஊன்றுகோலை நீட்டியவாறே எம்மை அடிக்கத் துரத்தினார்.

நாங்கள் கட்டிய குளக்கட்டை எமது கால்களாலேயே மிதித்தவாறுதான் அங்கிருந்து நாங்களிருவரும் ஓடியிருந்தோம். நாங்கள் ஓடியோடிப் போய் அயல் வீட்டு வேலிகளைக் கடந்து, செடிகொடிகளையெல்லாம் மிதித்தவாறு ஓடிப் போய் விகாரைக் காணிக்குள் புகுந்து கொண்டோம். அதன் பிறகும் ஓடி விகாரைத் தோட்டத்தின் எல்லையிலிருந்த மலையுச்சிக்கு ஏறிய பிறகுதான் இளைப்பாறினோம்.

அந்த மலையுச்சிப் பாறையிலிருந்து பார்த்தால் தொலைவில் இறக்குவானை மலைத்தொடர் நீல நிறத்தில் தென்படும். அந்த நீல நிற மலைத்தொடரின் அடிவாரத்தில்தான் எமது கிராமம் இருந்தது. அது இவ்வாறு மலையுச்சிக்கு ஏறும்போதுதான் தெளிவாகத் தென்படும்.

“அதோ பாரடா தம்பி. அந்த மலையுச்சியிலிருந்து இந்த மலையுச்சிக்கு ஒரு பெரிய சுவர் கட்டினா பெரியதொரு குளம் கட்டலாம்.”

“அப்போ நம்ம வீடெல்லாம் மூழ்கிப் போயிடுமேண்ணா” என்று அவன் முகம் சுளித்தான்.

“குளங்களைக் கட்டுறப்ப அதெல்லாம் சாதாரண விஷயம்டா தம்பி.”

எப்படி எப்படியோ எனது குளக் கிறுக்கு அப்படியேதான் இன்னும் தொடர்ந்து கொண்டிருக்கிறது. சுருக்கமாகச் சொன்னால் அந்தக் காலத்தில் எமது வீட்டிலிருந்த கறுப்பு வெள்ளை தொலைக்காட்சியில் குளங்களைக் காட்டும்போதெல்லாம் எனக்கு மயிர்கூச்செறிந்தது போலவே இப்போதும் மயிர்கூச்செறிகிறது.

எனது குரல்வளையிலிருந்த ஆதாமின் ஆப்பிள் தடித்து வெளித்தள்ளி இரண்டு, மூன்று இளம்பெண்களுடனான காதல் தோல்வி சோகங்களுக்கும் முகம் கொடுத்து சில காலம் கடந்து ஒரு பக்குவம் வந்த பிறகு குளங்களின் வழியாகத்தான் நான் என்னைத் தேடிக் கண்டடையத் தொடங்கியிருந்தேன். ஆனால் அதைக் குறித்து யாரிடமும் நான் எதுவுமே கூறியதில்லை. கூறுவதால் எந்தப் பயனுமில்லையென்று எனக்குத் தோன்றியிருந்தது. அது ஒவ்வொருவரும் தனக்குள்ளேயே தேடிக் கண்டடைய வேண்டிய ஒன்று என்றுதான் எனக்குத் தோன்றுகிறது.

காதலிலும் நாங்கள் குளம் போலத்தான் ஆகி விட வேண்டும். ஓடையாகவோ, நதியாகவோ, கங்கையாகவோ ஆகவே கூடாது. அவை வெறுமனே பெறுக்கெடுத்துப் பாய்வது மாத்திரம்தான். மாறாக ஓரிடத்தில் தரித்திருப்பதில்லையே. எப்போதாவது ஊற்று வற்றும்போதோ, மழையில்லாத போதோ அவை அப்படியே காய்ந்து வரண்டு போய் விடும். குளங்கள் அவ்வாறில்லை. கிடைக்கும் அனைத்து நீர்த் துளிகளையும் சேகரித்து வைக்கும். உண்டியலில் சில்லறைக் காசுகளையிட்டுச் சேமித்து வைப்பது போல அவையும் நீரைச் சேமித்து வைக்கும். காதல் கங்கைகளில் நீந்திக் களித்த எனக்குத் தெரிந்த நண்பர்கள் பலர் இருக்கிறார்கள். ஆனால் இப்போது பார்த்தால் அந்த கங்கைகளில் தண்ணீர் பாய்ந்தோடிய தடங்கள் மாத்திரமே மீதமிருக்கின்றன. ஒரு துளி ஈரமில்லை. அவர்களுக்கு அதைக் குறித்து ஒரு கவலையுமில்லை. இப்போதும் தெளிந்த நீல நிறத்தில் தண்ணீர் இருப்பதாகக் கருதியவாறு வெறுந்தரையில் கைகால்களை அடித்து நீந்திக் கொண்டிருக்கிறார்கள்.

நான் குளமாக ஆகுவதற்கு தனியாகத்தான் கற்றுக் கொண்டேன். நான் குளமாகி விட்டேன் என்பதையும் கூட அவ்வாறு ஆகி வெகு காலத்துக்குப் பிறகுதான் கண்டுபிடித்தேன். இந்தக் குளக் கதையை அவ்வாறு நீச்சலடித்துக் கொண்டிருக்கும் எனது நண்பர்களிடம் கூறினால் அவர்கள் நிச்சயமாக இவ்வாறுதான் கூறுவார்கள்.

“போடா பொறம்போக்கு... உனக்கு என்னடா காதலைப் பற்றித் தெரியும்? ஒரே நேரத்துல ரெண்டு, மூணு பேரை லவ் பண்றவங்கடா நாங்க.”

இரேஷாவிடமிருந்தும், சுரேகாவிடமிருந்தும், வினிதாவிடமிருந்தும் இன்னும் இங்கு சொல்லப்படாத பல பேரிடமிருந்தும் அவ்வளவு காலமாக விழுந்த ஒவ்வொரு நீர்த் துளியையும் நான் சேகரித்து வைத்திருக்கிறேன். அவற்றை உள்ளுக்குள் பாதுகாப்பாக சேமித்து வைத்திருக்கிறேன். ஒருதலைக் காதலோ, இருதலைக் காதலோ, காமத்துக்கான காதலோ, உண்மையான காதலோ எதையுமே பார்க்கவில்லை. அனைத்து விதங்களாலும் விழுந்த அனைத்துத் துளிகளாலும் இப்போது எனது குளம் நிறைந்திருக்கிறது.

எனது வாழ்க்கையில் தொடர்ச்சியாக வெயிலடித்த சில காலங்கள் இருக்கின்றன. தொடர்ச்சியாக மழை பெய்த சில காலங்கள் இருக்கின்றன. சில மழைகளைத் தரையே உணராது. அந்தளவு

மெல்லிய தூறல் மழை. மழை பெய்ய மேகம் சூழ்ந்து இருண்டு வந்து மழை பெய்யாமல் போன நாட்கள் எண்ணிலடங்காதவை. எல்லையற்றவை. எதுவாக இருந்தாலும் சேகரிப்பதுதான் முக்கியமானது. மழை பெய்தாலும், பெய்யா விட்டாலும் அது எனக்கு ஒரு பொருட்டேயில்லை என்று நான் இருப்பதற்குக் காரணம் அதுதான். எனது குளத்தில் இன்னும் வெகுகாலத்துக்குத் தேவையான நீர் நிறைந்திருக்கிறது.

"இவ்வளவு காலமும் உன் கூடவே இருந்த உன்னோட காதலி உன்னை விட்டுப் போறப்ப உன்னால ஒரு துளிக் கண்ணீரைக் கூட சிந்த முடியல. பாறாங்கல் மனசுடா உனக்கு."

இவ்வாறு கூறி விட்டு திரும்பிப் பார்க்காமலேயே என்னை விட்டுச் சென்ற ரங்கிகா எனது குளத்தைப் பற்றி அறிந்திருக்க மாட்டாள். அவளிடமிருந்தே பெய்த பெருமழையால் எனது குளம் பெருக்கெடுத்துப் பாய்ந்ததையும் அவள் அறிய மாட்டாள். ஆகவே நான் எதற்காக அழ வேண்டும்?

எனது வாழ்க்கையில் சில வேளை இனி ஒருபோதும் மழை பெய்யாது. வேண்டுமென்றால் ரெண்டு, மூன்று தூறல் விழக் கூடும். இந்தக் குளமும் எப்போதாவது வரண்டு வெடித்துப் போகும். இருந்தாலும், இன்னும் வெகுகாலத்திற்குத் தேவையான அளவுக்கு இதில் நீர் இருப்பதை நான் அறிவேன். எனது குளம் வரண்டு வெடித்து அழிந்து போவதற்கு முன்பு நான் இறந்து போய் விட்டால் மீண்டு விடுவேன். எனது ஒரேயொரு எதிர்பார்ப்பு அதுவாகத்தான் இருக்கிறது.

இரண்டாவது கடிதம்

அன்பின் சாகரத்துக்கு,

டேய், நான் போகப் போறேன்டா. நான் ஒருபோதும் எவனுக்கும் இந்த மாதிரி கடிதமெல்லாம் எழுதியதா எனக்கு ஞாபகமேயில்ல. உனக்குக் கூட எப்போதாவது எஸ்.எம்.எஸ்தான் அனுப்பிட்டிருந்தேனே தவிர கடிதம் எழுதியதே இல்லையே. நான் போறேன். இங்கிருந்தும், உன்கிட்டயிருந்தும் நிரந்தரமா பிரிஞ்சு போறேன். அதைச் சொல்லத்தான் இதை எழுதிட்டிருக்கேன்.

உண்மையிலே இவ்வளவு காலமா நான் உன்கிட்ட சொன்னதெல்லாமே பொய். என்னோட பெயர் அரளியில்ல.

உனக்கு ஞாபகமிருக்குமோ தெரியாது. நீ முதன்முதலா பஸ்ஸுல வச்சு என்னோட பெயரைக் கேட்டப்ப பஸ் ட்ராஃபிக் ஜாம்ல நின்னுட்டிருந்துச்சு. அங்க தெருவோரத்துல மதிலைத் தாண்டி ஏதோ தனக்கு இருக்குற இடம் போதாதுங்குற மாதிரி தெரு வரைக்கும் கைகால்களை நீட்டிக்கிட்டு நிறையப் பூக்களோட ஒரு அரளி மரம் நின்னுட்டிருந்துச்சு. நான் அந்த மரத்தைக் கண்டுதான் அந்தப் பெயரைச் சொன்னேன். ஆனா என்னோட உண்மையான பெயரும் கூட ஒரு பூவின் பெயர்தான். தாமரை. ஆனா எனக்கு தாமரைப் பூக்களை விட அரளிப் பூக்களைத்தான் ரொம்பப் பிடிக்கும். அதோட கிளைகள் கூட முடிச்சுகளெல்லாம் வந்து ஏதோ வித்தியாசமாகத்தானே இருக்கும்.இலைகள் கூட பிளாஸ்டிக்கால செஞ்சது போல அவ்வளவு அழகாக இருக்கும். எப்படியிருந்தாலும் அரளிங்குறது பசங்க கேட்டதுமே ஆசைப்படுற மாதிரியான ஒரு புதுப் பெயர்னுதான் எனக்குத் தோணுது.

அரளிங்குறது சுடுகாட்டுல பூக்குற பூ ஒண்ணுதானேன்னு நீ போகப் போக என்னை சுடுகாட்டு அரளின்னு கூப்பிட்டாலும் கூட, நீ கூட அந்தப் பெயரில்தான் விழுந்தாய்னு எனக்குத் தெரியும்.

நான் வேலை பார்த்தது, நான் உன்கிட்ட காட்டிய அந்தப் பெரிய பில்டிங்ல இருக்குற ஆபீஸுல இல்ல. அதுக்குப் பக்கத்துல இருக்குற ஒழுங்கை வழியா கொஞ்ச தூரம் நடந்து உள்ளே போனா ஒரு சின்ன கார்மண்ட் இருக்கு. அதோட மேல் மாடியில பத்துப் பதினஞ்சு பொண்ணுங்க சின்னக் குழந்தைகளுக்கான உடுப்புகளைத் தச்சிட்டிருப்பாங்க. நான் அங்கதான் வேலை செஞ்சிட்டிருந்தேன். நான் கொழும்புக்கு வரணும்னு தீர்மானிச்சப்பவே எனக்கு கார்மண்ட்ல இல்லன்னா ஏதாவது கிளீனிங் வேலைதான் கிடைக்குமே தவிர வேறொரு வேலையும் கிடைக்காதுன்னு எனக்கு நல்லாவே தெரியும். அதனால ஒரு கார்மண்ட்ல வேலை செய்யுற பொண்ணா இருந்தாலும், கார்மண்ட்ல வேலை செய்யுற ஒரு பொண்ணாக் காட்டிக்காம எப்படி வாழ்றது, எப்படி உடுத்துறதுங்குற எல்லாத்தையும்தான் முதல்ல கத்துக்கிட்டேன். அதுக்கு கார்மண்ட்களே இல்லாத பகுதியில இருக்குற இந்தச் சின்ன கார்மண்ட் பெருமளவும் உதவியது. அதனால நான் எதுக்கு உன் முன்னாடி மாத்திரம் கார்மண்டுக்குப் போற ஒரு பொண்ணா என்னைக் காட்டிக்கணும்?

நான் உன்கிட்ட ஒரேயொரு உண்மையைக் கூட சொன்னதில்லன்னுதான் நினைக்கிறேன். என்னோட ஊர் குருணாகலை, மல்கடுவாவ இல்ல. அனுராதபுர மாவட்டத்துல இருக்குற தம்புத்தேகம பிரதேசத்துல அந்தரக் குளம் என்கிற குக்கிராமம்தான் என்னோட ஊர். நீதான் குளம், குளம்னு குளம் மேல பைத்தியம் பிடிச்சுத் திரிவியே. உன்னை ஒரு அந்தரக் குளப் பொண்ணு இந்தளவு ஏமாத்துறப்பவும் குளம் குளம்னு அதைப் பற்றித்தான் யோசிச்சிட்டிருந்தாய். கொழும்புல இருக்குற பேர வாவியிலயோ, பொரலஸ்கமுவ குளத்திலோ அன்னத்தோட வடிவத்துல இருக்குற படகுல என்கூட உலா வர்றதுன்னா உனக்கு ரொம்பப் பிடிக்கும், இல்லையா? எனக்குன்னா கடல்தான் ரொம்பப் பிடிக்கும். அதை நான் உன்கிட்ட சொன்னதேயில்ல. என்னோட வீடு இருக்குற பகுதியிலதான் கடலே இல்லையே. உன்னோட பெயர் சாகரம்னாலும் உனக்கு குளங்களைத்தானே ரொம்பப் பிடிச்சிருக்கு. அதான் உனக்கு நான் குளத்துச் சாகரம்னு பெயர் வச்சேன்.

நாங்க வயல் வேலை, விவசாயமெல்லாம் குளத்துத் தண்ணியில செய்யுற ஆட்கள். ஆனா இதுவரைக்கும் குளங்கள் மேல அந்தளவு ஆசை வந்ததேயில்ல. குளம் எங்களுக்குத் தண்ணி தந்தது போலவே தராமலும் ஏமாற்றியிருக்கிறது. கோடை காலங்கள்ல குளம் வரண்டு அதோட தரையெல்லாம் பாளம் பாளமா வெடிச்சிருக்கும். அப்பல்லாம் நாங்க குடிக்கத் தண்ணி தேடி மைல் கணக்கா சைக்கிள்ல அலைய வேண்டியிருக்கும்.

நாங்க குளிக்குற, துணி துவைக்குற அழுக்குகள் எல்லாமே தண்ணியில கரைஞ்சு குளத்தோட ஆழத்துல தேங்குமே தவிர ஆத்துல மாதிரி தண்ணி பெருக்கெடுத்து ஓடிட்டிருக்காது. குளத்தோட மடையைத் திறந்து எங்களோட வயல்களுக்குத் தண்ணி பாய்ச்சுறப்ப மேலே இருக்குற தெளிஞ்ச தண்ணி மாத்திரம்தான் அதுல வரும். அப்படிப் பார்த்தா குளம் என்பது கால காலமாக எங்களோட அழுக்கெல்லாம் ஒண்ணு சேர்ந்திருக்கும் ஒரு அழுக்குக் குட்டை.

நான் ஊருக்குப் போறேன்டா. என்னோட அப்பாவுக்கும் இப்ப கிட்னி வியாதி வந்திருக்கு. ரெண்டு கிழமைக்கு ஒருக்கா ஆஸ்பத்திரிக்கு அவரைக் கூட்டிட்டுப் போகவும், வீட்டு வேலைகளைச் செய்யவும்னு எல்லா வேலைகளையும்

அம்மாவால தனியா செய்ய முடியலங்குறதால நான் ஊருக்குப் போகத் தீர்மானிச்சிருக்கேன். தம்பியும், தங்கச்சியும் இன்னும் ஸ்கூலுக்குப் போயிட்டிருக்காங்க. நான் போய் என்னால முடிஞ்சளவுக்கு வயல் வேலை செய்ற அப்பாவுக்கு உதவிக்கிட்டு, அவரையும் குணப்படுத்தப் பார்க்குறேன். அம்மான்னா என்னை அந்த ஊரிலயே இருக்குற யாருக்காவது கல்யாணம் கட்டிக் கொடுக்கணும்னு பார்க்குறா. எது எப்படியிருந்தாலும் நான் போகணும்.

உன்னோட அரளி குளத்துத் தண்ணியில வயல் வேலை செய்யுற ஒரு விவசாயிக்கு சாப்பாடு எடுத்துட்டுப் போற ஒரு பொண்டாட்டியாகப் போறா. சாப்பாடு கிடைக்காத கோடை காலங்கள்ல குளத்துத் தரைக்குள்ள தாமரைக் கிழங்குகளைத் தேடியலையுற ஒரு அம்மாவாக ஆகப் போறா. உனக்குப் பிடித்த குளத்தில் கோடையில் செத்து அழுகிக் கிழங்காகி பிறகு மழை பெய்யும்போது துளிர்த்து மேலே வந்து பூக்குற நிஜத் தாமரையாக ஆகப் போறா.

இப்படிக்கு உனதே உனதான,

சுடுகாட்டு அரளி.

திடீர் திடீரென்று விடுமுறை எடுப்பது, அதாவது செய்வதற்கு வேறெந்த வேலையும் இல்லாதபோதும் அலுவலகத்திலிருந்து விடுமுறை எடுப்பது எனது மற்றுமொரு பொழுதுபோக்கு. அதுவும் குறிப்பாக வார நடுவில் ஒரு நாளில் விடுமுறை எடுப்பது. அன்றைக்குத்தான் அறையில் குவிந்திருக்கும் அழுக்குத் துணிகளையெல்லாம் கழுவிக் காயப் போட்டு, அன்றைய நாள் முழுவதும் அறைக்குள்ளேயே அடைந்து கிடப்பேன். அன்றும் அவ்வாறான ஒரு நாள்தான்.

இப்போதெல்லாம் மரங்கொத்தி டொக், டொக் ஓசையோடு அந்தத் தென்னையைக் கொத்துவதேயில்லை. அது மரத்தைத் துளையிட்டு அதற்குள்ளேயே குடியிருக்கத் தொடங்கியிருக்கிறது.

முப்பது வயதுக்குக் குறைவாக, உடற்பயிற்சி நிலையத்துக்குத் தவறாமல் செல்லக் கூடிய கட்டுமஸ்தான உடம்பைக் கொண்டவன் என்பது தெளிவாகத் தெரியும்விதமான வாலிபனொருவன் காலை

பத்து மணியளவில் எனது விடுதியறைக்குப் பொதுவாக இருந்த படிக்கட்டில் ஏறி எனது அறைக்கு வந்து கதவைத் தட்டினான்.

"இந்த போர்டிங்கோட சொந்தக்கார ஆன்ட்டி இல்லையா?"

"காலையிலேயே எங்கேயாவது போயிருப்பாங்கன்னு நினைக்குறேன்."

"ஓஹ்... அப்படியா? நான் இந்தப் பக்கமா வந்தப்ப இங்கேயும் வந்துட்டுப் போகலாம்னு நினைச்சு வந்தேன். நான் முன்னாடி இந்த ரூம்லதான் தங்கியிருந்தேன்."

"அட... அப்படியா?" என்ற நான் வாசற்கதவில் சாய்ந்து நின்று கொண்டிருந்தேன்.

"ஆமா. உங்களுக்கு முன்னாடி நான்தான் இங்க இருந்தேன்னு நினைக்குறேன்" என்று அவன் கூறியதும்தான் எனக்கு அந்தக் கடிதங்கள் இரண்டும் நினைவுக்கு வந்தன. நான் உடனடியாகப் போய் அந்தக் கடிதங்களிரண்டையும் எடுத்துக் கொண்டு வந்து அவனிடம் நீட்டினேன்.

"தம்பி.... இதை நீங்க இங்க மறந்து வச்சிட்டுப் போயிருக்கீங்கன்னு நினைக்குறேன்."

அவன் அதை ஏறெடுத்துக் கூடப் பார்க்கவில்லை.

"ஆஹ்... இது நான் வர்றப்பவும் அந்த மேசையில இருந்துச்சு. சிலவேளை எனக்கு முன்னாடி இருந்தவரோடதா இருக்கணும். இல்லன்னா அதுக்கு முன்னாடி இருந்தவரோடதா இருக்கணும். யாரோடதுன்னு யாருக்குத் தெரியும். நானும் வாசிச்சுப் பார்த்துட்டு இருந்த இடத்துலயே வச்சிட்டுப் போயிட்டேன். நீங்களும் இங்கிருந்து கிளம்புற நாள்ல ஞாபகமா அந்த இடத்துலயே வச்சிட்டுப் போங்க."

இதன் கீழே எழுதப்படும் வரிகளை மாத்திரமே நான் எழுதுகிறேன். மேலே இருக்கும் விபரங்கள் அனைத்தையும் எழுதியவர் விடுதியறையை விட்டுச் சென்று விட்டார். அதற்குப் பிறகுதான் நான் இந்த அறைக்கு வந்திருக்கிறேன். அவர் அந்தக் கடிதங்களிரண்டோடு நீங்கள் இப்போது வாசித்த விபரங்களையும் ஒரு மூன்றாவது கடிதமாக எழுதி அதே இடத்தில் வைத்து விட்டுச் சென்றிருந்தார். இவற்றை ஒரு சிறுகதை போல எழுதி

ஏதாவதொரு பத்திரிகைக்கு பெயரேதுமில்லாமல் தபாலிடத் தீர்மானித்திருக்கிறேன். நான் அதற்காகவே கணினியில் தட்டச்சு செய்யவும் கற்றுக் கொண்டிருக்கிறேன்.

இருந்தாலும், விந்தையான விதத்தில் ஒவ்வொருவரால் எழுதப்பட்ட, ஓரோர் வாசிப்பாளராலும் தொடர்ந்தும் தொகுக்கப்பட்டு எழுதப்படும் இந்தக் கதை அத்தோடு நின்று விடுமே என்பதை நினைக்கும்போது மிகுந்த கவலையையும் உணர்கிறேன்.

❑ ❑ ❑

மேலே செல்லத் தடை

சுவரில் வேகமாக வந்து மோதும் சீமெந்தும் மணலும் கலந்த காரையின் ஓசையுடனும், அந்தக் காட்சியுடனும்தான் அந்தக் காணொலி ஆரம்பிக்கிறது. பிறகு அந்தக் காரையை கரண்டியொன்றால் சுவரில் மட்டப்படுத்தும் சமீப காட்சிக்கு அது மாறுகிறது. அவ்வாறு மட்டப்படுத்தப்பட்ட சீமெந்துக் கலவையின் மீது 'மேலே செல்லத் தடை' எனும் பாடலின் தலைப்பானது கிறுக்கப்பட்ட எழுத்து வடிவத்தில் குறிப்பிடப்படுகிறது. தொடர்ந்து மூன்று மாடி உயரத்திலிருக்கும் சுவரை அந்தக் காணொலி காண்பிக்கிறது. அந்தச் சுவரின் மூன்றிலிரண்டு பாகங்கள் சாந்து பூசப்படாமலிருக்கின்றன. ஏனைய பாகம் நீல நிற ஆகாயத்தோடு தனித்துத் தென்படுகிறது. சுவரின் உயரத்துக்கு இரும்புச் சாரங்கள் கட்டப்பட்டிருக்கின்றன. அழுக்கு நிறத்தில் ஆடைகளை அணிந்திருக்கும் கட்டட வேலைப் பணியாளர்கள் அந்த இரும்புச் சாரங்களில் ஆகவும் உச்சியில் நின்று கொண்டிருக்கிறார்கள். அதே சாரத்தின் நடுவில் நின்று கொண்டிருக்கும் லுங்கியொன்றை அணிந்திருக்கும் பாடகன் அந்த 'ராப்' பாடலைப் பாட ஆரம்பிக்கிறான்.

ஆகாச உசரத்துக்குச் சாரம் கட்டுறோம் நாங்க
கொஞ்சம் கை, கால் சருக்கினாலும் விழுந்துடுவோமுங்க
ஏது சாரம் எங்க வாழ்க்கைக்குங்க - அது ஏதுமில்லைங்க
'நீங்க எல்லாம் மேலே செல்லத் தடை' ங்குறாங்க
'இருக்குற இடத்துலயே இருந்துக்கணும்' னு அடக்கிடுறாங்க
எங்க வாழ்க்கைக்குச் சாரமேதுமில்லைங்க
சாரமில்லை... சாரமில்லை... சாரமேதுமில்லைங்க...

பிறகு இன்னும் கட்டி முடிக்கப்படாத அந்த ஆடம்பர மாளிகையின் உள்ளே கேமரா நுழைகிறது. யாரோ கேமராவைக் கையில் எடுத்துக் கொண்டு போவது போல அசைந்தசைந்துதான் அந்தக் காட்சி பதிவாகியிருக்கிறது. தொடர்ந்து அந்தக் கேமரா, இன்னும் ஜன்னல் வைக்கப்படாததும், சாந்து பூசப்படாததுமான அறையொன்றுக்குள் நுழைகிறது. அந்த அறையினுள்ளே பலகைகள் மீது அமைக்கப்பட்ட படுக்கையொன்று இருக்கிறது. பெரியதொரு சிவப்பு ரோஜாவுள்ள ஒரு விலை மலிவான படுக்கை விரிப்பொன்று அதில் விரிக்கப்பட்டிருக்கிறது. சிங்களப் பத்திரிகையொன்றின் பிரதான அட்டைப்படத்தில் வந்திருந்த சிங்கள நடிகை ஷலனி தாரகாவின் படமொன்று சுவரில் ஒட்டப்பட்டிருக்கிறது. அதனருகே அடிக்கப்பட்டிருக்கும் ஆணிகளில் துணிமணிகள் தொங்க விடப்பட்டிருக்கின்றன. ஷேர்ட்கள், டீ ஷர்ட்கள், ஜட்டிகள் என அனைத்துமே ஒரு ஒழுங்கில்லாமல் தொங்கிக் கொண்டிருக்கின்றன. பழைய நுளம்புவலையொன்று, முனையில் கொண்டை போல முடிச்சிடப்பட்டு கட்டிலின் மேலே தொங்கவிடப்பட்டிருக்கிறது. வர்ணச் சாயக் கறைகளையும், சீமெந்துக் கறைகளையும் கொண்ட முழங்கால் வரையான காற்சட்டையொன்றையும், சட்டமிட்ட ஷேர்ட் ஒன்றையும் அணிந்திருக்கும் வாலிபனொருவன் அந்தப் படுக்கையின் மீது அமர்ந்திருக்கிறான். தொடர்ந்து கேமரா நேராக அந்த வாலிபனின் முகத்தை நெருக்கமாகப் பதிவு செய்கிறது.

ஆகாச உசரத்துக்குக் கட்டடம் கட்டுறோம் நாங்க
இருந்தாலும் இப்படித்தான் வசிக்கிறோமுங்க
இப்போ இதான் என்னோட கொட்டிலுன்னாலும்
குக்கிராமமொண்ணுல பொறந்து வளர்ந்த
நல்ல பையனுங்க நானு
பத்தாம் வகுப்பு வரைக்கும் இருக்குற ஸ்கூல்ல
பத்தாம் வகுப்புத் தேர்வெழுதி
பாஸோ ஃபெயிலோ தெரியாம
பொழப்புத் தேடி வந்தேனுங்க
ஆப்பிள் போல பெண்ணொருத்தியை
ஆசையாக் காதலிச்சேன் ஊருல
அவளும் போனா காமண்டொண்ணுக்கு
நானும் சித்தாளா வந்தேன் இந்த நகரத்துக்கு
ஏது சாரம் எங்க வாழ்க்கைக்குங்க - அது ஏதுமில்லைங்க

'நீங்க எல்லாம் மேலே செல்லத் தடை' ங்குறாங்க
'இருக்குற இடத்துலயே இருந்துக்கணும்' னு அடக்கிடுறாங்க
எங்க வாழ்க்கைக்குச் சாரமேதுமில்லைங்க
சாரமில்லை... சாரமில்லை... சாரமேதுமில்லைங்க...

பாடலின் இறுதி வரிகள் ஒலிக்கத் தொடங்குகையில் பணியாளர்கள் சீமெந்து குழைக்கும், இரும்புச் சாரங்களைப் பொருத்தும் வேலைகள் தொடர்ச்சியாகக் காண்பிக்கப்படுகின்றன. பிறகு கேமராவானது, அந்த வேலைத்தளத்திலிருந்து வெளியே வந்து அந்த இடத்தைச் சுற்றி வர இருக்கும் அழகான ஆடம்பர அடுக்குமாளிகைகளின் இடைநடுவால் செல்லும் தெருவைக் காட்சிப்படுத்துகிறது. அருகிலிருக்கும் ஆடம்பர அடுக்குமாளிகையொன்றின் அழகான ஜன்னல் வழியே இவற்றையெல்லாம் பார்த்துக் கொண்டிருக்கும் அழகியொருத்தி வெறுப்போடு ஜன்னலை அறைந்து சாத்தி மூடிக் கொள்கிறாள். கேமரா வான் நோக்கி உயர்கிறது. பறவைப் பார்வையில், அந்த வேலைத்தளம் மிகச் சிறியதாகத் தென்படத் தொடங்குவதோடு அதைச் சுற்றியிருக்கும் சர்வ சம்பூரணமான ஆடம்பர அடுக்கு மாளிகைகளைப் போன்ற வீடுகள், அழகான வாகனங்களைக் கொண்ட தெருக்கள், நீல நிறத்தில் தெளிந்த நீரைக் கொண்ட நீச்சல் தடாகங்கள் போன்றவை விசாலமாகத் தென்படத் தொடங்குகின்றன.

ஆகாச உசரத்துக்கு ஆசைகள் இருந்துச்சு எனக்கும்
அழகழகா உடுத்துக்கிட்டு ஆபீஸ் போக
அந்தியில ஜிம், பிறகு ஃப்ரண்ட்ஸுங்க கூட ஃபன்
டூர், ஹைக்கிங், பைக்கிங், பீச்சுல சம்திங் சம்திங்
லொகேஷன் டேக் பண்ணிப் போடணும் செல்ஃபி
ஆனாலும் என்னோட கொத்தனார் அப்பாவைப் போல
ஆகத்தான் முடிஞ்சுது சித்தாளா எனக்கும்
ஏது சாரம் எங்க வாழ்க்கைக்குங்க - அது ஏதுமில்லைங்க
'நீங்க எல்லாம் மேலே செல்லத் தடை' ங்குறாங்க
'இருக்குற இடத்துலயே இருந்துக்கணும்' னு அடக்கிடுறாங்க
எங்க வாழ்க்கைக்குச் சாரமேதுமில்லைங்க
சாரமில்லை... சாரமில்லை... சாரமேதுமில்லைங்க...

வேலைத்தளத்திலிருந்த கொட்டிலின் அருகே தரையில் மூன்று கற்கள் மீது வைக்கப்பட்டிருக்கும் சிறியதொரு மண் பானையில் தண்ணீர் கொதித்துக் கொண்டிருக்கிறது. அருகில்

அடுக்கப்பட்டிருக்கும் சீமெந்துக் கற்களின் மீது இரண்டு, மூன்று வாலிபர்கள் அமர்ந்திருக்கிறார்கள். மற்றுமொரு வாலிபன் சற்றுத் தொலைவாக சுவரொன்றில் சாய்ந்தவாறு சிறிய கைபேசி வழியே யாருடனோ இரகசியக் குரலில் உரையாடிக் கொண்டிருக்கிறான். பலகை மீதிருக்கும் காகிதத் துண்டில் ஒரு பன்னும், சாயத் தேநீர் அடங்கிய ஒரு கண்ணாடிக் குவளையும் மாத்திரம் மீதமிருக்கின்றன. ஏனையவர்கள் பன்னைச் சாப்பிட்டவாறு, தேநீர் குடிக்கிறார்கள். ஒரு மூத்த சித்தாள் எனக் கருதப்படக் கூடிய ஒருவர் மாத்திரம் உடைந்த கதிரையொன்றில் அமர்ந்திருந்து தேநீரைக் குடித்து முடித்து விட்டு, குவளையின் அடியில் எஞ்சியிருக்கும் கொஞ்சத் தேநீரையும் 'சராஸ்' என்ற ஓசையோடு தரையில் கொட்டி விட்டு எழுந்து நிற்கிறார். அந்தத் தேநீர் கொட்டப்படும் ஓசையோடு பாடலின் இசை நின்று விடுகிறது. அந்த மூத்த சித்தாள் தனது காதில் சொருகியிருக்கும் துண்டு பீடியைக் கையிலெடுத்துக் கொண்டு வேலையில் ஈடுபடத் தொடங்குகிறார். 'போதும் போதும்... சீக்கிரமாத் தின்னுட்டு வாங்கடா... நிறைய வேலையிருக்கு' என்ற அவரது குரலோடு அந்தப் பாடலின் காணொலி நிறைவடைகிறது.

'மேலே செல்லத் தடை' என்ற தலைப்பைக் கொண்டிருந்த அந்த 'ராப்' பாடலானது மேZன் எனும் பாடகன் ஒருவனால் யூட்யூப் இணையத்தளத்தில் பதிவேற்றப்பட்டிருந்தது. மேZன் எனும் பெயரானது, கொத்தனார் என்பதை ஆங்கிலத்தில் குறிக்கும் மேஸன் எனும் சொல்லை 'ராப்' உலகத்துக்கு ஏற்ற வகையில் 'ஸ' எழுத்தை ஆங்கில 'Z' எழுத்திட்டு மாற்றி அமைக்கப்பட்ட ஒரு பெயர் என்பதை அவனோடு மேலும் ஒரு சிலர் மாத்திரமே அறிந்திருந்தார்கள். 'தனுஷ்க உத்பல வீரசிறி' எனப் பெயர் கொண்ட அந்த இளம் பாடகன் தணமல்வில எனும் ஊரிலிருக்கும் கொத்தனார் ஒருவரின் மகன். உரிய இசைக் கல்வியை பாடசாலையில் கூட பெற்றிருக்காத அவன் தனது சுய திறமையைக் கொண்டு, தானாகவே 'பாடகன்' எனும் ஒரு பிம்பத்தைக் கட்டியெழுப்பியிருந்தான்.

பதினெட்டு வயதாகும் முன்பே தனது தந்தையோடு கொழும்பில் கட்டட வேலைத்தளங்களில் பாடுபட அவனுக்கு நேர்ந்திருந்தது. இதனிடையே ஒரு தொலைக்காட்சி அலைவரிசையில் நடைபெற்ற சூப்பர் ஸ்டார் பாடகரைத் தேர்ந்தெடுக்கும் போட்டியில்

விளையாட்டாகக் கலந்து கொண்டான். அப்போது அவன் வேலை பார்த்து வந்த கொழும்பு, நுகேகொட பிரதேசத்திலிருந்த வேலைத்தளத்தின் முகவரியைத்தான் தனது முகவரியாகக் கொடுத்திருந்தான். ஆகவே நுகேகொட போன்ற நவீன நகரத்துக்குப் பொருத்தமான ஆடையணிகலன்களை அணிந்து கொண்டு அவன் பாடிய பாடலானது, பைலா பாடல் பிரிவில் நல்லதொரு முயற்சியாக இனங்காணப்பட்டு அடுத்தடுத்த கட்டங்களுக்குச் செல்ல உதவியது. நீல நிற டெனிம் காற்சட்டைக்கு மேலால் டீஷர்ட் அணிந்து அதற்கு மேலாக பல வர்ணங்களிலான பெரியதொரு ஜாக்கெட்டை அணிந்திருந்த அவன் சிவப்பு நிறச் சப்பாத்துகளைக் கால்களில் இட்டிருந்தான். தலைமயிரை உயர்த்தி வாரி, வாரப்பட்ட கோடுகள் தெளிவாகத் தெரியும் விதமாக ஒரு கம்பி வளையைத்தையும் தலையில் மாட்டியிருந்தான். ஒரு காதில் வெள்ளி நிறக் கடுக்கனை அணிந்திருந்த அவன், நவீன யுகத்தின் நாகரீக நகரத்தின் இளைஞனொருவனுக்குரிய சர்வ அங்கலட்சணங்களுடனும் தோன்றியிருந்தான்.

முதன்முதலாக அவனது பாடலைக் கேட்ட நடுவர் குழு, அவனது இனிமையான சாரீரத்தில், நவீன இளைஞர்களுக்கு எளிதில் வசப்படாத கிராமிய வெள்ளந்தி இளைஞனுக்குரிய உச்சஸ்தாயிக் குரலும் கலந்திருப்பதாகக் கூறி அவனை அடுத்தடுத்த கட்டங்களுக்குத் தேர்ந்தெடுத்தார்கள். எப்படியும், பத்துப் பேரைக் கொண்ட இறுதிச் சுற்றில், போட்டியாளர்களுக்கு வழங்கப்படும் தம்மை அறிமுகப்படுத்திக் கொள்ளும் வாய்ப்பின் போது தனது பூர்வீகத்தைக் குறித்து வெளிப்படுத்த அவன் கனவு கண்டு கொண்டிருந்தான். அதற்காக தணமல்வில குளக்கரையையும், கட்டட வேலைத்தளத்தையும், ஊரில் இன்னும் காரை பூசப்படாத தனது மண் வீட்டு முற்றத்தையும் காட்சிப்படுத்தும் விதமாக ஒரு திரைக்கதை அவனது எண்ணத்தில் இருந்தது.

இருந்தாலும் பார்வையாளர்களின் எஸ்.எம்.எஸ் மூலம் சிறந்த பாடகர்களைத் தேர்ந்தெடுக்கும் சுற்றில் அவன் போட்டியில் தோற்றுப் போனான். போட்டியில் இறுதியாக அவன் இலங்கையின் பிரபல இணைப் பாடகர்களான பாத்தியா சந்தோஷின் பாடலொன்றைப் பாடியிருந்தான். அந்தப் பாடலை அவனது குரலால் முழுமையாக வெளிக் கொண்டு வர முடியவில்லை என்பதே நடுவர் குழுவின் அபிப்ராயமாக இருந்தது. அவ்வாறான உயர்தரமான பாடலொன்றை, தெருப் பொறுக்கி போன்ற

பாடகனொருவனால் ஒழுங்காகப் பாட முடியாது என்ற மறைமுக அர்த்தமே அந்த நடுவர் குழுவின் கருத்தின் ஆழத்தில் இருந்தது.

அவனது நட்சத்திரக் கனவு அத்தோடு சரிந்து விழுந்த போதிலும், அந்தச் சமயத்தில் யூட்யூப் மூலமாக பல்வேறு இசை நுணுக்கங்களைக் கற்றறிந்து, சங்கீத உலகத்தோடு முகநூல் வழியாக கொடுக்கல் வாங்கல்களை நிகழ்த்த அவன் பழகியிருந்தான். சரிந்த தனது நட்சத்திரமாகும் கனவை முற்றுமுழுதாக மறந்து போன அவன் படிப்படியாக 'ராப்' இசைப் பாடல்களுக்கு மாறினான். வீண் பகட்டுக்காக, தான் அணிந்து கொண்டிருந்த ஆடை அணிகலன்களைத் துறந்தவன் ஷேர்ட்டுக்கும், லுங்கிக்கும் மாறினான். அவனது தந்தையும், தந்தையின் தந்தையும் என மூதாதையர்கள் அனைவரும் அவ்வாறுதான் ஆடையணிந்தார்கள் என்பதை அவன் அவ்வேளையில் உணர்ந்திருந்தான். உள்ளேயிருக்கும் பனியன் வெளியே தெரியும்விதமாக ஷேர்ட்டின் மேலேயிருக்கும் பொத்தான்களைப் போடாமல் விடும் அவன், அந்த ஷேர்ட்டை லுங்கிக்குள் நுழைத்து, அதன் மேலால் அகலமான இடுப்புப் பட்டையை அணிந்து கொண்டான். கொத்தனார் என்றால் அவர் இப்படித்தான் இருப்பார் என்று சமூகத்தில் வேர் பிடித்திருக்கும் கருதுகோளை கண் முன்னே நிலைநிறுத்துவதும், அதை 'ராப்' உலகத்துக்குக் கொண்டு வருவதும்தான் அவனது எண்ணமாக இருந்தது.

மேZன் என தனக்குத் தானே 'ராப்' உலகத்துக்கு ஏற்ற விதத்தில் பெயர் சூட்டிக் கொண்டவன் 'Z' எனும் ஆங்கில எழுத்தை வெள்ளிச் சங்கிலியில் கோர்த்து கழுத்தில் மாட்டிக் கொண்டான். படிப்படியாக இலங்கையின் 'ராப்' உலகத்தில் இவ்வாறாகப் பிரவேசித்த அவன், எவ்விதப் பயமுமற்ற இளைஞனாகத் தன்னை உலகுக்கு வெளிப்படுத்தியவாறு, தனது சுய அடையாளத்தையும் பாதுகாத்துக் கொண்டு யூட்யூப் ஊடாக கலாசார இசைக்கு சவால் விட்டுக் கொண்டிருந்தான். 'ராப்' பாடல்களினூடாக தான் வாழும் நிஜ உலகத்தை தத்ரூபமாக வெளிக்காட்டுவதில்தான் தனது வருங்கால சங்கீத வாழ்க்கையின் பாதையிருக்கிறது என்பதை நன்றாகப் புரிந்து வைத்திருந்தது அவனடைந்த மிகப் பெரிய வெற்றியாகக் கருதலாம். அவன் பாடிய அவனது முதலாவது சொந்தப் படைப்பான 'ராப்' பாடலானது தணமல்வில எனும் அவனது ஊரைக் குறித்த வெளிப்படையான பாடலாக இருந்தது. தணமல்வில எனும் ஊரின் பெயர் காதில்

விழும்போதே இலங்கையரின் மனதில் தோன்றக் கூடிய கஞ்சாத் தோட்டங்கள் செறிந்த ஊர் எனும் மோசமான அபிப்ராயத்தை மாற்றும் விதமாக, அந்தப் பாடலில் காண்பிக்கப்பட்ட அந்த ஊர் மக்களின் வாழ்க்கைப் போராட்டங்களால் ஊரைப் பற்றிய நல்லபிப்ராயங்களைத் தோற்றுவிக்க அந்தப் பாடலால் முடிந்திருந்தது.

அந்தப் பாடலானது கைபேசியால் ஒளிப்பதிவு செய்யப்பட்டு, குறைந்த வசதிகளின் கீழ் செதுக்கப்பட்டிருந்த போதிலும், பலரதும் பாராட்டுகளைப் பெற்ற ஒரு பாடலாக இருந்தது.

ஒரு நாள் இரவு அவனுக்கு, விருந்து வைபவமொன்றில் வைத்து ஒரு கோடீஸ்வரப் பெண்மணியைச் சந்திக்க நேர்ந்தது. ‘மெலனி பின்டோ’ எனும் பெயரைக் கொண்டிருந்த அவள் மெல்லிய பருத்திக் காற்சட்டையொன்றையும், ஷேர்ட் ஒன்றையும் அணிந்திருந்தாள். ஷேர்டின் கீழ் பாகத்திலிருந்த விளிம்புகளிரண்டையும் ஒன்று சேர்த்து இடையினருகே முடிச்சிட்டு யௌவனத் தோற்றத்தைக் கொண்டு வர அவள் முயற்சித்திருந்த போதிலும் நடுத்தர வயதுடையவளாகத் தெரிந்தாள். ஷேர்ட்டின் காலருக்கு மேலால் கடற்சிப்பிகளாலான மாலையொன்றை அணிந்திருந்த அவள் தனது சுருண்ட கூந்தலை ஒழுங்காகச் சீவாமல் உச்சியில் கொண்டையாகக் கட்டியிருந்தாள். கஞ்சா, ஐஸ், விஸ்கி, எக்ஸ்டஸீ என சகல விதமான போதைப் பொருட்களும் பரவலாகப் பகிரப்பட்ட அந்த இரகசிய விருந்தில் வைத்து அவளது மோகப் பார்வை அவன் மீது ஒரு வெளிச்சம் போல பாய்ந்து கொண்டேயிருந்தது. கிட்டாரை இசைத்தவாறு மதுபோதையிலிருந்த அவன் அவளுக்குக் கட்டுப்படுவதுதான் அந்த இரவை சந்தோஷமாகப் போக்க ஒரே வழியெனத் தீர்மானித்திருந்தான். என்றாலும், அவனது அனுமானத்தைப் பொய்ப்பிக்கும் விதமாக, அன்றைய இரவில் அவள் அவனைத் தவிர்த்தாள். ஆனாலும், பிறகொரு நாள் அவனைத் தேடி வந்த அவள், தானாகவே முன்வந்து கொழும்பில் செல்வந்தர்கள் நிறைந்துள்ள பிரதேசமொன்றில், ஒரு சிறிய சொகுசு மாடி வீடொன்றுக்கு அத்திவாரப் பணம் கொடுத்து வாடகைக்கு எடுத்து, மாதாந்த வாடகையும் அவளே கொடுப்பதாகக் கூறி அவனை அதில் தங்க வைத்தாள்.

அந்தச் சொகுசு மாடி வீடானது, விசாலமானதொரு படுக்கையறையையும், அதனோடு இணைந்த குளியலறையையும், சமையலறையையும், ஒரு கூடத்தையும் கொண்ட ஆடம்பரமான வீடாக இருந்தது. பல்வேறு அளவுகளிலும், வித்தியாசமான வடிவங்களிலும் தலையணைகள் பலவற்றைக் கொண்டிருந்த ஒரு பெரிய இரட்டைக் கட்டிலைத் தவிர அந்த வீட்டில் அந்தளவு பொருட்கள் இருக்கவில்லை. கூடத்தில் இடப்பட்டிருந்த சோபாவுக்கு மேலே சுவரில் கருப்புப் பிண்ணனியில் பாப் மார்லியின் பெரியதொரு புகைப்படம் தொங்கவிடப்பட்டிருந்தது. அருகிலேயே அரேபியக் கம்பளமொன்றின் மேலே அவனது சங்கீத உபகரணங்கள் வைக்கப்பட்டிருந்தன.

இருந்தாலும் அந்தச் சிறிய வீட்டினுள்ளே எதுவுமே நேர்த்தியாக இருக்கவில்லை. அந்த ஒழுங்கற்ற தன்மை, தனியாக வசிக்கும் அனைத்து ஆண்களுக்குமே உரித்தான ஒன்று. மெலனி பின்டோ வாரத்துக்கு ஒரு தடவைதான் அங்கே வந்து போனாள். அவள் வரும் நாளன்று மாத்திரம் அவன் தன்னாலியன்ற அளவு அந்த வீட்டை நேர்த்தியாகவும், சுத்தமாகவும் வைப்பான்.

"இப்படி நான் வாறதுக்காக ஒண்ணும் விஷேடமா வீட்டைத் துப்புரவெல்லாம் செய்யத் தேவையில்ல டியர். இந்த வீடு எந்த நேர்த்தியுமில்லாம, ஒழுங்கில்லாம இருக்குறதுதான் எனக்குப் பிடிச்சிருக்கு. இந்த வீடு நெருக்கடியான கொழும்பு புறக்கோட்டை நகரம் மாதிரி எப்பவும் இருக்கணும். அதுதான் எனக்குப் பிடிக்கும். அதைத்தான் ஒரு பையனோட ஒழுங்குன்னு சொல்வேன். நான் வசிக்குற என்னோட சொந்த வீடு எப்பவும் ஒரு அதிகப்படியான நேர்த்தியோடயும், ஒழுங்கோடும், கட்டுக்கோப்போடும் இருக்கும். ஏதோ லண்டன், நியூயோர்க் மாதிரி. என்னோட வீட்டுல இருக்குற அந்த நேர்த்தி கடுகளவேனும் குலையுறதை என்னால நினைச்சிக் கூடப் பார்க்க முடியல. நானே உருவாக்கிக்கிட்ட வீடோ, என்ன இழவோ அந்த மாதிரியான ஒரு சிறைக்குள்ள சிறைப்பட்டிருக்கேன் நான்."

அவள் வரும் நாளில் அவர்கள் அந்த விசாலமான கட்டிலில், வர்ணமயமான படுக்கை விரிப்பின் மீது நீண்ட சம்போக சுவையை அனுபவித்தார்கள். அவனது இருண்ட கிராமிய நிர்வாண உடலிலிருந்த இயற்கையான ரேகைகள் அனைத்தையும் அதிகளவில் தொட்டு அனுபவிக்கவே அவள் விரும்பினாள்.

அவற்றை, அவளுக்குரிய உலகிலிருக்கும் ஆண்கள் எவரிடமிருந்தும் பெறவே முடியாது என்பதை அவள் நன்றாக அறிந்திருந்தாள். அவளது அவ்வளவு காலமும் நிறைவேறாதிருந்த ஆசைகளை நிறைவேற்றும் ஒரு விளையாட்டுப் பாவை போல ஆகியிருந்தான் அவன். கிராமப்புறங்களில் குளக்கட்டின் மீது நின்று குதித்து விளையாடும் இவ்வாறான, கருத்த கிராமத்து இளைஞர்களைத் தற்செயலாகக் காண நேர்ந்தாலும் 'ச்சீ' எனத் தலையைத் திருப்பிக் கொள்ளும் அவளைப் போன்ற உயர்குடிமகன்கள், கிராமிய இளமையைச் சுவைக்கும் தமது ஆசையை இவ்வாறுதான் நிறைவேற்றிக் கொண்டார்கள்.

இதனிடையே 'ராப்' இசையைக் குறித்து எழுதப்பட்ட ஆங்கிலக் கட்டுரைகளையும், சுவையான படைப்புகளையும் அவனுக்கு மொழிபெயர்த்து வாசித்துக் காட்டி அவனை உற்சாகப்படுத்துவதையும், அறிவூட்டுவதையும் அவள் செய்தாள். ஒரு தடவை ஆபிரிக்காவுக்குச் சுற்றுலா போய் விட்டு வரும்போது அவள் அவனுக்காக ஆபிரிக்க பொங்கோ பறையொன்றையும், புலிப்பல் பதக்கம் ஒன்றையும், ஆபிரிக்க மரபார்ந்த ஓவியங்களைக் கொண்டிருந்த ஷேர்ட் ஒன்றையும் பரிசாகக் கொண்டு வந்து கொடுத்திருந்தாள்.

இவ்வாறான வாழ்க்கைச் சூழலுக்குள் தனது வாழ்க்கையோடு, தனது இசை வாழ்க்கையையும் வெற்றிகரமாகத் தொடர மெலனி பின்டோ போன்றதொரு பெண்ணின் தொடர்பைப் பேணுவதுதான் ஒரே வழி என்பதை அவ்வேளையில் அவனுக்குள்ளே இருந்த தணமல்வில கிராமத்து இளைஞன் நன்றாகப் புரிந்து கொண்டிருந்தான். அந்தக் கிராமிய இளம் தேகம் எப்போது அவள் வந்தாலும் அவளது இச்சைகளைத் தீர்த்து விட வேண்டும் எனும் எழுதப்படாத ஒப்பந்தத்தோடுதான் அந்த பந்தம் தொடர்ந்தும் வளர்ந்து கொண்டிருந்தது. அவ்வாறாக அவன் தொடர்ச்சியாகப் பேணிக் கொண்டிருந்த, அவன் விரும்பிய அருமையான சங்கீத உலகத்தின் புதிய படைப்பு முயற்சியாகவே 'மேலே செல்லத் தடை' எனும் புதிய பாடல் காணொலியானது ஒரு புதன்கிழமையன்று யூ ட்யூபில் பதிவேற்றப்பட்டிருந்தது.

நான் கொழும்பில், நுகேகொட பகுதியிலுள்ள ஒரு அறையில்தான் தங்கியிருந்தேன்.

பிரதான தெருவிலிருந்து சற்று உள்ளடங்கலாக, மேட்டுக்குடி செல்வந்தர்கள் மாத்திரம் வசிக்கும் உயர்தரமான பகுதி அது. வீடுகளுக்கிடையிலான தெருக்களும் கூட இரண்டு வாகனங்கள் ஒரே சமயத்தில் சமாந்தரமாகப் போகுமளவுக்கு அகலமானவையாக இருந்தன. அந்தத் தெருக்களின் இரு புறங்களிலுமிருக்கும் வீடுகள் இரண்டு, மூன்று மாடிகளைக் கொண்டவையாக இருந்ததோடு, பெரும்பாலான வீடுகள் பெட்டி வடிவத்தில் இருந்தன. அந்த வீடுகளில் தெருவை நோக்கி பூச்சாடிகளை வைக்கவென மேல்மாடங்கள் இருந்த போதிலும் அவை வெறுமனேதான் காணப்பட்டதோடு அந்த வீடுகளுக்குள் ஆட்கள் நடமாட்டம் இருப்பதைக் காண்பது கூட அரிதாக இருந்தது. கீரை வியாபாரிகளும், வேலைக்காரிகள் போன்றோரும்தான் அந்தத் தெருக்களில் எப்போதாவது நடந்து போனார்கள். என்றாலும், மதிய நேரம் கடக்கும்போது பெரிய பெரிய உணவு விடுதிகளின் உணவுகளை விநியோகம் செய்யும் மோட்டார் சைக்கிள்கள் அந்தத் தெருக்களில் நிறைந்திருக்கும்.

இரண்டு மாடி வீடொன்றின் பின்புறம் நோக்கி மேல்மாடம் அமைந்திருந்த அறையொன்றிலேயே நான் தங்கியிருந்தேன். சுற்றி வர இருந்த அனைத்து இடங்களிலும் வீடுகள் கட்டப்பட்டிருந்த போதிலும், அந்த வீடுகளின் பின்புறமாக இருந்த அந்த ஒரு இடம் மாத்திரம் வெறுமையாகவே இருந்தது. உண்மையில் அந்தப் பகுதியிலேயே அந்த ஒரே ஒரு இடம் மாத்திரம்தான் வெற்றிடமாகக் காணப்பட்டது. அந்த இடத்துக்கான தெரு எதிர்ப்புறமாக இருந்தது. சரியாகச் சொன்னால் அந்த வெற்றிடத்தில் ஒரு வீட்டைக் கட்டினால் அந்த வீட்டின் பின்புறமும், நானிருக்கும் வீட்டின் பின்புறமும் ஒன்றையொன்று முகம் பார்த்தவாறு அமைந்திருக்கும்.

சமீப காலம் வரைக்கும் வெற்றிடமாக இருந்த அந்தக் காணியையும் முழுவதுமாக மழித்து மொட்டையடிப்பது போல துப்புரவாக்கி யாரோ வீடொன்றைக் கட்டத் தொடங்கியிருந்தார்கள். நானிருந்த அறையின் மாடத்துக்குத் தென்படும் அந்த இடத்தில் முதலில் ஒரு தகரக் கொட்டில் கட்டப்பட்டது. அதனருகே தற்காலிக கழிவறையொன்றும், தண்ணீர்க் குழாயொன்றும் பொருத்தப்பட்டிருந்தன. மூன்று வாலிபர்களோடு, நடுத்தர வயதுடைய இருவர் அந்தக் கொட்டிலில் தங்கியிருந்தார்கள். சுற்றிவர செங்கற்களும், கருங்கற்களும் குவியக் குவிய தண்டனைக்

கைதிகளாக சைபீரியாவுக்கு நாடுகடத்தப்பட்டவர்களைப் போல ஆரம்பத்தில் காணப்பட்ட அவர்கள், கடைசியில் அத்திவாரமிட்டு தூண்கள் ஒவ்வொன்றாக எழுப்பப்பட்டபோது அந்த இடத்துக்கு நன்றாகப் பழகிப் போயிருந்தார்கள்.

அந்த இடத்தில் துணிகளைக் காய வைக்கும் கொடிகள் கட்டப்பட்டிருந்தமை தென்பட்டது. எப்போதும் கொட்டிலின் அடுக்களையிலிருந்து புகை மேலெழுவது தெரிந்தது. அங்கிருந்த மூன்று வாலிபர்களில் சுருண்ட தலைமயிரைக் கொண்டிருந்த கருப்பு வாலிபன் எப்போதும் ஒரு பாடலைப் பாடியவாறு காலத்தைக் கடத்திக் கொண்டிருந்ததால் தனித்துத் தெரிந்தான். சில சமயங்களில் அவன் ஒரு ஓரமாகப் போய் நின்றுகொண்டு யாருடனோ கைபேசியில் இரகசியக் குரலில் உரையாடுவதைக் காண முடிந்தது. அந்தக் காணியின் இடப்புறமாக இருந்த வீட்டுப் பெண்மணியோடு வேலியோரமாகச் சென்று கதையாடும் அளவுக்கு அவர்கள் அவளோடு நட்பாகி விட்டிருந்தார்கள்.

நான் வேலை விட்டு வந்ததுமே எனது அறை மாடத்திலிருந்து அந்த இடத்தையே சற்று நேரம் பார்த்துக் கொண்டிருக்கப் பழகியிருந்தேன். எனக்கு எப்படி அந்த எண்ணம் வந்ததோ தெரியவில்லை. உண்மையில் எனது சொந்தக் கிராமத்தில் தெருவில் காணக் கூடிய இளைஞர்களைப் போல இருந்த அவர்களின் முன்னால் கொழும்பிலேயே பிறந்து வளர்ந்த செல்வச் செழிப்பான நாகரீக மேட்டுக்குடி இளைஞனொருவனைப் போல என்னைக் காட்டிக் கொள்ள எனக்குத் தோன்றியிருந்தது. அந்த மோசமான எண்ணம் எனக்கு எப்படி வந்ததோ தெரியவில்லை. நான் அந்த உணர்வில் மயங்கிப் போயிருந்தேன்.

எனக்கு அந்த மாடத்திலிருந்து பார்க்கும்போதெல்லாம், தெருவோரங்களில் விற்கப்படும் விலை மலிவான பனியன்கள், ஜட்டிகள், அடிடாஸ் போன்ற வர்த்தகப் பெயர்கள் பொறிக்கப்பட்ட மலிவான டீ ஷர்ட்டுகள் காயப் போடப்பட்டிருக்கும் துணிக்கொடிதான் முதலில் தென்படும். ஆகவே நான் எனது மாடத்தைச் சுற்றியிருந்த வெள்ளிக் கம்பி வேலியில் எனது ஆஃபிஸ் காற்சட்டைகளையும், விலையுயர்ந்த ஷேர்ட்களையும், டைகளையும், உள்ளாடைகளையும் வேண்டுமென்றே காயப் போட்டேன். சரியாகச் சொன்னால், ‘நான் உங்கள் அனைவரை விடவும் பணக்காரன்’ என்று எனது ஆடம்பர வாழ்க்கையை

அவர்களிடம் பெருமையோடு காண்பிக்கும் ஒரு விந்தையான ஆசையோடுதான் நான் இருந்தேன்.

அந்தப் பாடல் பாடும் வாலிபன் பழைய சிங்களப் பாடல்களைச் சிறப்பாகப் பாடும்போதெல்லாம், 'நான் ஆங்கிலப் பாடல்களை மட்டும்தான் கேட்பேன்' என்பது போன்ற பாவனையோடு காதுகளில் ஒலிவாங்கியை மாட்டிக் கொண்டு கால்களை ஆட்டியவாறே மாடத்தில் நின்று கொண்டு அவன் பாடுவதைக் கேட்டு உள்ளுக்குள் ரசித்துக் கொண்டிருப்பேன். ஒருநாள் அந்த வாலிபன் 'எங்களைக் கேவலமாகப் பார்க்கும் உனக்கும் ஒரு காலம் வரும்' என்பது போல அங்கிருந்த நீர்க் குழாயில் தலையைப் பிடித்துக் குளிப்பதைக் கண்டு நான் சத்தமாக மாடத்தின் கதவை அறைந்து சாத்தி விட்டு அறைக்குள் நுழைந்து கொண்டேன்.

எவ்வாறாயினும், நான் அவனிடம் வெளிப்படையாகக் காட்டிக் கொள்ளாத போதிலும் அவனுக்கு மிகவும் அருமையானதொரு குரல் இருந்தது என்பதை முழுமையாகவும், மனப்பூர்வமாகவும் ஏற்றுக் கொள்வேன். ஒலிபெருக்கிகள் எவையும் இல்லாமலேயே நேராக வந்து எனது காதுகளை எட்டிய அந்தக் குரலானது, முன்னொரு காலத்தில் கிராமத்துப் பயிர்நிலங்களில் பணி புரிந்தவாறே நாட்டார் பாடல்களைப் பாடும் ஆண்களின் ஆண்மை மிக்க குரல்களை ஞாபகப்படுத்தக் கூடிய விதத்தில் அருமையாக இருந்தது. அந்தக் குரலானது கள்ளமோ, போலியோ இல்லாமல் வெளிப்படையானதாக இருந்தது. என்றாலும், அவனது குரல் மீதும், பாடல்கள் மீதும் இருக்கும் எனது அதீத விருப்பத்தை அவனிடம் வெளிக்காட்டிக் கொள்ளாதிருக்க என்னால் முடிந்திருந்தது.

யதார்த்தத்தில் கார்களில் சீறிப் பாய்ந்து அங்குமிங்கும் செல்லும், பெட்டிகள் போன்ற வீடுகளுக்குள் அடைபட்டு அவரவரது உலகங்களுக்குள் தனித்துப் போகும் ஆட்கள் நிறைந்திருக்கும் அந்தப் பகுதியில் நிஜ மனிதர்கள் சிலர் இருக்கும் இடமாக அந்த இடம்தான் எப்போதும் பிரகாசமாகத் தனித்துத் தெரிந்தது. அவர்கள் தமது வாழ்க்கை முறையை இடத்துக்கேற்ப மாற்றிக் கொள்ளவுமில்லை. மிகவும் எளிமையாக, தமது நிஜ வாழ்க்கையை சமூகத்துக்கு வெளிக்காட்டப் பயப்படவோ, வெட்கப்படவோ கூட இல்லை.

ஒரு நாள் முன்னந்தி நேரத்தில் நான் உணவுப் பொதியொன்றை வாங்கிக் கொண்டு வர அருகாமையிலிருந்த உணவகத்துக்குப் போயிருந்த வேளையில் அவர்கள் அங்கு வந்தார்கள். பாடல் பாடும் அந்த வாலிபன் அன்று லுங்கியொன்றை அணிந்து வந்திருந்தான். இரண்டு கொத்து பரோட்டாக்களைப் பொதி செய்து தருமாறு கூறி விட்டு, தனது லுங்கியை வெகு இயல்பாக, முன்புறமாக முழங்கால்களிடையே ஒதுக்கி நின்று கொத்து பரோட்டாவைத் தயாரிப்பதையே பார்த்துக் கொண்டிருந்தான். இரவில் உறங்கும்போது கூட லுங்கியொன்றை அணிந்து கொள்ளாத ஆண்கள் இருக்கும் பகுதியில் அவனது அந்தத் தோற்றம் எனக்கு மிகவும் மகிழ்ச்சியைத் தருவதாக அமைந்திருந்தது. ஏதோ நான் எனது கிராமத்தில் இருப்பது போல என்னை உணரச் செய்த அது, எனது கற்பனை உலகத்தைத் திணறடித்து எளிமையாக்கி விட்டது. அவனது கையிலிருந்த கறுப்பு நிற பொலிதீன் பைக்குள் இரண்டு பீர் போத்தல்களையும், சிகரெட் பாக்கெற்றொன்றையும் கண்டதும் அவர்கள் அன்றைய இரவில் மதுவருந்தத் தயாராக இருப்பது எனக்குப் புரிந்தது. ஆகவே நானும், எனது நண்பர்களுடன் நட்சத்திர அந்தஸ்துள்ள மதுபான விடுதியொன்றில் மதுவருந்தி விட்டு நள்ளிரவு கடந்து அறைக்கு வந்து மாடத்துக்குப் போய்ப் பார்த்த போது அவர்கள் உறங்கி விட்டிருப்பது தெரிந்தது. அவர்களது கொட்டிலுக்கு வெளியே மாத்திரம் ஒரு மின்குமிழ் எரிந்து கொண்டிருந்தது.

நான் அவர்களிடம் எனது அகங்காரத்தை வெளிப்படுத்துவதைத் தொடர்ந்தும் பேணி வந்தேன். இவ்வாறாகக் காலங்கள் கழிந்தன. இப்போது அவர்கள் கொட்டிலைக் கை விட்டு விட்டு அந்தப் புதிய வீட்டின் அறையொன்றுக்குள் தங்கியிருந்தார்கள். சமைப்பதற்காக மட்டும் அந்தக் கொட்டிலைப் பயன்படுத்தினார்கள். அந்த வீட்டின் மூன்று மாடிகளும் கட்டி முடிக்கப்பட்டிருந்தன. சுவர்களுக்குக் காரை பூசும் வேலையைத் தொடங்கியிருந்தார்கள்.

இன்னும் கதவுகள் வைக்கப்படாத நவீன ஃப்ரென்ச் அலங்காரத்தைக் கொண்ட விசாலமானதும், அகன்றதுமான வாசல்கள் வழியே அந்த வீட்டின் நடு மத்தியில் நிலாமுற்றம் அமைக்கப்பட்டிருப்பது தெரிந்தது. காலை வெயிலில் அந்த நிலாமுற்றத்துக்கு மேலே இடப்பட்டிருந்த கொங்கிறீட் அடுக்குகளின் நிழலானது அழகான வடிவங்களாக அந்த வீட்டினுள்ளே ஆங்காங்கே விழுந்திருப்பதைக் காண முடிந்தது.

மாலை நேரம் மந்தாரமாக இருண்டிருந்த நாளொன்று அது. அன்று வெகு சீக்கிரமாகவே இருள் வந்திருந்தது. நான் அப்போதுதான் அலுவலகம் போய் விட்டு வந்த களைப்பில் மாடத்தின் கதவைத் திறந்து விட்டு கட்டிலில் படுத்தவாறே அந்தப் புதிய கட்டடத்தைப் பார்த்துக் கொண்டு தூக்க மயக்கத்தில் இருந்தேன். குளிர்ந்த தென்றல் காற்று உள்ளே வந்து கொண்டிருந்தது. மறைந்து கொண்டிருந்த சூரியன் திடீரென மேகங்களால் மூடப்பட்ட அந்த வேளையில்தான் அந்த வாலிபனின் பாடல் காதில் வந்து விழுந்தது.

வெண்பனி வெளியெங்கும் பொழிந்து
தென்மேற்கு மலை மீது படர்ந்து
புன்னகையோடு அருகில் வந்து
உன்னிடமும் என்னிடமும் ரகசியமொன்றைச் சொல்லும்

பழைய சிங்களத் திரைப்படமொன்றின் பிரபலமான அந்தப் பாடலானது, ஏதோ குளிர் மிகுந்த நாளொன்றில் பழைய திரைப்படமொன்றைப் பார்த்து ரசிப்பது போன்ற உணர்வொன்றை எனக்குள்ளே கொண்டு வந்தது. நான் கருப்பு வெள்ளையில், பனி படர்ந்திருக்கும் தேயிலைத் தோட்டமொன்றிற்குள் நுழைந்தேன். ஒலிபெருக்கிகளில்லாத பாடல், தொலைவிலிருந்த மலைகளில் மோதி எதிரொலித்தவாறே என்னை வந்து சேர்ந்து கொண்டிருந்தது. அருகிலிருக்கும் எதுவுமே தென்படாத அளவுக்கு அந்தப் பனியானது மிகவும் அடர்த்தியாக இருந்தது.

திடீரென தட தடவென பேரோசைகள் பலவும் ஒன்றோடொன்று கலந்து ஒலித்தன. ஒரு வெளிச்சமானது மேலும் கீழுமாக அங்குமிங்குமாகப் பளிச்சிட்டு விட்டு சிலிங் என்ற ஓசையோடு அணைந்து போனது. அந்த ஓசை என்னை அந்தப் பழைய காலத்திலிருந்து சட்டென்று இந்தக் கணத்துக்கு இழுத்து வந்ததால், உடனடியாக படுக்கையிலிருந்து எழுந்து நின்றேன்.

“ஐயோ கடவுளே” என்று கத்தியவாறே சீமெந்து குழைத்துக் கொண்டிருந்த ஒருவன் நிலாமுற்றத்துக்கு ஓடுவதைக் கண்டேன். உடனடியாக அந்த வேலைத்தளம் அமைதியில் மூழ்கிப் போனது. என்னவோ விபரீதம் நடந்திருக்கிறது என்பது எனக்குப் புரிந்தது. நான் உடனடியாக ஷேர்ட் ஒன்றைப் போட்டுக் கொண்டு தெருவுக்கு ஓடிப் போனேன்.

அங்கு பாப் மார்லியின் உருவப் படத்தை ஒட்டியிருந்த பச்சை நிற முச்சக்கர வண்டியொன்றில், காயமடைந்தவனை ஏற்றிக் கொண்டு போவதைக் கண்டேன். முச்சக்கர வண்டியிலிருந்து வெளியே நீண்டிருந்த இரத்தமும், சேறும் ஒன்றாகக் கலந்து படிந்திருந்த பாதமொன்றை மாத்திரம்தான் நான் கண்டேன். அந்த முச்சக்கர வண்டியில் ஏறிக் கொள்ள முடியாமல் போன வாலிபர்கள் இருவரும் அதன் பின்னால் ஓடினார்கள்.

பாடல் பாடிக் கொண்டிருந்த வாலிபன் நிலாமுற்றத்துக்கு நேர்மேலாக மூன்றாம் மாடிச் சுவரில் காரை பூசிக் கொண்டிருந்திருக்கிறான். பாடலுக்கேற்ப இலேசாக ஆடிக் கொண்டிருந்தவனது கால் சறுக்கி கீழே விழுந்திருக்கிறான். விழும்போது அந்த சுவருக்கு ஒளி பாய்ச்சிக் கொண்டிருந்த மின்குமிழின் கம்பியில் கால் மாட்டியதால்தான் அந்த மின்குமிழ் வெளிச்சம் நாற்புறமும் அலைபாய்ந்து விட்டு அவனுடனே அறுந்து விழுந்து உடைந்திருக்கிறது. அவன் நேராக கொங்க்றீட் செய்யப்பட்டிருந்த நிலாமுற்றத்தின் மீது தலைகுப்புற விழுந்ததனால் மண்டை உடைந்திருக்கிறது.

இந்த விபரங்களையெல்லாம் அயல்வீட்டு பின்டோ சீமாட்டிதான் தெரிவித்தார். அவரது வீட்டின் பெயர்ப் பலகையில் 'பின்டோ இல்லம்' என்று எழுதப்பட்டிருப்பதை அந்த வீட்டின் முன்னால் போய் வரும்போதெல்லாம் கண்டிருக்கிறேன் என்பதால்தான் 'பின்டோ சீமாட்டி' என்று அவருக்குப் பெயர் சூட்டியிருந்தேன். அவர் வெகுகாலமாக அவர்களுடன் கலந்துரையாடுவதையும், அவர்களுக்கு உணவுகளைக் கொடுப்பதையும் நான் கண்டிருந்தேன்.

அதன் பிறகு தொடர்ந்து மூன்று நாட்களாக அடைமழையாகப் பொழிந்தது. அந்த வேலைத்தளம் எப்போதும் இருளில் மூழ்கிக் கிடந்தது. நிலாமுற்றத்தில் வெயிலின் நிழல்கள் தென்படவேயில்லை. மழையானது அந்த இடத்தில் மாத்திரம் கொங்கிறீட் அடுக்குகளில் நேராக மோதி இரண்டாகப் பெய்வதாகத் தோன்றியது. அதன் பிறகு, அவர்கள் ஒருவரையும் அங்கு நான் காணவேயில்லை; அந்த இடத்திலிருந்து புகையெதுவும் மேலே எழவேயில்லை; பாடலொன்று கேட்கவேயில்லை. மிக மிக மோசமானதோர் இருளில் அந்தச் சிறிய இடம் எப்போதும் மூழ்கியிருந்தது.

அந்த அந்தகாரத்தினுள், கட்டி முடிக்கப்படாத அந்தக் கட்டடமானது எனது அகங்காரத்தை அழித்தொழித்தது.

'எப்படிப்பா இருக்கிறாய்?' என்று கேட்டு ஒரு நட்புணர்வை அவ்வளவு காலமும் அவனோடு வளர்த்துக் கொள்ளாமல் இருந்ததை எண்ணி என்னையே நான் சபித்துக் கொண்டேன். அந்தக் கவலையானது, நெருங்கிய நண்பர்களிடம் கூட பகிர்ந்து கொள்ள முடியாத ஓர் உணர்வாக இருந்தது. எனது மனதை வெகுவாக ஈர்க்கும்விதமாக பாடல் பாடி என்னை மகிழ்வித்துக் கொண்டிருந்த அந்த வாலிபன் தற்போது நிரந்தர ஊனமுற்றவனாகியிருப்பான். இல்லாவிட்டால் செத்துப் போயிருப்பான்.

ஆகவேதான் நான் எனது மனக் காயத்தை ஆற்றிக் கொள்ளவென அவனது தற்கால வாழ்க்கைக்கு ஒரு கடந்த காலத்தையும், எதிர்காலத்தையும் சேர்த்து எழுதி வைத்தேன். அந்தக் கதையில் அவனை ஒரு 'ராப்' பாடகனாக ஆக்கினேன். அதில் காதலையும் பூசினேன். அவனுக்கு மாத்திரமேயான ஒரு 'ராப்' பெயரைச் சூட்டியது மாத்திரமல்லாமல், அவனுக்காக 'ராப்' பாடலொன்றையும் எழுதினேன். அந்த வாழ்க்கைக் கதையை மாத்திரமல்லாமல், அந்தப் பாடலைப் பற்றியும் இப்போது அறிந்திருக்கும் நீங்கள் இனியும் யூட்யூபில் அந்தப் பாடலைத் தேடிக் கண்டுபிடிக்கப் பாடுபடத் தேவையில்லை என்பதை இப்போது உணர்ந்திருப்பீர்கள் என்று நம்புகிறேன்.

நிஜமான உழைப்பாளிகளின் வாழிடமாக இருந்து விட்டு சட்டென்று அணைந்து போன அந்த இடத்தைத்தான் இப்போதும் நான் மாடத்திலிருந்து பார்த்துக் கொண்டிருக்கிறேன். ஆகாயம் சிவந்து சூரியன் மறைந்து கொண்டிருக்கிறது. அந்த இருண்ட வீட்டைப் படிப்படியாக இருள் சூழ்ந்து ஒரு மாய விலங்கொன்றாக அது தென்படத் தொடங்குகிறது. வெளிச்சத்தை மாத்திரமல்ல, ஓசைகளையும் கூட விழுங்கிக் கொண்ட அந்த மாய விலங்கானது இப்போது பயங்கரமான அமைதியில் மூழ்கியிருக்கிறது. பின்டோ இல்லத்தின் மாடத்தில் பின்டோ சீமாட்டி வெண்ணிற கவுணொன்றை அணிந்து கொண்டு நின்றிருக்கிறார். அவருக்குப் பின்னால் எரிந்து கொண்டிருந்த மின்குமிழ் வெளிச்சத்தினால் உருவான அவரது பிரமாண்டமான நிழலானது அந்த இருண்ட கட்டடத்தின் மீது விழுந்து மேலும் காரிருளை அந்த விலங்குக்கு வழங்குகிறது. நான் மாடத்து மின்குமிழை எரியச் செய்யாதிருந்ததால், எனது அறைக்குள்ளிருந்து கசிந்த மெல்லிய வெளிச்சத்தினால் உருவான எனது நிழலானது

பிரமாண்டமாக உருவெடுக்காமல் சிறியதாக மாடத்துச் சுவரில் விழுந்து சுருண்டு கிடக்கிறது.

என்னால் அந்தக் கதையில் 'மெலனி பின்டோ' எனும் கற்பனைப் பாத்திரமாக மாறியிருந்த பின்டோ சீமாட்டி, உண்மையில் அந்த வீட்டின் எஜமானி இல்லை என்பதையும், அவள் அந்த வீட்டின் வேலைக்காரி என்பதையும் வெகுகாலத்திற்குப் பிறகுதான் நான் ஒரு நாள் அறிந்து கொள்வேன்.

❏ ❏ ❏

ஐந்து விளக்குகளின் கதை

நவம்பரின் அந்த நாளில் ஒன்றுக்கொன்று தொடர்பற்ற ஐந்து சம்பவங்கள் அந்த ஊரில் நிகழ்ந்திருந்தன. அவை நல்லதுக்கா, கெட்டதுக்கா என்று கூற இயலாத, எவரும் அவ்வளவாகப் பொருட்படுத்தாத சம்பவங்களாக இருந்தன.

ஓடையில் சிறுவர் குழுவொன்று அங்கிருந்த உயர்ந்த பாறையின் மீதிருந்து தண்ணீருக்குள் கரணமடித்துக் குதித்து விளையாடிக் கொண்டிருந்தது. ஒரு சிறுவனுக்குப் பின்னால் வரிசையாக நின்று கொண்டிருந்த சிறுவர்கள் திடீரென்று தள்ளுப்பட்டதில் அவனது இலக்கு தப்பி தண்ணீரில் விழுந்தான். அவனுக்குப் பின்னாலிருந்து அவன் மீது விழுந்த சிறுவனின் தாடை அவனது தலையில் மோதியது. அதனால் அவனது தலை வீங்கத் தொடங்கியதோடு மற்றவனின் தாடையிலிருந்து இரத்தம் வழிந்தது.

சைக்கிளில் பாண் விற்கும் வீரசேனனின் மகனான சிறு பையன் ஒருவன், அக்கம்பக்கத்துச் சிறுவர்கள் எல்லோரையும் ஒன்றுசேர்த்துக் கொண்டு, தனது அப்பாவின் சைக்கிள் கம்பிகளுக்குள்ளால் காலை நுழைத்து மிதித்தவாறு சைக்கிளை ஓட்டப் பழகிக் கொண்டிருந்தான். எல்லோரையும் வேடிக்கை பார்த்துக் கொண்டிருக்கச் சொல்லி விட்டு அவன் பத்து சக்கர தூரம் கூட போயிருக்க மாட்டான். அந்த உடைந்த சைக்கிளானது பாதையிலிருந்து விலகி, அருகிலிருந்த போகன்விலா முற்புதருக்குள் அந்தச் சிறுவன் தலைகுப்புற விழுந்தான்.

கிணற்றடியில் சுமனாவதி தனது வீட்டில் குவிந்திருந்த அழுக்குத் துணிகளையெல்லாம் அன்று கழுவினாள். வழமை போல சவர்க்காரமிட்டுக் கழுவாமல் சவர்க்காரத் தூளில் வெகுநேரம் ஊற வைத்துக் கழுவினாள். வழமையாக துணிகளைக் காயப் போடும் கொடியில் இடம் போதாமல் போன காரணத்தால், புதிதாக செம்மண் பரப்பிய முற்றத்தில் புதிய கொடியொன்றைக் கட்டினாள். அந்தியில் பெய்யும் மழைக்கு முன்பாக துணிகளின் ஈரத்தைக் கொஞ்சமேனும் போக்கி விடலாம் என்ற நம்பிக்கையோடு அவள் அந்தக் கொடியில் துணிகளைக் காயப் போட்டு விட்டு, சமையலறைக்குள் பலாப்பிஞ்சைக் கறி சமைக்க வெட்டிக் கொண்டிருந்த வேளையில்தான், வானம் திடீரென இருண்டு கொண்டு வருவதை ஜன்னல் வழியே கண்டாள். வழமைக்கு முன்பதாக மழை வரப் போகிறதென நினைத்தவள் முற்றத்துக்கு ஓடினாள். இருந்த பதற்றத்தில் துணிகளை அவசர அவசரமாக எடுக்க முற்பட்டதுதான் தாமதம் யாரோ வெட்டி விட்டது போல கொடி அறுந்து தரையில் விழுந்தது. அப்போதுதான் கழுவிக் காயப் போட்டிருந்த ஈரத் துணிகளெல்லாம் செம்மண் தரை மீது விழுந்ததில் சேறு படிந்தது. 'ஐயையோ, துணிகளையெல்லாம் மீண்டும் கழுவ வேண்டுமே' என்று அவள் பொங்கி வந்த அழுகையோடு சலித்துக் கொண்ட வேளையில் வானம் மீண்டும் தெளிந்த நீல நிறத்துக்கு மாறி கடும் வெயிலடிக்கத் தொடங்கியது.

அடுத்த கிழமை நடைபெறவிருக்கும் சொந்தக்காரத் தம்பியின் கல்யாணமன்று அணிந்து கொள்வதற்காக, சுபா அக்காவிடமிருந்து சேலையொன்றை இரவல் வாங்கி வந்திருந்தாள் வினோதினி. அதை வீட்டுக்குக் கொண்டு வந்ததிலிருந்து எத்தனை தடவைகள் அதை உடலில் வைத்து அழகு பார்த்திருப்பாள் என்பது அவளுக்கே நினைவிருக்கவில்லை. தான் அணிந்திருந்த கவுணுக்கு மேலால் சேலை ரவிக்கையை அணிந்து, சேலையையும் அரைகுறையாகச் சுற்றி அன்று மீண்டும் அழகு பார்த்தாள். சேலைத் தலைப்பை இரண்டு தோள்களிலும் மாற்றி மாற்றி போட்டுப் பார்த்தாள். சுவரில் தொங்கவிடப்பட்டிருந்த பிளாஸ்டிக் கண்ணாடியைக் கையில் எடுத்து தனக்கு அருகிலும் வைத்துப் பார்த்தாள். பிறகு முழுமையாக ஒரு தடவை சேலை கட்டிப் பார்க்கலாம் என்ற எண்ணத்தில் ரவிக்கையின் பொத்தான்களை இடத் தொடங்கினாள். ஆகவும் மேலேயிருந்த பொத்தானை இடும்போதுதான் யாரோ பின்னாலிருந்து

கத்தரிக்கோலால் வெட்டி விட்டதுபோல சரியாக முதுகின் நடுவே ரவிக்கை இரண்டாகப் பிளந்து கொண்டது. உடனடியாக ரவிக்கையைக் கழற்றிப் பார்த்த போது அது, தொல்பொருள் காட்சி சாலையில் பாதுகாப்பாக வைக்கப்பட்டிருக்கும் கண்டி மன்னன் இராஜசிங்கனின் மனைவியான ராணி வேங்கட ரங்கம்மாளின் ரவிக்கையைப் போல கந்தலாகியிருப்பதைக் கண்டாள்.

பின்னேரம் கடந்து மழை பெய்யும் அறிகுறியோடு சூழல் இருண்டிருந்த வேளையில்தான் அந்தத் தகவல் வந்து சேர்ந்தது. ஆலங்கட்டி போல பெரிய பெரிய மழைத் துளிகள் ஒன்றிரண்டு விழத் தொடங்குகையில் வேகமாக வந்த முச்சர வண்டியானது பெரிய முதலாளியின் வீட்டு முற்றத்தில் நின்றது. அதிலிருந்து பெரிய முதலாளியின் மேனேஜரும், அவரது தூரத்துச் சொந்தக்காரப் பையனுமான காமினி இறங்கி ஓடி வந்தான்.

அந்தத் தகவலுக்கேற்ப இறப்பர் பாலை கொழும்புக்கு எடுத்துச் செல்லும் வழியில் பெரிய முதலாளி லாரியிலேயே தனது இறுதி மூச்சை விட்டிருந்தார். லாரியில் போய்க் கொண்டிருந்த போது முதலாளி திடீரென்று நெஞ்சைப் பிடித்துக் கொண்டு இடப்புறமாக சாய்ந்திருக்கிறார். அவர் தூங்கிக் கொண்டிருப்பதாக முதலில் கருதிய சாரதி, அவரது கையிலிருந்த பணப்பை கீழே விழுந்தும் அவர் அசையாமலே இருப்பதைக் கண்டுதான் பதறிப் போயிருக்கிறான். உடனடியாக லாரியைத் திருப்பி அருகிலிருந்த அரச மருத்துவமனைக்கு அவரைக் கொண்டு போன போதிலும், முதலாளி எப்போதோ உயிரை விட்டிருந்தார்.

அந்தக் கவலையான தகவலைக் கேட்டு முதலாளியின் வீடு சட்டென்று அமைதியாகிப் போனது. மறுகணமே ஓலங்களும், ஒப்பாரிகளும் அடைமழை போல அந்த வீட்டினுள்ளிருந்து பொழியத் தொடங்கின. முதலாளியின் மனைவிதான் அதில் முந்திக் கொண்டாள். இரண்டு கைகளையும் தலையிலடித்தவாறே அவள் ஒப்பாரி வைத்துக் கொண்டு முற்றத்தில் குதித்தாள்.

“ஐயோ... கல்லு மலை போல இருந்த மனுஷன்... இப்படி ஆகிடுச்சே கடவுளே... இதெல்லாம் மேல இருக்குற கடவுளுக்குக் கூட அடுக்காது” என்று சத்தமாக அழுது புலம்பியவாறே அயல் வீட்டுப் பக்கமாக ஓடினாள்.

"டேய்.... நீ... நீதான் செய்வினை செஞ்சிருக்கணும்... நாசமாப் போனவனே... நீதான் செய்வினை செஞ்சிருக்காய். ஒவ்வொரு நாளும் விளக்கெல்லாம் பத்த வச்சுப் பத்த வச்சு நீதான் அதைப் பண்ணியிருக்காய். ஐயோ.... நான் இதை யார்கிட்டப் போய்ச் சொல்வேன் கடவுளே..."

பிரேத பரிசோதனை நடந்து கொண்டிருந்தது. மாரடைப்பினால் ஏற்பட்ட இயல்பான மரணம் என்று அறிவிக்கப்படக் கூடிய அந்த மரணத்துக்குரிய காரணமானது, அவ்வாறுதான் ஒரு கணத்தில் தினந்தோறும் விளக்குகளை ஏற்றும் அயல் வீட்டின் பக்கமாகத் திரும்பியது.

அவ்வாறுதான் மரண வீட்டின் பக்கத்து வீட்டுக்காரன் செய்வினை செய்ததால்தான் பெரிய முதலாளி மரணித்ததாக ஒரு தகவல் ஊர் முழுதும் பரவத் தொடங்கியது.

அந்த வீட்டில் ஐந்து விளக்குகளை தினந்தோறும் தவறாமல் ஏற்றி வைக்கும் சமன்சிறி அவ்வேளையில் பத்துப் பாத்திரங்களைத் தேய்த்துக் கொண்டிருந்தார். 'நோஞ்சான் சமன்' என்ற பட்டப்பெயரைக் கொண்டே ஊராரால் அழைக்கப்படும் அவர், அந்தப் பழிச்சொல்லைக் கேட்டு அதிர்ந்து போயிருந்தார். தான் ஏற்றி வைக்கும் ஐந்து விளக்குகளின் மீதும் சுமத்தப்பட்டிருக்கும் அந்தக் குற்றச்சாட்டானது மிகவும் ஆழமானதாக, அயல்வீட்டு அண்ணனின் மரணித்ததை விடவும் மிகுந்த கவலையைத் தரும்விதமாகத் தன்னைத் தாக்குவதை உணர்ந்ததால் தலை குழம்பியது போல செய்வதறியாமல் அவர் திகைத்து நின்றார். கழுவிக் கொண்டிருந்த சட்டியோடு முற்றத்திலிறங்கிய அவர் அதிலிருந்த அழுக்குத் தண்ணீரை தென்னை மரத்தடியில் ஊற்றி விட்டு சுற்றி வரப் பார்த்தவாறு கனவில் நடப்பது போல மெதுவாக மீண்டும் சமையலறைக்குள் நுழைந்தார்.

சட்டியைக் கையில் வைத்துக் கொண்டே சமையலறையிலிருந்த கதிரையில் அமர்ந்து கொண்டவரது விழிகள் தாமாக மூடிக் கொண்டன. மனதை ஏதாவது வதைக்கத் தொடங்கினால் உடனே கண்களை மூடிக் கொள்வது அவரது வழக்கம்.

'பெரிய முதலாளி' என எல்லோராலும் அழைக்கப்படும் பக்கத்து வீட்டு குணபால, எவ்வளவோ காலத்திற்குப் பிறகு பின்வாசல் வழியாக அந்த வீட்டுக்குள் நுழைந்தார். வெள்ளைச் சாரம்

அணிந்து, மெல்லிய இள நீலத் துணியினாலான மேற்சட்டையை அணிந்திருந்தார். ஐந்து பவுண் அளவிலான தங்கச் சங்கிலியொன்று அவரது கழுத்திலிருந்தது. வெளித் தள்ளியிருந்த அவரது தொப்பை அவரது முதலாளித்துவத் தோற்றத்தை மேலும் அதிகரித்தது. உள்ளே நுழைந்தவர், தனது கடை மேசையருகே அமர்ந்து கொள்வது போல வெகு இயல்பாக அந்தச் சமையலறையிலிருந்த பழைய சாய்மனைக் கதிரையில் அமர்ந்து கொண்டார்.

"சமன்சிறி தம்பி. நான் ஆடம்பரமா வாழ ஆசைப்படுறவன்குறது உனக்குத்தான் நல்லாத் தெரியுமே. கடைத் தெருவுல வரிசையா இருக்குற அஞ்சு கடைகளும் என்னோடது. மரங்கள் சூழ இருக்குற இந்தப் பழைய வீடு போல இல்ல என்னோட வீடு. அது என்னோட பழைய குடிசையை நான் உடைச்சுட்டுக் கட்டிய வீடு. அது வீடில்ல... ஒரு மாளிகை. என்னோட மாளிகை வெளியே யாரோட பார்வைக்கும் தெரியாமப் போயிடுமோன்னு, கட்டி முடிச்சதுமே அதைச் சுற்றியிருந்த பெரிய பெரிய மரங்களையெல்லாம் வெட்டி வித்துட்டேன். முற்றம் முழுக்க வெளிநாட்டுலருந்து இறக்குமதி செஞ்ச புற்களைத்தான் நட்டிருக்கேன். அழகுக்காக பூச்செடிகளை நட்டு வச்சிருக்கேன். கூரை வடிம்புல இருக்குற சிற்ப வேலைப்பாடுகளையும் கூட கொழும்புல இதுக்குன்னே செதுக்கச் சொல்லி வாங்கிப் பொருத்தியிருக்கேன். இந்தச் சுத்துவட்டாரத்துல இருக்குற ஏழு ஊர்ல எந்த ஊர்லயாவது இப்படிப்பட்ட சிற்ப வேலைப்பாடுகளோட ஒரு மாளிகை இருக்கா, சொல்லு தம்பி."

குணபால தனது சட்டைப் பாக்கெட்டிலிருந்து சிகரெட் பாக்கெட் ஒன்றை வெளியே எடுத்து அதனுள்ளிருந்து ஒரு சிகரட்டை சமன்சிறியிடம் நீட்டினார். அவரோ வேண்டாம் என்று தலையசைத்தார்.

"ஆஹ்... சொல்ல மறந்துட்டேனே. உனக்கும், என்னோட சாவுக்கும் எந்த சம்பந்தமுமில்லடா தம்பி. நீ உன்பாட்டுல அமைதியா அக்காவோட, அம்மா, சித்தியோட நிழல்ல வளர்ந்தவன்தானே" என்றவர் சிகரெட்டைப் பற்ற வைத்து புகை விட்டவாறே தொடர்ந்தார்.

"நான் அந்தக் காலத்துலருந்தே பிஸ்னஸ்ல கில்லாடிங்குறது தம்பிக்கு ஞாபகமிருக்குதானே. சின்ன வயசுல நான் உனக்கு அஞ்சு ரூபாய்க்கு றப்பர் கொட்டை பம்பரமொண்ணு வித்தேன்.

அந்தக் காலத்துல அஞ்சு ரூபாயெல்லாம் எவ்ளோ பெரிய காசு. நான் அதை விக்குறதுக்குச் செஞ்ச தந்திரங்கள்ல நீ எருமை மாடு மாதிரி ஏமாந்து போய் மாட்டிக்கிட்டாய்” என்று கூறி நக்கலாகச் சிரித்தவாறே தொடர்ந்தார்.

“இந்த உலகத்துல எவ்வளவோ ஆழமான படுகுழியிலிருந்துதான் நான் தலைதூக்கி மேலே எழுந்து வந்தேன்டா தம்பி. அந்தப் படுகுழியோட ஒரு வாசலை மூடி அடைச்சாலும் இன்னொரு வாசலைத் தோண்டியெடுத்தாவது எப்படியாவது மேலே வந்துடத் தெரிஞ்சவன் நான். அப்படிப்பட்ட என்னை விளக்குப் பத்த வச்செல்லாம் விழச் செய்ய அந்த எமனால கூட முடியாதுடா தம்பி. அது எனக்கு நல்லாத் தெரியும். நீ நம்ம ஊராட்கள் சொல்றதையெல்லாம் மனசுல வச்சுக்காதே.”

மரண வீட்டில் கூடாரம் அமைப்பதற்காகக் கொண்டு வந்த கூரைத் தகரங்களை சரசரவென்று இறக்கி வைக்கும் சத்தத்தோடு, மழை பெய்யும் ஓசையும் கேட்டதால் சட்டென்று விழித்துக் கொண்ட சமன்சிறி எழுந்து போய் பின்வாசல் வழியாக எட்டிப் பார்த்தபோது பாத்திரம் தேய்க்கத் திறந்த தண்ணீர்க் குழாயைத் தான் மூடாமல் வந்திருப்பதைக் கண்டு போய் மூடி விட்டு வந்தார்.

ஊர் இளைஞர்கள் எல்லோருமாக ஒன்று சேர்ந்து மரண வீட்டில் கூடாரம் அமைப்பது, மின் விளக்குகளைப் பொருத்துவது போன்ற இன்னோரன்ன வேலைகளைச் செய்யத் தொடங்கியிருந்தார்கள். சும்மாவேனும் அந்தப் பக்கமாகப் போய்ப் பார்த்து விட்டு வர விடாத அளவுக்கு அந்த ஐந்து விளக்குகளின் செய்வினைக் கதை அவருக்குக் குறுக்கே நின்றது.

வெளிவிறாந்தைக்குரிய மின் விளக்கை எரியச் செய்த அவர், தலைவாசல் கதவைப் பூட்டி விட்டு வந்து வீட்டின் உள்விறாந்தையிலிருந்த தொலைக்காட்சிக்கு முன்னால் சாய்மனைக் கதிரையில் அமர்ந்தார். அவருக்கு நேரெதிரே சுவரில், ‘புத்தரின் காலத்தில் மாணிக்கக் கற்கள் பதிக்கப்பட்ட கதிரையொன்றுக்காக சண்டையிடும் சகோதரர்கள் இருவர்’ எனும் தலைப்பில் நூற்றாண்டுகளுக்கு முன்பு சார்லிஸ் மாஸ்டர் எனும் பிரபல சிங்கள ஓவியரால் வரையப்பட்ட பெரிய ஓவியமொன்று தொங்கவிடப்பட்டிருந்தது. அயல்வீட்டுடனான இந்தத் தகராறுகள் அனைத்தும் மாணிக்கக் கற்கள் பதிக்கப்பட்ட

கதிரைக்கான சண்டையளவுக்கு புராதனமானவையல்ல என்றாலும், அந்த ஓவியமளவுக்கு பழமை வாய்ந்தவை. அது ஏதோ வேலிச் சண்டையோடு தொடங்கிய பனிப்போராக மாத்திரம் இருக்கவில்லை. நூற்றாண்டுகளுக்கு முன்பிருந்தே அந்த இரண்டு வீடுகளுக்கும் இடையே அவ்வளவாக ஒட்டுறவு இல்லாமல்தான் இருந்து வருகிறது.

சமையலறையோடு ஒட்டி, வீட்டினுள்ளேயே பளிங்குக் கற்கள் பதித்த புதிய குளியலறையைக் கட்டியதல்லாமல் வேறெந்த மாற்றமும் அந்தக் காலத்திலிருந்து இந்த வீட்டில் செய்யப்பட்டதில்லை. ஆனால் குணபாலவின் வீடோ குடிசையிலிருந்து பளிங்கு மாளிகை வரை வெகுவாக வளர்ச்சி கண்டிருந்தது. இருந்தாலும் பழைய மனஸ்தாபங்கள், அவதூறுகளைக் கடந்து நினைத்தே பார்க்க முடியாத பலவற்றோடு அந்த விரிசல்கள் கலந்து பனிப்புகார் போல அந்த இரண்டு வீடுகளையும் போர்த்தியிருந்தது.

இருள் சூழத் தொடங்கிய வேளையில் மரண வீட்டிலிருந்து எழுந்த ஓசைகள் அதிகரித்திருந்தன. நாற்புறங்களிலிருந்தும் மின் விளக்குகள் எரியத் தொடங்கின. முற்றத்தில் ஆண்கள் வேலியோரம் வரைக்கும் நிறைந்து குழுமியிருந்தார்கள். பலரும் வெற்றிலையை மென்று துப்பியிருந்த எச்சில்கள் அந்த வெளிநாட்டுப் புற்களின் மீது பரவியிருந்தன. அன்று விளக்குகளை ஏற்றாமலிருக்க சமன்சிறி தீர்மானித்திருந்தார். உண்மையில் அவ்வளவு காலமும் அவர் பயமேயில்லாமல் செய்த ஒரேயொரு காரியம் விளக்குகளை ஏற்றுவது மாத்திரம்தான். ஆனால் அவர் ஏன் அதைச் செய்கிறார் என்பதை யாருமே அறிந்திருக்கவில்லை.

அவருக்கு தொலைக்காட்சித் தொடர் நாடகங்களைப் பார்ப்பது அறவே பிடிக்காது. அவர் அவை ஒளிபரப்பாகத் தொடங்கும் அந்திவேளைகளில்தான் விளக்கேற்றுவதையும், இரவுணவைச் சாப்பிடுவதையும், சமையலறையை ஒதுக்கி வைப்பதையும் செய்வார். பின்னணியில் அந்த நாடகங்களிலிருக்கும் பெண்கள் அழும், ஒப்பாரி வைக்கும், சாபமிடும், சத்தமாகச் சிரிக்கும் சத்தங்கள் கேட்டுக் கொண்டேயிருக்கும். அவர் தொலைக்காட்சியில் கலந்துரையாடல்கள், வாத விவாதங்கள் இடம்பெறும் நிகழ்ச்சிகளையே எப்போதும் பார்க்க விரும்புவார். அரசியல் மாத்திரமல்ல, அவ்வாறான நிகழ்ச்சிகள் எவையாக இருந்தாலும் பரவாயில்லை. அவர் ஒருபோதும் பார்க்காத

தொலைக்காட்சி நாடகங்களில் நடிக்கும் நடிகர், நடிகைகள் யாராவது கலந்துரையாடும் நிகழ்ச்சியென்றால் கூட வாயைத் திறந்தவாறு கண்கொட்டாமல் பார்த்துக் கொண்டிருக்க அவரால் முடியும். அவ்வாறான நிகழ்ச்சிகளில் பலரும் கலந்துரையாடும்போதும், வாத விவாதங்களில் ஈடுபடும்போதும், அறியாத விடயங்கள் பலவற்றைக் கூறும் போதும் எழும் அந்தப் பேச்சரவத்தைத்தான் அவர் விரும்பினார். அவ்வாறான பேச்சரவங்கள் வீட்டுக்குள் எழும்போது ஏதோ விருந்தாளிகள் பலரும் தனது வீட்டுக்கு வந்திருப்பதாக அவர் உணர்வார். அவ்வேளைகளில், முன்பொரு காலத்தில் அந்த வீட்டில் ஒலித்துக் கொண்டேயிருந்த குரல்கள் அனைத்தும் அவருக்கு ஞாபகம் வரும். அவர், அவருக்கே உரித்தான அமைதியான சுபாவத்தோடு அந்த உரையாடல்களைப் பார்த்துக் கொண்டிருப்பார்.

தொலைக்காட்சியில் இந்த நாட்களில் வடக்கில் அனுஷ்டிக்கப்பட்டு வரும் மாவீரர் தினம் குறித்த வாத விவாதங்கள் பலவும்தான் இடம்பெற்றிருந்தன. தமிழ் மக்களின் விடுதலைக்காக தமது உயிர்களைத் தியாகம் செய்த போராளிகளை நினைவு கூறும் விதமாக நவம்பர் மாதம் இருபத்தேழாம் திகதியன்று, விளக்குகளை ஏற்றி வைத்து அனுஷ்டிக்கும் நிகழ்வுகளை எதிர்த்து பௌத்த பிக்குகள் உள்ளிட்ட மதகுருக்களும், சிங்கள தேசியவாதக் கட்சி உறுப்பினர்களும் எழுப்பிய பலத்த எதிர்ப்புக் கூச்சல்களால் உந்தப்பட்டிருந்த அவரும் கூட எதிர்ப்பைத் தெரிவிப்பவர்களுக்கு சார்பாகவே இருந்தார். தமிழர்கள் போரில் உயிரிழந்த தமது அன்புக்குரியவர்களுக்காக விளக்குகளை ஏற்றி வைத்து அவர்களை நினைவு கூர்வதை, மீண்டும் யுத்தத்துக்கு அத்திவாரமிட நிலக்கண்ணி வெடிகளைப் புதைப்பது போலத்தான் சிங்கள இனவாதிகள் பலரும் கண்டார்கள்.

அன்றைய இரவிலும் அது தொடர்பான விவாத நிகழ்ச்சியொன்றுதான் தொலைக்காட்சியில் இடம்பெறவிருந்தது. அதைப் பார்க்கும் ஆவலோடுதான் அந்த வாரம் முழுவதும் காத்துக் கொண்டிருந்தார் அவர். என்றாலும் அயல் வீடு மரண வீடாக இருக்கும்போது, தான் தொலைக்காட்சியைப் பார்த்து ரசிப்பது சரியில்லை என்றும், அதுவும் இந்த வீட்டில் ஏற்றப்படும் ஐந்து விளக்குகளைப் பற்றிய செய்வினைக் கதைகள் பலவும் ஊரெல்லாம் பரவியிருக்கும் நிலையில் தொலைக்காட்சியைப் பார்த்து ரசிப்பது என்பது ஆகவும் மோசமான செயலாக

ஐந்து விளக்குகளின் கதை ◆ 159

அமையும் என்றும் அவர் கருதினார். என்றாலும், வடக்கின் ஒரு மூலையில் யாரோ ஏற்றி வைக்கும் விளக்குகளுக்கும், தான் தினந்தோறும் ஏற்றி வரும் ஐந்து விளக்குகளுக்கும் இடையிலான கதை ஒன்றுபோலவே இருப்பதை யோசித்துப் பார்க்கக் கூட அப்போதும் அவரால் முடிந்திருக்கவில்லை. இவ்வளவு குழப்பங்களுக்கு மத்தியிலும், வடக்கு என்பது வேறொரு உலகத்தில் இருப்பதாகவும், தான் பாதம் பதித்திருக்கும் பூமியை இரையாக்கிக் கொள்ளக் காத்திருக்கும் எதிரிகள் நிறைந்திருக்கும் இடமாகவும்தான் அவர் வடக்கைக் கண்டார்.

அணைக்கப்பட்டிருந்த தொலைக்காட்சியின் வெறுந் திரையையே பார்த்துக் கொண்டிருந்தார் அவர். அந்தத் திரையில் கலைந்த ஓவியமொன்று போல அவரது உருவம்தான் தெரிந்தது.

அந்தத் தொலைக்காட்சியில் நிகழ்ச்சி தொடங்கவிருக்கும் பின்னணி இசையோடு, 'பொதுப் பேச்சு' என்று பெரிய சதுர வடிவ எழுத்துகள் தோன்றுகின்றன. அதன் கீழே 'அறியாத ஒருவரது அறியப்படாத பக்கங்களைக் குறித்த கலந்துரையாடல் நிகழ்ச்சி' என சிறிய எழுத்துகளில் குறிப்பிடப்பட்டு நிகழ்ச்சி ஆரம்பிக்கிறது. இருண்ட நீல நிறப் பின்னணியைக் கொண்ட அறையொன்றுக்குள் வெண்ணிற மேசையின் இருபுறங்களிலும் நேருக்கு நேர் பார்த்தவாறு இருவர் அமர்ந்திருக்கிறார்கள்.

"வழமை போலவே இன்றும் நாங்கள் 'பொதுப் பேச்சு' நிகழ்ச்சிக்கு உங்கள் அனைவரையும் வரவேற்கிறோம். அறியாத ஒருவரது அறியப்படாத பக்கங்களைக் குறித்த கலந்துரையாடல் நிகழ்ச்சியான இந்த நிகழ்ச்சியைப் பார்க்கும் ஆவலோடு காத்திருந்திருப்பீர்கள் என்று நம்புகிறேன். ஆகவே காலத்தை வீணாக்காமல் இன்றைய உரையாடலைத் தொடங்குவோம். இன்றும் வழமை போலவே சிறப்பு அதிதியாக, நீங்கள் யாரென்றே அறிந்திருக்காத புதியவர் ஒருவர் எமது அரங்குக்கு வந்திருக்கிறார். அவர் யாரென்று அவரிடமே கேட்போம்" என்று கூறி நிகழ்ச்சியைத் தொடங்கிய, சைனீஸ் காலரைக் கொண்டிருந்த மேற்சட்டையை அணிந்திருந்த நிகழ்ச்சித் தொகுப்பாளர் எதிரேயிருப்பவரிடம் தனது முதலாவது கேள்வியை முன் வைக்கிறார்.

"உங்களை நீங்களே எவ்வாறு அறிமுகம் செய்து கொள்ள விரும்புகிறீர்கள்?"

"நான் சமன்சிறி. என்னோட முழுப் பெயர் சமன்சிறி ஹேரத். நல்ல சொத்துப்பத்து உள்ள செழிப்பான குடும்பத்துலதான் நான் கடைக்குட்டியாப் பொறந்து வளர்ந்தேன். வீட்டோட மாப்பிள்ளையான அப்பாவைத் தவிர வீட்டுல இருந்த ஒரே ஆம்பிளை நான். என்னோட அம்மாவோட, அம்மம்மாவோட, சித்தியோட, அக்காவோட மடிகள்லதான் நான் வளர்ந்தேன். அப்பாவோட மடியையும் சேர்த்தா மொத்தம் ஐந்து மடிகள். அந்த ஒவ்வொரு மடிகளுக்கும் வெவ்வேறு வாசனைகள் இருந்தன. சுருட்டு வாசனையும், மட்டக்களப்பு சாரத்தோட வாசனையும் கலந்த அப்பாவோட மடியை விடவும், ஏனைய எல்லா மடிகளும்தான் எனக்கு ரொம்பப் பிடிச்சிருந்தன. அம்மம்மாவோட மடியிலிருந்து வர்ற வாசனையில எப்பவும் லேசாக இறப்பர் பால் வாசனை கலந்திருக்கும். அம்மாவோட மடியிலயோ பலவிதமான வாசனைகளும் கலந்திருக்கும். அது இந்த மாதிரியான வாசனைன்னு தனியா வேறுபிரிச்சுச் சொல்ல முடியாத ஒண்ணு. அக்காக்கிட்டயிருந்தும், சித்திக்கிட்டயிருந்தும் ஒரே மாதிரியான வாசனைதான் வரும். அது பொத்தான்கள், வண்ண வண்ண நூல்களோடு லாவண்டர் பவுடர் கலந்த வாசனை.

சின்ன வயசுல வீட்டுல எனக்குச் செய்ய எந்த வேலையும் இருக்கல. என்னோட வேலைகளையெல்லாம் அவங்களே பார்த்துப் பார்த்து செஞ்சுடுவாங்க. போதாதற்கு அதைச் செய்யாதே, இதைச் செய்யாதேன்னு நிறைய கட்டுப்பாடுகளும் விதிச்சிட்டேயிருப்பாங்க. ஆனா எட்டுப் பத்து வயதாகும்போது நான் எனக்கே எனக்கான ஒரு வேலையை வீட்டுல எப்படியோ தேடிக் கொண்டேன். அது ஒவ்வொரு நாளும் அந்தியாகும்போது விளக்கேற்றும் வேலை. விளக்கேற்றுவது என்று சுருக்கமாகச் சொன்னாலும், அதைச் செய்றதுக்கு முன்னாடி செய்ய வேண்டிய காரியங்கள் சில இருந்தன. முதலில் பின் வாசல் திண்ணையில் ஐந்து விளக்குகளையும் கொண்டு வந்து வைக்க வேண்டும். அந்த ஐந்து விளக்குகளும் எமது வீட்டுக்குள் ஐந்து இடங்களுக்கானவையாக இருந்தன. முன் விறாந்தையிலொன்று, உணவறைக்கு ஒன்று, அம்மாவோட அறைக்கு ஒன்று, நானும் அக்காவும் இருந்த அறைக்கு ஒன்று, அம்மம்மாவும் சித்தியும் இருந்த அறைக்கு ஒன்று.

ஐந்து விளக்குகளின் கதை

எல்லாமே சிம்னி விளக்குகள்தான் என்றாலும் முன் விறாந்தையில் வைக்கும் விளக்கு மாத்திரம் சிம்னியைச் சுற்றி வர கம்பிக் கூட்டோடு, தொங்க வைக்கும்விதமாகக் கொக்கியைக் கொண்ட அரிக்கேன் விளக்காக இருந்தது. ஒவ்வொரு நாளும் அந்தியாகும்போது அந்த அரிக்கேன் விளக்கைத் துடைத்து, குறைநிறைகளைச் சரிபார்த்து ஏற்ற வேண்டியிருந்தது. ஏனைய நான்குமே சாதாரண சிம்னி விளக்குகளாக இருந்தன. நான் அந்த ஐந்து விளக்குகளுக்குமான வேலைகளைப் பொறுப்பேற்றிருந்தேன். தினந்தோறும் முதலில் அவற்றின் கண்ணாடிகளைக் கழற்றியெடுத்து நன்றாகக் கழுவுவேன். பிறகு திண்ணையில் பழைய பத்திரிகைத் தாளொன்றை விரித்து வைத்து, அதன் மீது அந்தக் கண்ணாடிகளை வரிசையாகக் காய வைப்பேன். பிறகுதான் திரிகளை வெட்டியெடுத்து, விளக்குகளுக்குள் மண்ணெண்ணெய்யை ஊற்றி நிரப்பி அதனுள் இடுவேன். அந்தக் காலத்தில் சிவப்புக் கலர் மண்ணெண்ணெய்தான் இருந்தது.

அவை தவிர எங்கள் வீட்டில் விஷேட சந்தர்ப்பங்களில் மாத்திரம் எரியச் செய்யவென ஒரு பெற்றோல்மேக்ஸ் விளக்கும் இருந்தது. அதை எரியச் செய்வது சற்றுச் சிரமமானது. அதைப் பற்ற வைத்துத் தருவதற்காகவே அப்போதெல்லாம் ஊரில் தனியாக ஆட்கள் இருந்தார்கள். அந்த விளக்குகளுக்கு மென்டல் மாட்டுவது, காற்றடித்துப் பற்ற வைப்பது போன்ற அந்த வேலைகளை ஆண்கள்தான் செய்தார்கள். அதனால் அந்த வேலை ‘ஆம்பளை வேலை’ என்றழைக்கப்பட்டது. அதனால் பெற்றோல்மேக்ஸ் விளக்கை எல்லோரும் ‘ஆம்பளை விளக்கு’ என்றார்கள். நான் ஏற்றியதெல்லாம் ‘பொம்பளை விளக்கு’களாக இருந்தன. அதான் சிம்னி விளக்குகள். அந்த விளக்குகளோட அமைப்பைக் கூட பார்த்தீங்கன்னா, பொம்பளைங்களோட உடல்வாகு போலத்தான் இருக்கும். அப்படி ஒவ்வொரு நாளும் விளக்கேற்றி எடுத்து வந்து வீட்டுக்குள்ள வச்சதுமே வீடு முழுக்க வெளிச்சம் பரவுறப்ப எல்லாம் இந்த வெளிச்சத்தை நான்தானே கொண்டு வந்தேன்குற பெருமிதத்தோட நான் நடமாடிட்டிருப்பேன். அந்தச் சந்தோஷத்தை நான் தனியாக எனக்குள்ளேயே அனுபவிச்சிட்டிருப்பேன்.

அந்தக் காலத்துல ஒவ்வொரு குடும்பத்துக்கும் டசின் கணக்குல பிள்ளைகளிருக்கும், இல்லையா? ஆனா எங்க குடும்பத்துல மட்டும், பெரிய தொப்பியொண்ணைப் போட்டிருக்குற சின்னக்

குழந்தையொண்ணு மாதிரி நானும், அக்காவும் மாத்திரம்தான் இருந்தோம். அதனால பஞ்சவர்ணக் கிளிக் குஞ்சுகளைக் கூண்டுல வச்சு பொத்திப் பொத்தி வளர்க்குறது மாதிரி தேவைக்கும் அதிகமான பாதுகாப்புக் கொடுத்துத்தான் எங்களை வளர்த்தாங்க. வெளியே எல்லாம் போக விடவே மாட்டாங்க. அப்பல்லாம் வெளியே விளையாடிட்டிருக்குற பக்கத்து வீட்டுச் சிறுவர்களான குணபால, சுமனபால, ரத்னபால, சுமனாவதி ஆகியோரைக் கூட எட்ட இருந்துதான் நாங்க பார்த்துட்டிருந்தோம்.

அக்கா நல்லாப் படிச்சு பிற்காலத்துல ஒரு டீச்சரா ஆனாங்க. நான் எனக்குக் கிடைச்ச கிளார்க் வேலையைக் கொஞ்ச நாள் செஞ்சு பார்த்துட்டு வேலைக்குப் போறதைக் கை விட்டேன். வீட்டை விட்டு வெளியே எங்கும் போறது எனக்குப் பிடிக்கவேயில்லை.

அக்காவைக் கல்யாணம் பண்ணிக் கொடுத்தப்ப எனக்குச் சொந்தமாயிருந்த அஞ்சு மடிகள்ல ரெண்டு மடிகள் குறைஞ்சிருந்துச்சு. அந்தச் சமயத்துல ஸ்விட்சைத் தட்டியதுமே சட்டுனு எரியுற மாதிரி மின்விளக்கெல்லாம் எங்க வீட்டுக்கு வந்திருந்துச்சு. கல்யாணத்துல மாப்பிள்ளைக்குச் செய்ய வேண்டிய சடங்குகளையெல்லாம் நான்தான் செஞ்சேன். மாப்பிள்ளையோட கால்களைக் கழுவி விட்டேன். அதுக்காக எனக்கு தங்க மோதிரமொண்ணையோ, வெள்ளி மோதிரமொண்ணையோதான் மாப்பிள்ளை அன்பளிப்பாத் தருவார்னு எதிர்பார்த்திருந்தேன். ஆனா அவர் தந்தது கவரிங் மோதிரம்னு அதைக் கண்டதுமே எனக்குப் புரிஞ்சிடுச்சு.

அக்கா ஒரு பெண்குழந்தையோடு வாழாவெட்டியா எங்க வீட்டுக்குத் திரும்பி வந்தப்ப மச்சான் ஒரு முழுக் குடிகாரனாக மாறியிருந்தார். அப்போ அம்மாவும் காலமாகி விட்டிருந்தா. தனிச்சுப் போயிருந்த சித்தி ஆன்மீகத்துல அதிகமதிகமா ஈடுபாடு காட்டத் தொடங்கியிருந்தா. நான் முன்னறையில இருந்துட்டிருந்தேன். அதனால வீட்டோட உள்பகுதி முழுக்க அக்காவோட குடும்பம் வேர் விட்டு வளரத் தொடங்கிச்சு. நான் அக்காவோட அடிமை மாதிரி ஆகி விட்டிருந்தேன். அந்த வீட்டுல எனக்கிருந்த உரிமையை யாருமே கண்டுக்கல. ‘அம்மாதான் இந்த வீட்டு ஆம்பளை’ன்னு அக்காவோட மகள் பெரிய பிள்ளையானப்ப சொன்னா.”

அந்த நீண்ட அறிமுகத்தை பலவந்தமாக நிறுத்துவது போல நிகழ்ச்சித் தொகுப்பாளர் சிறிய இடைவேளைக்குப் போய் வருவதாகச் சொல்லி விட்டு நிகழ்ச்சியைச் சற்று இடைநிறுத்துகிறார். இந்த அநாவசியமான உரையாடல் தனது தவறால்தான் நேர்ந்தது போன்ற முகபாவனை அப்போது சமன்சிறியின் முகத்தில் தென்படுகிறது. ஐந்து விளக்குகளின் கதையையும் சொல்ல முடியாமல் போய் விட்டதே என்பது நினைவுக்கு வந்து கவலையும் தோன்றுகிறது. அந்த ஐந்து மடிகளையும், அந்த ஐந்து விளக்குகளையும் நினைவுகூறி மீண்டும் மீண்டும் கடந்த காலத்துக்குப் போய் வரும் ஆசையில்தான், தான் ஐந்து சிறிய மண்விளக்குகளைத் தினந்தோறும் ஏற்றி வைத்து மனதைத் தேற்றிக் கொள்வதை இடைவேளைக்குப் பின் எப்படியாவது கூறி விட வேண்டும் என்று தீர்மானிக்கிறார். ஆனால் இடைவேளைக் காலத்துக்குள் ஒரு விளம்பரத்தைக் கூட ஒளிபரப்பும் முன்பு தொழில்நுட்பத் தடங்கல் ஏற்படுகிறது. ஷோ.... என்ற ஒலியோடு தொலைக்காட்சியில் கறுப்பு வெள்ளைப் புள்ளிகள் தோன்றி சிறிது நேரத்தில் தொலைக்காட்சி இருண்டு போகிறது.

சமன்சிறியும் தான் அமர்ந்திருந்த கதிரையிலேயே உறங்கிப் போயிருந்தார். ஆழ்ந்த நித்திரை. இரவு குடிக்க வேண்டிய மாத்திரையைக் கூட அவர் குடித்திருக்கவில்லை.

இருளைத் தேய்த்தழித்தவாறு பூமியின் மீது மெல்லிய சூரிய வெளிச்சம் பரவத் தொடங்கிய அதிகாலை உதயமானது. ஏனைய அனைத்து நாட்களையும் போலத்தான் அந்த நவம்பர் இருபத்தேழாம் திகதிக்குரிய நாளும் உதித்திருந்தது. சமன்சிறியின் வீட்டு முன்வாசலில் எரிந்து கொண்டிருந்த மின்விளக்கு அப்போதும் எரிந்து கொண்டிருந்தது. அந்த வெளிச்சத்தைத் தோற்கடிக்குமளவுக்கு அந்தளவு பிரகாசமாக வெயிலடிக்கவில்லை என்றாலும், கண்ணாடி ஜன்னல்களினூடே வீட்டுக்குள்ளும் சூரிய ஒளி வந்து கொண்டுதானிருந்தது. அவை எதையும் அறியாமல் அவர் அப்போதும் உறங்கிக் கொண்டிருந்தார்.

பக்கத்து வீடான மரண வீட்டில் அழுகை ஓசைகள் குறைந்திருந்தன. பொதுவாக, இறுதிச் சடங்குகளை நிறைவேற்றும் நாள் வரும்வரைக்கும் மரண வீட்டிலிருப்பவர்களது அழுகுரல் ஓசைகள் சூரியன் மறையப் போவது போல தேய்ந்து கொண்டே வரும். இறுதி நாளில், கவலையின் உச்சகட்டத்துக்கு முகம்

கொடுக்கத் தேவையான சக்தியைப் பெற்றுக் கொள்வதற்குப் போல வீட்டிலிருப்பவர்கள் அமைதியாகவும், சிலை போல சமைந்தும் இருப்பார்கள். அந்தக் காலகட்டத்தில்தான் ஊரார் அனைவரும் இறுதி நாளில் அணிவதற்குத் தேவையான வெண்ணிற ஆடைகளைக் கழுவித் தோய்த்து ஆயத்தப்படுத்தி வைப்பார்கள்.

அந்த நவம்பர் இருபத்தேழு அன்றும் வடக்கில் மாவீரர் துயிலும் இல்லங்கள் மாவீரர் தினம் அனுஷ்டிக்கப்படுவதற்காக மெல்ல மெல்ல உயிர் பெற்றுக் கொண்டிருக்கின்றன. என்னதான் சமன்சிறி போன்றவர்கள் அந்த நிகழ்வை எதிர்த்த போதிலும், இராணுவக் கண்காணிப்பின் கீழ் நிறைய வரையறை வேலிகளுக்குள் ஒடுக்கப்பட்டிருக்கும் சோலையொன்றிலுள்ள பூவொன்றைப் போல, அந்த மாவீரர் தினம் அன்றைய தினமும் பூத்திருக்கிறது. மாவீரர் துயிலும் இல்லங்களுக்கு முன்பாக தற்காலிக மேடை போன்ற ஒன்று அமைக்கப்பட்டு, ஒலிம்பிக் சுடர் போல பெரியதொரு விளக்கு அதன் மீது வைக்கப்பட்டிருக்கிறது. அது தொடர்ச்சியாக எரிந்து கொண்டேயிருக்கப் போகும் ஒன்றல்ல. வருடத்துக்கு ஒரு தடவை ஏற்றப்பட்டு அன்றே அணைந்து போகும் ஒரு விளக்கு அது. அந்த விளக்குக்கு முன்னால் போரில் உயிர் நீத்த போராளிகளின் ஆயிரக்கணக்கான கல்லறைகள் பரந்திருக்கின்றன. இருண்ட, கவலை சூழ்ந்த முகங்களென்றாலும் கண்ணைப் பறிக்கும் வர்ணங்களினாலான சேலைகளை அணிந்திருக்கும் தமிழ்த் தாய்களும், இருப்பதிலேயே நல்ல சாரங்களை அணிந்திருக்கும் தந்தைகளும் அந்த இடத்தைச் சூழ்ந்திருக்கிறார்கள்.

சற்று நேரத்தில் கறுப்பு வாகனமொன்றில் முன்னணி தமிழ் அரசியல்வாதியொருவர் பாதுகாவலர்கள் புடைசூழ வருகை தந்து அந்தப் பெரிய விளக்கை ஏற்றி நிகழ்வை உத்தியோகபூர்வமாகத் தொடங்கி வைக்கிறார். அதன் பிறகு தமது உறவுகள் புதைக்கப்பட்டிருக்கும் கல்லறைகளைத் தேடிச் செல்லும் பெற்றோர்களும், பிள்ளைகளும், சகோதர சகோதரிகளும் உயிர்த் தியாகம் செய்தவர்களை நினைவு கூர்ந்து சிறிய மண் விளக்குகளை ஏற்றி கல்லறைகள் மீது வைக்கிறார்கள். பிறகு, அந்தக் கல்லறைகளின் மீது வண்ண வண்ணப் பூக்களை வைத்து பூஜிக்கிறார்கள். தாம் கொண்டு வந்திருக்கும் பிஸ்கட்களை, உளுந்து

வடைகளை, பனங்கருப்பட்டித் துண்டுகளை, இனிப்புகளை மரித்தவர்களுக்குப் படைக்கிறார்கள். தாய்மார்கள் தமது வீடுகளில் வழமையாகச் செய்வது போன்ற ஒழுங்கோடு நேர்த்தியாகத்தான் அவற்றையெல்லாம் செய்கிறார்கள். அப்போது யாராவது வானத்திலிருந்து பார்த்திருந்தால், பரந்த வெளியில், ஒரே சீரான இடைவெளியில் வண்ண வண்ணக் காளான்கள் பூத்திருப்பது போலத்தான் அவர்கள் தென்பட்டிருப்பார்கள். அவர்களது நிழல்கள் கொஞ்சம் கொஞ்சமாக நீண்டு கல்லறைகளை மூடிப் போர்த்துகின்றன. அந்த இருண்ட நிழல்களுக்குள் பிரகாசித்தவாறே காற்றிலசையும் விளக்கின் சுடர்கள், சர்வசதாகாலமும் துயர நெருப்பில் எரிந்து அல்லாடிக் கொண்டிருக்கும் அந்த இதயங்களையே பிரதிபலிக்கின்றன. சில நிழல்களின் கைகள் வான் நோக்கி உயர்கின்றன. அது துயரச் சுவையைப் பிரதிபலிக்கும் நவீன ஓவியம் போல இருக்கிறது.

மிக மெல்லிய விசும்பலோடு ஆரம்பிக்கும் அந்த இருண்ட நிழல்கூட்டத்தின் அழுகையானது, மெதுமெதுவாக ஒப்பாரிகளாகி, மாபெரும் ஓலங்களாக மாறுகின்றன. அந்தப் பேரோசை ஒரு புகைபோல வான் நோக்கி எழுந்து வந்து மேகங்களில் வந்து மோதிக் கலக்கின்றன. வடக்கிலிருந்து வீசிக் கொண்டிருக்கும் பெருங்காற்று அவ்வாறாகத் திரண்டிருக்கும் அந்த மேகங்களை அந்தக் கணத்தில் தெற்குக்குக் கொண்டு சேர்க்கின்றன.

மத்திய மலைநாட்டின் மேற்குப் பகுதியில் மலைச் சரிவொன்றிலிருக்கும் சமன்சிறியின் வீட்டுக்கு மேலால் இனந்தெரியாத கருமேகங்கள் வந்து சேர்ந்திருந்தன. வழமையாக அந்தி சாயும் வேளையில்தான் அந்தப் பிரதேசத்தில் மழை பெய்யும் என்றாலும் அன்று காலை ஒன்பது முப்பது மணிக்கு வெயிலடித்துக் கொண்டிருக்கும்போதே, மழையும் பெய்யத் தொடங்கியது. சிறு வயதில் வெயில் காயும்போதே மழை பெய்தால் 'மழையும் வெயிலும் நரிக்குக் கல்யாணம்' என்று பாடுவதற்கேற்றது போன்றதொரு மழை அது. ஆலங்கட்டி போல கனமான மழைத் துளிகள் சடசடவென்று அனைத்தின் மீதும் விழுந்து அவற்றுக்கே உரித்தான ஓசைகளை எழுப்பின. மரண வீட்டின் தகரக் கூடாரத்துக்கு மேலே விழுந்த மழைத் துளிகள் அந்த அனைத்து ஓசைகளையும் தோற்கடித்தவாறு பேரிரைச்சலாக மாறியிருந்தது.

அந்த ஓசையில் திடுக்கிட்டு விழித்துக் கொண்ட சமன்சிறி 'பகலாகி விட்டதே' என்ற யோசனையோடு கதிரையிலிருந்து எழுந்து கொள்ளப் பார்த்தார். 'எழுந்து முதலில், எரிந்து கொண்டிருக்கும் மின்விளக்குகளை அணைத்து விட்டு சமையலறைக்குச் செல்ல வேண்டும்' என்பது போன்ற அடுக்கடுக்கான வேலைகள் அவரது எண்ணத்தில் உதித்திருந்தன. என்றாலும் மரண வீடிருந்த திசையிலிருந்த அவரது உடலின் பாகங்கள் மரத்துப் போயிருந்தன. அவை இயங்கவில்லை என்பதாக அவர் உணர்ந்தார். எழுந்து நின்றால் எல்லாம் சரியாகி விடுமென நினைத்தவர் பாடுபட்டு தரையில் கால் வைத்து எழுந்து கொள்ளப் பார்த்தபோது சடாரென்று கீழே விழுந்தார். விழும்போது அவருக்கருகிலிருந்த சிறிய மேசையில் கை பட்டதால் அதிலே வைத்திருந்த செம்பினாலான பழங்கால சிறிய யானை பொம்மை கீழே விழுந்து உருண்டது. அவரது உடலின் சரிபாதி இயங்கவில்லை என்பதுவும், அந்தப் பாதியிலிருந்த கையையும், காலையும் அசைக்க முடியவில்லை என்பதுவும் அவருக்கு அப்போதுதான் புரிந்தது. கத்த வேண்டும் போலத் தோன்றி வாயைத் திறந்த போதிலும், அதுவும் ஒரு புறமாகக் கோணிக் கொள்வதை அவர் உணர்ந்தார். அப்போதுதான் ஒருபோதும் அவர் உணர்ந்திராத விதத்தில் 'ஐயோ நான் தனித்துப் போய் விட்டேனே' என்று அவருக்குத் தோன்றியதோடு, அழுகையும் வந்தது.

அதே சமயத்தில் அவருக்கு பத்தடித் தொலைவில் மேசை மீது வைக்கப்பட்டிருந்த தொலைபேசி ஒலிக்கத் தொடங்கியது. அக்காவின் ஒரே மகளான, கொழும்பில் வசிக்கும் உபேகாதான் வழமையாக அந்த நேரத்தில் அவரை அழைப்பாள். அவள் அலுவலகத்துக்குப் போய் தனது மேசையருகே அமர்ந்ததுமே செய்யும் முதல் வேலை அது. அவர் மெதுமெதுவாக ஊர்ந்து சென்றேனும் அவ்விடத்துக்குச் சென்று தொலைபேசியை எடுத்திருப்பாரானால், அவள் இவ்வாறு சொல்வதைத்தான் கேட்டிருப்பார்.

“மாமா, நான் நேத்து ராத்திரியே தஸுன்கிட்ட பக்கத்து வீட்டு சாவு பத்தியும், எல்லாரும் உங்க விளக்குகளைத்தான் சந்தேகப்படுறதாவும் சொன்னேன். அவர் சிரிக்கிறார். ஊர்ல இருக்குற ஆட்களுக்கெல்லாம் பைத்தியம்னார். அவர் சொல்றது நிஜம்தானே மாமா? விளக்கேத்தி வச்சு ஆட்களைக் கொல்ல முடியும்னா இவ்வளவு காலமும் யுத்தம் செஞ்சு செஞ்சு

ஆயிரக்கணக்கான ஆட்களைக் கொன்னதுக்குப் பதிலா விளக்குகளை ஏத்தி வச்சே யுத்தத்தை வென்றிருக்கலாமே, மாமா. நம்ம ஆட்கள் பைத்தியங்கள். உங்களைக் கொஞ்ச நாளைக்காவது இங்க கூட்டிட்டு வந்துடலாம்னு நானும் அவரும் தீர்மானிச்சிருக்கோம், மாமா. ஊர்ல அந்த வதந்திகளெல்லாம் அழிஞ்சு மறைஞ்சு போற வரைக்குமாவது இங்க வந்து எங்க கூட இருங்க மாமா. எங்க வீட்டு முன் ரூமை மாமாவுக்குத் தந்துடலாம்னு தஸுன் சொன்னார். அந்த ரூமோட கதவு திண்ணைக்குத் திறக்கும்ங்குறது உங்களுக்குத் தெரியும்தானே, மாமா. அதனால சுதந்திரமா உங்க பாட்டுல உங்க வீட்டுல மாதிரியே இங்கேயும் நீங்க இருக்கலாம். நாங்க ஆன்டிக் ஷாப் ஒண்ணுலருந்து ஆர்ம்செயார் ஒண்ணையும் உங்களுக்காக வாங்கிட்டு வந்து வச்சிருக்கோம். அதையும் திண்ணைல போட்டுத் தந்துடறோம். நான் உங்க வீட்டுலருந்து வர்றப்ப கொக்கி வச்ச பழங்கால குத்துவிளக்கொண்ணை எடுத்துட்டு வந்தேன், ஞாபகமிருக்கா? அதைத் திண்ணையில தொங்க வைக்கலாம்னு தஸுன் சொல்றார். நீங்க உங்க அஞ்சு விளக்குகளையும் அதுலயே தினமும் ஏற்றலாம் மாமா. தெருவோர மதிலும் கூட நல்லா உயரமானதுங்குறதால ரோட்ல போற யாருக்கும் கூட எதுவும் தெரியாது. அந்தச் சமயத்துல நாங்க திண்ணைக்குப் போடுற லைட்டைப் போடாம இருப்போம். அப்போ அங்க விளக்கு வெளிச்சம் மட்டும்தான் இருக்கும். அது ரொம்ப அழகா இருக்கும்ல மாமா? எப்படியும் இந்த எல்.ஈ.டீ பல்ப்ஸ்ஸோட வெள்ளை வெளிச்சம் போல இருக்காது விளக்கேத்துறதால வாற வெளிச்சம். அந்த விளக்குச் சுடரோட வெளிச்சம்தான் ரொம்ப அழகாயிருக்குறதோட, மனசுக்கும் ஆறுதலா இருக்கும். இல்லையா மாமா?”

❒ ❒ ❒